CÁC SÁCH KHÁC CỦA JOHN PIPER
ĐÃ ĐƯỢC CHUYỂN NGỮ SANG TIẾNG VIỆT

Liều lĩnh là đúng

Nhìn thấy và say mê Jêsus Christ

Vi-rút Corona và Đấng Christ

Hãy để mọi dân tộc reo vui

Đừng lãng phí bệnh ung thư

Đói khát Đức Chúa Trời

Khi tôi không khao khát Đức Chúa Trời

Kinh ngạc vì Đức Chúa Trời

Adoniram Judson

Đừng lãng phí cuộc đời

"Quyển sách *Đói khát Đức Chúa Trời* đã giúp tôi áp dụng thói quen kiêng ăn mỗi ngày. Sự kiêng ăn không phải là sự huyền bí và đời sống tu viện, mà là của Cơ Đốc nhân. Sự kiêng ăn không tập trung vào chúng ta, cũng chẳng tập trung vào sự tận hiến của chúng ta dành cho Chúa, giống như nhiều người thường nói. Chúng ta đang sống trong nền văn hóa có đầy sự nuông chiều và lạm dụng – cho nên kiêng ăn là một công cụ của ân điển Đức Chúa Trời để đón nhận ai đó lớn hơn lòng ham muốn của chúng ta. Quyển sách này đã thay đổi, tối giản và kéo tôi gần Đấng Christ hơn".

– Keyan Soltani

"Quyển *Đói khát Đức Chúa Trời* đến vào lúc cuộc đời tôi gặp sự đau khổ đến nỗi tôi chỉ thèm khát Cứu Chúa mà thôi! Tôi luôn thấy mình đói khát Ngài càng hơn. Tôi cảm biết được tình yêu quá đỗi của Đức Chúa Trời mỗi khi đọc những trang giấy này. Thật là một kho báu!"

– Amy Kneen

"Một vài sách có tác động ở trên cuộc đời tôi như quyển *Đói khát Đức Chúa Trời*. Trong khi cố gắng hiểu rõ làm thế nào Đức Chúa Trời có thể sử dụng sự kiêng ăn ở trong cuộc đời tôi, thì tôi lại bị choáng ngợp trước việc mình cần Đấng Christ, nhớ nhà trên trời và mong muốn đem ánh sáng của Đấng Christ cho cả thế giới. John Piper trình bày rất rõ qua Kinh Thánh rằng ý định và góc nhìn của Đức Chúa Trời về sự kiêng ăn của chúng ta là vì sự vui sướng của linh hồn và sự vinh hiển của danh Ngài. Quyển sách này đã giúp tôi tríu mến Đấng tặng quà hơn là món quà".

– Octavio Sánchez

"Trong lúc tuyệt vọng nhất của đời sống Cơ Đốc, quyển sách này đã dạy tôi nhìn thấy Đức Chúa Trời thật là Đấng làm trọn mọi nhu cầu. Khi tôi đến cùng Đức Chúa Trời, tôi tìm được niềm vui ở trong sự khổ đau. Tôi không còn thấy giai đoạn này trong cuộc đời mình là sự tiêu tàn nữa, mà là thời điểm được dẫn dắt từ thiên thượng để nhìn thấy Đức Chúa Trời là đối tượng được mong chờ nhất và là Đấng làm thỏa mãn linh hồn tôi. Đói khát Đức Chúa Trời đã giúp tôi chuyển từ tuyệt vọng sang lòng yêu mến".

— **Rudy Rackley**

"Tôi đến Hoa Kỳ để kiếm tiền, tìm thành công và muốn đạt giấc mơ Mỹ. Tôi không biết rằng Đức Chúa Trời đang đeo đuổi để giúp tôi thoát khỏi sự thờ lạy những điều kể trên và kéo tôi đến thờ phượng Ngài. Đức Thánh Linh đã sử dụng quyển sách Đói khát Đức Chúa Trời một cách mạnh mẽ trong cuộc đời tôi. Tôi đã hiểu được việc từ bỏ mọi thứ vì cớ Đấng Christ, đạp đổ các đồn lũy để vâng phục Ngài, và vui mừng trong sự trông cậy về sự vinh hiển của Đức Chúa Trời. Bánh được làm ra để tôi có thể thờ phượng Đức Chúa Trời bằng cách tôn cao Ngài khi ăn bánh - chứ không tôn sùng cái bánh hoặc tự tôn mình lên vì đã tự mình kiếm ra bánh. Tôi được rất khích lệ khi quyển sách này được tái bản, cầu xin Đức Chúa Trời sử dụng quyển sách này để cho thấy Ngài lớn hơn những món quà mà toàn bộ thế hệ những người nam và người nữ trẻ tuổi ngày hôm nay đang ở khắp nơi trên thế giới đang cần".

— **Victor Chininin Buele**

ĐÓI KHÁT ĐỨC CHÚA TRỜI
KHAO KHÁT ĐỨC CHÚA TRỜI BẰNG KIÊNG ĂN VÀ CẦU NGUYỆN

JOHN PIPER

LỜI TỰA
DAVID PLATT & FRANCIS CHAN

DỊCH GIẢ
DANIEL DOAN

TIÊN
PHONG

*Gửi tặng các trưởng lão
của Hội thánh Báp-tít Bethlehem,
là những người đã cùng tôi đói khát
sự trọn lành của Đức Chúa Trời,
và được dùng bữa tại bàn tiệc của ân điển.*

MỤC LỤC

LỜI TỰA

FRANCIS CHAN & DAVID PLATT

Khi chúng ta nhìn vào Hội thánh ngày nay, có quá nhiều thứ rất đáng khích lệ và khiến chúng ta muốn bày tỏ lòng biết ơn. Có một sự sốt sắng tươi mới trong vòng dân sự của Đức Chúa Trời để rao truyền sự vinh hiển của Ngài khắp đất. Chúng ta chưa từng nghe những anh chị em từ các đoàn thể khác nhau và các phong trào Cơ Đốc ngày nay nói về Phúc Âm và công tác truyền giáo, biến đổi các thành phố và vươn đến các nhóm dân tộc chưa nghe Tin Lành. Các cuộc đối thoại này là rất cần thiết, nên chúng tôi hy vọng hết thảy sẽ tiếp tục với cường độ lớn hơn và có chủ đích hơn trong tương lai.

Nhưng đôi khi những gì chúng ta *không* nghe có thể bị cho là đã nghe. Điều này nhắc chúng ta nhớ lại một kiểu hoán đổi trong tiểu thuyết kinh điển về thám tử Sherlock Holmes, trong đó Holmes nói về "sự tò mò ngẫu nhiên của con chó trong ban đêm" khi vụ cướp xảy ra. Một vài thám tử đã bối rối trước lời nhận định của Holmes, nên họ nói là "con chó làm gì vào ban đêm chứ!" – Holmes đáp lại: "Đó là sự tò mò ngẫu nhiên". Cho dù mức độ xuất bản các tài liệu Cơ Đốc và tổ chức các hội nghị Cơ Đốc gia tăng nhiều hơn, góc nhìn của J. I. Packer về sự tò mò ngẫu nhiên của chúng ta vẫn còn rất đúng:

> Khi Cơ Đốc nhân gặp nhau, họ nói với nhau về công tác Cơ Đốc và những sở thích Cơ Đốc của mình, những thói quen Cơ Đốc, tình trạng của các Hội thánh, cùng những vấn đề về thần học – nhưng lại ít nói về kinh nghiệm mỗi ngày của họ với Đức Chúa Trời.
>
> Sách vở và mấy tờ tạp chí Cơ Đốc ngày hôm nay nói nhiều về giáo lý Cơ Đốc, các tiêu chuẩn Cơ Đốc, các vấn đề về phẩm chất Cơ Đốc, các dịch vụ kỹ thuật Cơ Đốc – nhưng lại nói ít về tình trạng thật trong mối liên hệ với Đức Chúa Trời.
>
> Những bài giảng của chúng ta chứa đựng rất nhiều giáo lý thuần túy – nhưng lại ít nói về mối thông công giữa linh hồn và Cứu Chúa.
>
> Chúng ta không dành nhiều thời gian, ở một mình hoặc ở với nhau, để suy gẫm về Đức Chúa Trời và tội nhân có sự thông công gì chăng; không hề, chúng ta chỉ xem nhẹ điều này rồi nghĩ đến những vấn đề khác.
>
> Như vậy, chúng ta làm cho việc thông công với Đức Chúa Trời là một chuyện nhỏ đối với chúng ta.[1]

Hãy nghĩ thử xem. Các cuộc trò chuyện đầy nhiệt thành ngày nay về sự thông công với Đức Chúa Trời bằng sự kiêng ăn và cầu nguyện ở đâu? Chúng ta dễ trao đổi về những kế hoạch, các nguyên tắc rao giảng Phúc Âm và mở mang Hội thánh, nhưng lại ít nói về quyền phép của Đức Chúa Trời chính là yếu tố cần thiết để Phúc Âm được rao giảng và Hội thánh được mở ra.

Nếu chúng ta thực sự muốn nhìn thấy các môn đồ được đào tạo và các Hội thánh được nhân rộng từ khắp Bắc Mỹ cho đến tận cùng cõi đất, thì chúng ta nên khôn ngoan bắt đầu bằng đầu gối của mình.

Chính vì lý do này mà chúng tôi vui mừng nói lời khen tặng dành cho ấn bản mới là quyển sách *Đói khát Đức Chúa Trời* của John Piper. Nếu chúng ta đã đọc hoặc đã nghe Piper chia sẻ, chúng ta biết rằng ông là người có niềm đam mê theo Kinh Thánh để rao truyền sự vinh hiển của Đức Chúa Trời. Nhưng đồng thời, ông cũng ý thức rất sâu sắc theo Kinh Thánh về nhu cầu của chúng ta đối với ân điển của Đức Chúa Trời. Ông biết rằng nếu không lệ thuộc và khao khát Đức Chúa Trời, thì chúng ta sẽ không chỉ bỏ mất mục tiêu tối hậu của công tác truyền giáo, mà còn phớt lờ nhu cầu tối hậu của linh hồn mình nữa.

Chúng ta được tạo nên để được thỏa mãn ở trong Đức Chúa Trời. Trong mấy lời của trước giả Thi thiên, chúng ta được tạo nên để khóc:

Hỡi Đức Chúa Trời, Chúa là Đức Chúa Trời tôi, vừa sáng tôi tìm cầu Chúa; trong một đất khô khan, cực nhọc, chẳng nước, đặng xem sự quyền năng và sự vinh hiển của Chúa, như tôi đã nhìn xem Chúa tại trong nơi thánh. Vì sự nhân từ Chúa tốt hơn mạng sống; môi tôi sẽ ngợi khen Chúa. Như vậy, tôi sẽ chúc phước Chúa trọn đời tôi; nhân danh Chúa tôi sẽ giơ tay lên. Linh hồn tôi được no nê dường như ăn tủy xương và mỡ; (Thi thiên 63:1-5)

Chúng ta đã thấy thống kê về số lượng giới trẻ không còn đi nhà thờ một khi chúng không còn ở với cha mẹ nữa. Chúng ta nghe mọi người giải thích rằng họ "đã thử Chúa" khi còn trẻ nhưng không có kết quả tốt đẹp nào. Nhưng chúng ta thắc mắc là: họ có "tìm cầu" Chúa hết lòng chưa? Họ có kêu cầu Chúa bằng sự kiêng ăn và cầu chuyện chăng? Đôi khi chúng ta "tìm cầu" vật chất *đến từ* Chúa hơn là chính Ngài. Thật khó để chúng ta hình dung ra một người lìa bỏ sự hiện diện của Đức Chúa Trời hằng sống – là Đấng đã tạo nên và nâng đỡ trời đất – để tìm kiếm những điều tốt hơn!

Ở trong Đức Chúa Trời có sự vui sướng thuộc linh tuyệt vời hơn vật chất của thế gian, còn sự kiêng ăn là phương tiện để chúng ta thưa với Chúa rằng: "Linh hồn của chúng con muốn gần Ngài hơn là bao tử của chúng con muốn đồ ăn". Một khi chúng ta "nếm thử xem Đức Giê-hô-va tốt lành dường bao!" (Thi thiên 34:8), thì mọi vật của thế gian không còn hấp dẫn chúng ta giống như vậy được nữa.

Như Piper nói trong vài trang đầu của quyển sách là: "Hãy coi chừng các sách về kiêng ăn". Đây không phải là quyển sách theo chủ nghĩa luật pháp. Cũng không phải là quyển sách nói về chế độ ăn uống. Không hề có kế hoạch mười hai bước nào cả. Rốt cuộc, đây là quyển sách nói về tấm lòng của chúng ta hơn là bao tử của chúng ta. Kiêng đồ ăn (hoặc kiêng cữ điều gì đó) trong một khoảng thời gian ngắn không phải để chứng tỏ khả năng, mà đó là phương tiện để chúng ta nhìn biết và gia tăng tình yêu của mình dành cho Đấng Christ. Như Piper giải thích trong sách này rằng Kinh Thánh cho chúng ta rất nhiều lý do để kiêng ăn:

- Chúng ta kiêng ăn vì đói khát Lời Chúa và Thánh Linh của Đức Chúa Trời ở trong đời sống của mình.
- Chúng ta kiêng ăn vì mong muốn sự vinh hiển của Đức Chúa Trời được tôn cao trong Hội thánh và sự ngợi khen Chúa được tôn vinh giữa các dân tộc.
- Chúng ta kiêng ăn vì nóng lòng nhìn thấy sự trở lại của Con Đức Chúa Trời và vương quốc của Ngài đến.
- Trên hết, chúng ta kiêng ăn đơn giản là vì muốn Đức Chúa Trời hơn mọi vật mà thế gian bày ra trước mắt chúng ta.

Một trong những điều khiến chúng ta thất vọng nhất đó là khi thuyết phục những người thân yêu của mình về sự vĩ đại và to lớn của Đức Chúa Trời. Chúng tôi rất mong những người lân cận, gia đình tin Chúa và các dân tộc sớm tìm thấy sự thỏa mãn chỉ ở trong Đức Chúa Trời mà thôi. Khi chúng tôi đọc xong quyển sách mà bạn đang cầm trong tay, chúng tôi đã cố gắng hình dung ra khung cảnh các Hội thánh đầy dẫy người tin Chúa thường xuyên kiêng ăn theo Kinh Thánh. Đức Chúa Trời sẽ vui lòng mà hành động cho Hội thánh nào dám nói rằng: "Chúa ơi, chúng con chỉ muốn ở trong sự hiện diện của Ngài!" Chúng tôi khuyên bạn hãy đọc quyển sách này, cầu xin Chúa những điều lớn lao, Ngài "có thể làm trổi hơn vô cùng mọi việc chúng ta cầu xin hoặc suy tưởng" (Ê-phê-sô 3:20).

Francis Chan và David Platt
Phong trào Nhân rộng

LỜI NÓI ĐẦU

JOHN PIPER

Hãy coi chừng các sách về kiêng ăn. Kinh Thánh đã cẩn thận cảnh báo chúng ta về những người "biểu kiêng các thức ăn Đức Chúa Trời đã dựng nên cho kẻ có lòng tin và biết lẽ thật, tạ ơn mà dùng lấy" (1 Ti-mô-thê 4:1-3). Sứ đồ Phao-lô thất vọng hỏi rằng: "Tại sao vẫn còn thuận phục những thói thường – "Chớ lấy, chớ nếm, chớ sờ" (Cô-lô-se 2:20-21). Ông muốn họ được hưởng trọn vẹn sự tự do của Cơ Đốc giáo. Giống như các sách về kiêng ăn nêu cao biểu ngữ: "Đồ ăn sẽ không dẫn chúng ta đến với Đức Chúa Trời đâu. Chúng ta không ăn cũng không sao, mà ăn cũng chẳng tốt hơn bao nhiêu" (1 Cô-rinh-tô 8:8). Có hai người kia, một người nói rằng: "Tôi kiêng ăn hai lần một tuần"; người kia nói: "Lạy Chúa, xin thương xót vì tôi là một tội nhân!" Chỉ có người này trở về nhà mình được xưng công bình (Lu-ca 18:12-14).

Sự kỷ luật bản thân đầy rẫy những nguy hiểm – có lẽ chỉ để vượt qua những nguy cơ của sự tham muốn. Chúng ta cũng được cảnh báo về điều này nữa: "Mọi sự tôi có phép làm, nhưng chẳng để sự gì bắt phục được tôi" (1 Cô-rinh-tô 6:12). Điều chi bắt phục chúng ta sẽ là chúa của chúng ta; sứ đồ Phao-lô cảnh báo chúng ta về những kẻ "lấy bụng mình làm chúa mình" (Phi-líp

3:19). Sự ham muốn thường điều khiển hướng đi cuộc đời của chúng ta. Bao tử chi phối đời sống con người. Điều này có một biểu hiện tôn giáo và một biểu hiện phi tôn giáo. Về mặt tôn giáo, "kẻ chẳng tin kính đổi ơn Đức Chúa Trời chúng ta ra việc tà ác" (Giu-đe 4) và truyền bá khẩu hiệu "đồ ăn vì bụng, bụng vì đồ ăn" (1 Cô-rinh-tô 6:13). Về mặt phi tôn giáo, không có lý do để được nhận ơn tha thứ, con người phải phục dưới "các sự tham muốn khác thấu vào lòng họ, làm cho nghẹt ngòi đạo" (Mác 4:19).

"Các sự tham muốn khác" – kẻ thù là đây. Vũ khí duy nhất sẽ giành thắng lợi đó là sự đói khát Đức Chúa Trời. Điểm yếu trong sự đói khát Đức Chúa Trời của chúng ta không phải vì Ngài là Đấng nhạt nhẽo, mà vì chúng ta nhồi nhét vào mình "các sự tham muốn khác". Vì vậy, khi từ chối sự thèm ăn của bao tử thì có thể biểu lộ ra, hoặc thậm chí là gia tăng, sự đói khát Đức Chúa Trời ở trong linh hồn của chúng ta.

Không chỉ ích lợi cho linh hồn của chúng ta bị đe dọa, mà sự vinh hiển của Đức Chúa Trời cũng gặp nguy hiểm nữa. Đức Chúa Trời được vinh hiển nhất ở trong chúng ta khi chúng ta được thỏa mãn nhất ở trong Ngài. Cuộc chiến đức tin là trận chiến giành lấy tất cả những gì Đức Chúa Trời ban cho chúng ta ở trong Đấng Christ. Chúng ta đói khát điều gì nhất thì chúng ta sẽ thờ lạy điều đó.

> Điều lành Chúa tỏ bày sáng láng
> Khi ta vui thích ở trong đường Ngài.
> Vinh quang Thiên Chúa tràn khắp chốn
> Khi ta được thỏa thích trong Chúa hoài.
> Hào quang Chúa sẽ lan khắp đất
> Khi ta đắm say giá trị của Ngài.
> Đẹp thay lửa thiêng của Chúa Trời
> Sáng nhất trong lòng ai khát khao.

Giữa những nguy cơ của việc từ bỏ chính mình và đời sống luông tuồng là con đường đau khổ mà khoái lạc. Ấy không phải là sự khoái lạc vô lý của một kẻ bạo dâm, mà là sự đam mê của một người đang yêu: "Tôi xem những điều đó như rơm rác, hầu cho được Đấng Christ" (Phi-líp 3:8). Đó là con đường mà chúng ta sẽ lần theo trong quyển sách này.

Tôi có thể hoàn thành được hành trình này là nhờ ân điển của Đức Chúa Trời mỗi ngày. Ân điển ấy đã tìm thấy tôi ở trong Chúa Jêsus, là Đấng đã yêu tôi và đã phó chính mình Ngài vì tôi. Ân điển ấy cũng xuất hiện ở trong vợ tôi là Noël, chính nàng đã ủng hộ công tác truyền đạo, viết lách và chăm sóc bầy chiên của tôi. Noël ơi, anh yêu em và cảm ơn em vì sự đồng công trong công tác lớn lao này. Đức Chúa Trời đã đối xử tốt với chúng tôi. Ân điển lại được ban cho tôi qua sự trung tín của Carol Steinbach, cô ấy là người đã đọc tỉ mỉ quyển sách này và cũng chính cô đã soạn phần thư mục. Ân điển cũng được ban cho tôi qua các trưởng lão tại Hội thánh Báp-tít Bethlehem. Họ đã soạn ra bản tuyên ngôn sứ mạng cho Hội thánh mà chính tôi đã đón nhận khẩu hiệu ấy là sứ mạng cho cuộc đời mình. Họ còn giao cho tôi phần trách nhiệm và thời gian để viết xong quyển sách này sao cho phù hợp với sứ mạng: "Chúng ta sống để rao truyền một đam mê về uy quyền tối thượng của Đức Chúa Trời ở trong mọi sự vì sự vui mừng của muôn dân". Đó là lời cầu nguyện của tôi dành cho quyển sách này. Khi tấm lòng của chúng ta đói khát Đức Chúa Trời nhất, thì Ngài là Đấng tối thượng ở trong mọi sự.

John Piper
Ngày 1 tháng 5 năm 1997

Ở trên trời tôi có ai trừ ra Chúa? Còn dưới đất tôi chẳng ước ao người nào khác hơn Chúa. Thịt và lòng tôi bị tiêu hao; Nhưng Đức Chúa Trời là sức lực của lòng tôi, và là phần tôi đến đời đời.
(Thi thiên 73:25-26)

Hầu như ở đâu cũng vậy, sự kiêng ăn đóng vai trò rất quan trọng vì nó liên quan sâu sắc đến sự mật thiết trong tôn giáo. Có lẽ đây là lời giải thích cho sự kiêng ăn vẫn còn thịnh hành trong thời đại của chúng ta. Khi ý thức về Đức Chúa Trời thuyên giảm, sự kiêng ăn cũng biến mất.
Edward Farrell[1]

LỜI GIỚI THIỆU

Sự kiêng ăn của Cơ Đốc giáo ra đời vì nỗi nhớ Đức Chúa Trời. Vào mùa hè 1967, tôi đang yêu Noel suốt cả một năm. Nếu lúc đó ai mà nói với chúng tôi phải chờ thêm một năm rưỡi nữa mới kết hôn, thì tôi sẽ biểu tình ngay. Dường như chúng tôi thấy mọi chuyện càng sớm thì càng tốt. Vào mùa hè trước năm cuối cao đẳng. Tôi đang là người hướng dẫn xử lý nước cách an toàn tại một kỳ trại thể thao Cơ Đốc ở miền Nam Carolina. Còn nàng đang làm bồi bàn cách đó hàng trăm dặm.

Tôi chưa bao giờ có cảm giác đau khổ như thế. Tôi đã từng có cảm giác nhớ nhà, nhưng chưa hề trải qua cảm giác này trước đây. Mỗi ngày, tôi đều viết một lá thư để kể cho nàng nghe nỗi nhớ nhung của mình. Vào một buổi sáng nọ, trước giờ cơm trưa, là tiếng bưu điện gọi tên. Khi nghe thấy tên mình và nhìn thấy lá thư có hình cây oải hương, tôi liền thấy hết đói. Hoặc nói chính xác hơn là cảm giác đói bụng đã bị chế ngự bởi khao khát của con tim. Thông thường, thay vì ăn trưa cùng với các trại viên, tôi lại đi ra ngoài rừng và ngồi xuống trên những phiến lá để được ăn một bữa trưa khác thường. Không phải là ăn thiệt. Nhưng màu sắc, mùi vị, chữ viết, thông điệp, chữ ký đều được mường tượng ra trong đầu. Cứ như vậy, hết tuần này đến tuần kia, tôi được thêm lên hy vọng, còn hiện thực kia nằm ở cuối đường chân trời thật là sống động trong lòng tôi.

Sự lãng mạn và sức chịu đựng của sự kiêng ăn

Nguồn gốc kiêng ăn của Cơ Đốc giáo là nỗi nhớ Đức Chúa Trời. Nhưng câu chuyện trái tim của tôi muốn được ở cùng Noel có thể bị hiểu lầm. Nó chỉ kể thay một nửa câu chuyện về sự kiêng ăn của Cơ Đốc giáo. Nửa phần kiêng ăn của Cơ Đốc giáo là sự thèm muốn của thân thể không còn nữa bởi vì nỗi nhớ Đức Chúa Trời trở nên quá mãnh liệt. Một nửa còn lại là nỗi nhớ Đức Chúa Trời bị đe dọa bởi vì sự thèm muốn của thân thể trở nên quá mãnh liệt. Đối với nửa đầu tiên, sự thèm muốn bị mất đi. Đối với nửa còn lại, sự thèm muốn gặp phải sự kháng cự. Đối với nửa đầu tiên, chúng ta đầu phục sự đói khát cao trọng hơn. Đối với nửa còn lại, chúng ta đấu tranh vì sự đói khát cao trọng hơn. Sự kiêng ăn của Cơ Đốc giáo không chỉ là kết quả tức thời của sự thỏa mãn tột cùng ở trong Đức Chúa Trời; mà cũng là vũ khí quyết định để chống lại mọi thế lực trong thế gian muốn cướp đi sự thỏa mãn ấy.

Những kẻ thù lớn nhất của Đức Chúa Trời là những món quà của Ngài

Kẻ thù lớn nhất của sự đói khát Đức Chúa Trời không phải là thuốc độc mà là bánh ngọt. Cũng không phải là bữa tiệc của kẻ ác làm lu mờ sự thèm khát thiên đàng của chúng ta, mà là sự nhấm nháp không ngừng tại bàn tiệc của thế gian. Cũng không phải là những đoạn phim khiêu dâm, nhưng là những chuyện tầm phào mất thời gian mà chúng ta dùng làm đồ uống mỗi đêm. Đối với hết thảy những thứ tồi tệ mà Sa-tan có thể làm, khi Đức Chúa

Trời mô tả những điều khiến chúng ta từ chối bữa tiệc yêu thương của Ngài, thì đó lại là một mẫu đất, một cái ách của con bò và một người vợ (Lu-ca 14:18-20). Kẻ thù lớn nhất của tình yêu dành cho Đức Chúa Trời không phải là những kẻ thù của Ngài mà là những món quà của Ngài. Còn sự thèm muốn chết người nhất không phải là thuốc độc ở trong điều ác, mà là những điều khoái lạc đơn giản ở trên đất. Khi những điều này thay thế cho sự đói khát Đức Chúa Trời, thì sự thờ hình tượng sẽ không dễ bị phát hiện và cũng khó chữa khỏi.

Chúa Jêsus phán rằng có người nghe đạo của Đức Chúa Trời, thì lòng khao khát Đức Chúa Trời ở trong họ bị đánh thức. Nhưng "rồi đi, để cho sự lo lắng, giàu sang, *sung sướng đời này* làm cho đạo phải nghẹt ngòi" (Lu-ca 8:14). Chúa cũng phán ở một chỗ khác là: "*các sự tham muốn khác thấu vào lòng họ*, làm cho nghẹt ngòi đạo, và trở nên không trái" (Mác 4:19). Sự "sung sướng đời này" và "các sự tham muốn khác" – những điều này không hề xấu xa. Chúng không phải là thói trụy lạc. Đó là những món quà của Đức Chúa Trời. Nào là thịt, khoai, cà phê, làm vườn, đọc sách, trang trí, du lịch, đầu tư, xem ti-vi, lướt internet, mua sắm, tập thể dục, sưu tầm, trò chuyện. Tất cả những điều trên sẽ là đòn chí tử khi thay thế Đức Chúa Trời.

Hậu quả chết người của những thú vui ngây thơ

Vì thế, khi tôi nói nguồn gốc của sự kiêng ăn Cơ Đốc là nỗi nhớ Đức Chúa Trời, tôi muốn nói là chúng ta sẽ làm mọi cách và từ bỏ mọi thứ nếu, bằng mọi giá, chúng ta muốn bản thân tránh xa hậu quả chết người của những thú vui ngây thơ và duy trì nỗi nhớ ngọt ngào của chúng ta về Đức Chúa Trời. Không chỉ đồ ăn thôi đâu, mà là mọi thứ khác nữa. Vài năm trước, tôi đã kêu gọi mọi người kiêng ăn hai mươi bốn giờ mỗi tuần (bữa sáng và bữa trưa vào thứ Tư, nếu được) trong tháng Giêng. Chúng tôi đang đối diện với những vấn đề lớn về sự tự đánh giá bản thân và hướng đi, chúng tôi cần sự diện diện của Đức Chúa Trời cùng với sự khôn ngoan và quyền năng thanh tẩy của Ngài. Trong vài ngày, tôi nhận được lá thư này:

Tôi không theo kịp. Tôi nghĩ Chúa ở cùng việc này. Tôi không làm được vào thứ Tư. Tôi phải ăn trưa với người ta mỗi ngày. Cho nên, tôi có vài điều mà tôi tin là đến từ Đức Thánh Linh có thể không phải kiêng ăn mà kiêng cữ những điều khác. Tôi đã nghĩ đến việc không xem ti-vi trong một tuần, hoặc một tháng, hoặc một tối nào đó trong tuần mà tôi thường làm theo thói quen, có thể không phải là kiêng đồ ăn. Thay vì theo dõi chương trình mà tôi thích, tôi sẽ dành thì giờ đó để trò chuyện và lắng nghe Chúa. Tôi không biết có ai nghĩ đến việc kiêng cữ như thế này chưa, họ có thể tập trung những lúc ấy để cầu nguyện.

Tôi đã chia sẻ với hội chúng vào Chúa Nhật trong tuần rằng: "A-men. Nếu ai đó nói là 'tôi không thể kiêng ăn vào thứ Tư', thì không sao cả. Nếu lòng của chúng ta có sự ngay thẳng cầu xin Chúa rằng: 'Lạy Chúa, xin đánh thức tâm linh con bằng sự kiêng ăn', thì Ngài sẽ bày tỏ với chúng ta. Chúa sẽ cho chúng ta biết khi nào và làm thế nào. Nếu sức khoẻ của chúng ta không cho phép, nếu bác sĩ nói rằng: 'Không được kiêng ăn', cũng không sao cả. Vị Bác sĩ đại tài biết hết tất cả, chúng ta có thể kiêng ăn bằng cách khác".

Vấn đề không phải là kiêng đồ ăn. Mà là bất kỳ điều gì đang, hoặc có thể, thay thế Đức Chúa Trời. Martyn Lloyd-Jones (1899 – 1981), là mục sư của Hội thánh Westminster ở Luân Đôn, đã chia sẻ một bài giảng tuyệt vời về sự kiêng ăn khi ông đang dẫn hội chúng đi qua loạt Bài giảng trên núi vào năm 1959 – 1960. Ông đã nói rằng:

Hãy kiêng ăn nếu chúng ta thực sự hiểu rõ điều này, đừng bị hạn chế vì đồ ăn và đồ uống; kiêng ăn là kiêng cữ bất kỳ điều gì vì mục đích thuộc linh đặc biệt nào đó. Thân thể của chúng ta có quyền làm điều này điều kia, nhưng vì một lý do nào đó cần phải có sự tiết độ. Đó là sự kiêng ăn.[1]

Cho tới bây giờ, tôi cho rằng những điều tốt đẹp có thể là những thứ gây ra thiệt hại lớn. Bò, ruộng và đám cưới có thể khiến chúng ta không vào được thiên quốc. Đó là vì sao Chúa Jêsus phán rằng: "Nếu ai trong các ngươi không bỏ *mọi sự mình có*, thì không được làm môn đồ ta" (Lu-ca 14:33)[2]. *Bất cứ điều gì* cũng có thể cản trở con đường trở thành môn đồ thật – không chỉ điều ác, không chỉ đồ ăn, mà là bất cứ điều gì. Cũng đừng ngạc nhiên khi biết rằng những đối thủ mạnh nhất sẽ lấn lướt tình yêu và lòng tận hiến của chúng ta dành cho Đức Chúa Trời là những món quà quý báu nhất mà Ngài đã ban cho.

Khi Áp-ra-ham chọn Đức Chúa Trời hơn là mạng sống con trai của mình

Sự kiêng ăn giữ chúng ta khỏi việc thờ lạy những món quà như thế nào? Hãy nhớ lại câu chuyện Áp-ra-ham dâng Y-sác làm của lễ. Khi ông giơ tay ra giết con trai của mình và cũng là đứa con mà Đức Chúa Trời đã hứa ban, thì "thiên sứ của Đức Giê-hô-va từ trên trời kêu xuống mà rằng: Hỡi Áp-ra-ham, Áp-ra-ham! Người thưa rằng: Có tôi đây. Thiên sứ phán rằng: Đừng tra tay vào mình con trẻ và chớ làm chi hại đến nó; vì bây giờ ta biết rằng ngươi thật kính sợ Đức Chúa Trời, bởi cớ không tiếc với ta con ngươi, tức con một ngươi" (Sáng thế ký 22:11-12). Đây mới là sự kiêng ăn quyết liệt: hy sinh con trai một. Đức Chúa Trời không yêu cầu phải "kiêng ăn" như vậy bởi vì Y-sác là điều ác. Mà ngược lại, vì Y-sác là món quà tốt nhất ở trong mắt của Áp-ra-ham. Kỳ thực, Y-sác là yếu tố không thể thiếu để hoàn thành lời hứa của Đức Chúa Trời. Sự kiêng ăn không chỉ là trừ bỏ điều ác mà còn từ bỏ điều tốt nữa.

Nhưng tại sao Đức Chúa Trời lại muốn làm như vậy? Bởi vì đó là một phép thử. Áp-ra-ham có lấy sự kính sợ Đức Giê-hô-va làm vui (Ê-sai 11:3) hơn cả niềm vui mà ông dành cho con trai của mình chăng? Đức Chúa Trời phán qua thiên sứ rằng: "vì bây giờ ta biết rằng ngươi thật kính sợ Đức Chúa Trời, bởi cớ không tiếc với ta con ngươi, tức con một ngươi". Mấy từ "vì bây giờ ta biết" – chúng có nghĩa gì? Có phải Đức Chúa Trời không biết Áp-ra-ham là người kính sợ Chúa và tôn cao Chúa hơn cả con trai của mình chăng? Kinh Thánh dạy rằng Đức Chúa Trời biết lòng loài người (1 Các-vua 8:39; Công-vụ 1:24); kỳ thực, chính Chúa "nắn lòng của mọi người" (Thi thiên 33:15). Vậy, tại sao lại có phép thử? Đây là cách C. S. Lewis trả lời câu hỏi này:

[Tôi đã suy nghĩ nhiều về câu hỏi] "Nếu Đức Chúa Trời là Đấng toàn tri thì Ngài phải biết Áp-ra-ham sẽ làm gì, mà không cần đến phép thử; vậy, tại sao phải khổ sở làm việc không cần thiết như thế? Thánh Augustine chỉ ra rằng, cho dù Đức Chúa Trời đã biết hết mọi sự, thì Áp-ra-ham không hề biết rằng ông phải vâng phục mạng lịnh cho đến khi sự kiện ấy dạy ông một bài học; cho nên sự vâng lời mà ông không biết mình phải chọn, ông không thể nói là đã chọn được. Sự vâng lời của Áp-ra-ham chính là lựa chọn của ông, còn những gì Đức Chúa Trời vốn đã biết Áp-ra-ham "sẽ vâng lời" chính là sự vâng lời thực sự của ông ở trên đỉnh núi vào lúc ấy. Nếu nói rằng Đức Chúa

Trời "không cần phép thử" tức là nói rằng bởi vì Đức Chúa Trời biết hết mọi sự, nên điều Chúa biết không cần phải tồn tại sao.[3]

Đức Chúa Trời muốn biết chúng ta sẽ chọn sống vì Ngài hơn mọi điều khác như thế nào. Ngài cũng muốn chúng ta có bằng chứng đáng tin cậy thông qua những lần chọn Ngài hơn là những món quà của Ngài. Lewis rất đúng khi nói rằng Đức Chúa Trời không cần phải tạo ra thế giới làm gì, bởi vì Ngài chỉ cần tưởng tượng thôi thì "chuyện gì sẽ xảy ra" sẽ xảy ra đúng như vậy. Đức Chúa Trời muốn chính Ngài có được kinh nghiệm, được chứng kiến và được dõi theo sự kiện của loài người. Người nào lựa chọn Đức Chúa Trời hơn là món quà Chúa ban trong đời thực là tôn vinh hiển Đấng đã tạo nên thế giới. Sự kiêng ăn không phải là cách duy nhất, hay là cách chủ yếu, để chúng ta tôn vinh Đức Chúa Trời bằng cách chọn Ngài hơn là chọn món quà của Ngài. Nhưng đó là một cách để chúng ta có thể phục vụ tất cả mọi điều khác.

Ăn uống là thuốc mê cho nỗi sầu

Lewis đã trích dẫn về St. Augustine. Những gì Augustine đã nói là: "Phần lớn, tâm trí loài người không thể tự biết về bản thân mình nếu họ không bị cám dỗ bằng một trải nghiệm nào đó, chứ không chỉ tự vấn bằng lời lẽ".[4] Nói cách khác, chúng ta dễ lừa dối bản thân rằng chúng ta yêu Chúa trừ khi tình yêu ấy được thử nghiệm thường xuyên, chúng ta phải cho thấy lựa chọn của mình bằng sự hy sinh nào đó chứ không chỉ bằng lời nói. Thành thật mà nói thì sự hy sinh con trai độc nhất có ý nghĩa nhiều hơn là chỉ nhường một mẩu bánh mì. Nhưng nguyên tắc vẫn không hề thay đổi. Những lựa chọn nhỏ nhoi muốn được thông công với Đức Chúa Trời còn hơn nhấm nháp đồ ăn sẽ hình thành một thói quen về sự thông công và sự thỏa lòng, khiến một người sẵn sàng hy sinh tột cùng một điều gì đó. Đây là một cách mà sự kiêng ăn phục vụ cho tất cả hành động bày tỏ tình yêu của chúng ta dành cho Đức Chúa Trời. Sự kiêng ăn khiến mọi thứ ở trong trạng thái sẵn sàng và sắc bén. Sự kiêng ăn không làm nguội vấn đề. Sự kiêng ăn buộc chúng ta phải hỏi đi hỏi lại rằng: tôi có thực sự đói khát Đức Chúa Trời chăng? Tôi có nhớ Ngài không? Tôi có trông đợi Ngài không? Hay là tôi thích món quà của Ngài hơn rồi sao?

Sự kiêng ăn Cơ Đốc là một thử nghiệm để cho thấy điều gì đang chi phối chúng ta. Khao khát mãnh liệt nhất ở trong chúng ta là gì? Trong quyển sách *Kỷ Luật Là Vinh Quang*, Richard Foster đã nói trong phần kiêng ăn là: "Ngoài những kỷ luật đã nói ra, thì sự kiêng ăn phơi bày những thứ đang chi phối chúng ta. Đây là ích lợi tuyệt vời cho người môn đồ thật muốn được biến đổi trở nên giống như ảnh tượng của Đức Chúa Jêsus Christ. Chúng ta bao che cho những thứ ở trong lòng mình bằng đồ ăn và nhiều điều khác".[5]

Về mặt tâm lý học, điều này đang được đề cập rất nhiều ngày hôm nay, đặc biệt là đối với người nào đang có nhiều đau khổ trong đời sống của họ. Chúng ta có thể thấy họ "tắm thuốc" bằng thức ăn để làm dịu đau đớn của mình. Họ gây mê chính mình để quên nỗi đau bằng ăn uống. Nhưng đây không phải là hội chứng hiếm gặp về mặt chuyên môn. Tất cả chúng ta đều làm vậy. Mọi người. Không ngoại trừ ai cả. Hết thảy chúng ta đều muốn xoa dịu sự khó chịu bằng thức ăn và bao che cho tình trạng khốn khổ của mình bằng cách đợi cho đến bữa tối. Đó là vì sao sự kiêng ăn phơi bày tất cả về chúng ta – nỗi đau, sự kiêu ngạo, sự nóng giận. Foster nói tiếp là:

Nếu sự kiêu ngạo đang kiểm soát chúng ta, nó sẽ bị phơi bày ngay lập tức. Đa-vít đã nói rằng: "tôi bèn mặc lấy bao, kiêng ăn ép linh hồn tôi" [Thi thiên 35:13]. Sự nóng giận, sự cay đắng, sự ghen tị, sự xung đột, sự sợ hãi – nếu những điều này có trong chúng ta, thì chúng sẽ biểu lộ ra trong quá trình kiêng ăn. Đầu tiên, chúng ta sẽ cho rằng sự nóng giận là do mình đói bụng. Sau đó mới biết rằng mình nóng giận là vì chúng ta có thái độ giận dữ. Chúng ta không cần phải buồn khi nhận ra điều này vì biết rằng Đấng Christ có quyền phép để chữa lành.[6]

Một trong những lý do để kiêng ăn là vì muốn biết trong lòng chúng ta chất chứa điều gì – giống như Áp-ra-ham đã phơi bày tấm lòng của ông. Mọi thứ sẽ bày ra khi kiêng ăn. Chúng ta sẽ thấy chúng. Chúng ta phải xử lý hoặc bao che cho chúng thêm lần nữa. Khi nửa ngày trôi qua, chúng ta đói bụng đến nỗi bữa trưa trở nên tuyệt vời như kỳ nghỉ hè, đột nhiên chúng ta nhận ra: "Mình đã có một cam kết. Mình không thể làm theo sự thèm thuồng này nữa. Mình sẽ kiêng ăn trưa luôn". Rồi chúng ta sẽ làm gì với sự khó chịu ở trong mình đây? Trước đây, chúng ta bỏ qua với hy vọng sẽ có một bữa trưa thịnh soạn. Hy vọng vào đồ ăn cho chúng ta có những cảm giác tốt để cân bằng lại những cảm giác xấu. Nhưng bây giờ, sự cân bằng không còn nữa. Chúng ta phải có cách khác để xử lý nó.

Kẻ hầu cận của đức tin

Lúc này chúng ta bắt đầu tìm ra nguồn lực thuộc linh của mình là gì. Những gì tôi tìm thấy ở trong tâm hồn mình thật xứng đáng để chiến đấu bằng đức tin. Tôi gần như đặt tựa đề cho quyển sách này là: "*Sự kiêng ăn – Kẻ hầu cận của đức tin*. Đúng là một nàng hầu tuyệt vời! Khiêm nhường và lặng lẽ, chỉ với một chuyển động nhỏ, nàng liền kéo tôi ra khỏi chỗ tối tăm mà linh hồn tôi đang sầu khổ vì các mối quan hệ, những thất vọng trong chức vụ, nỗi sợ thất bại, sự vô nghĩa của việc lãng phí thời gian. Vừa khi tấm lòng của tôi muốn tìm đến bữa tối tràn trề hy vọng cùng những đứa bạn ở tiệm Pizza Hut, thì nàng liền nhắc nhẹ là: tối nay không được. Thoạt đầu có thể chẳng vui gì. Liệu tôi có tìm được sự thông công ngọt ngào với Chúa, trông cậy hết lòng vào lời hứa của Ngài, chứ không chỉ có thái độ đối phó, mà còn nức lòng mừng rỡ ở trong Ngài chăng? Hay là tôi sẽ lờ đi việc kiêng ăn và tìm đến đồ ăn để thỏa mãn chính mình? Sứ đồ Phao-lô đã nói rằng: "Mọi sự tôi có phép làm, nhưng chẳng để sự gì bắt phục được tôi" (1 Cô-rinh-tô 6:12). Sự kiêng ăn phơi bày mức độ làm chủ của đồ ăn ở trong chúng ta – hay là ti-vi, máy tính, hoặc là bất kỳ điều gì bắt phục chúng ta hết lần này đến lần khác để bao che sự đói khát Đức Chúa Trời ở trong chúng ta.

Tại sao Đức Chúa Trời tạo ra bánh và cơn đói?

Một trong những lý do đồ ăn có sức mạnh kỳ diệu vì chúng là thứ cơ bản để nuôi sống chúng ta. Tại sao? Ý tôi là, tại sao Đức Chúa Trời tạo ra bánh và khiến loài người dựa dẫm vào chúng để sống? Chúa có thể tạo ra sự sống mà không cần đến đồ ăn phải không? Ngài là Đức Chúa Trời. Chúa có thể làm mọi việc mà Ngài lấy làm vừa lòng. Tại sao lại tạo ra bánh làm gì? Tại sao lại tạo ra cơn đói nữa? Câu trả lời của tôi rất đơn giản: Chúa đã tạo ra bánh hầu cho chúng ta có thể hình dung ra Con Đức Chúa Trời là Đấng như thế nào khi Ngài phán rằng: "Ta là bánh của sự sống" (Giăng 6:35). Chúa đã tạo ra mối hài hòa giữa sự đói khát và sự thỏa mãn hầu cho chúng ta biết đặt lòng tin nơi Đấng Christ có nghĩa là gì khi Ngài phán rằng: "Ai tin ta chẳng hề khát" (Giăng 6:35). Đức Chúa Trời đâu cần tạo ra loài người thèm đồ ăn và nước uống cùng khả năng nếm biết sự khoái lạc này làm gì!

Nhưng Đức Chúa Trời mới là trung tâm của vũ trụ, chứ không phải loài người. Sứ đồ Phao-lô nói rằng mọi thứ "đều là từ Ngài, bởi Ngài và hướng về Ngài" (Rô-ma 11:36). "Hướng về Ngài" có nghĩa là mọi vật sống đều tập chú vào Ngài và yêu mến Ngài.

Trong Cô-lô-se 1:16, sứ đồ Phao-lô nói rất cụ thể rằng "muôn vật
. . . đều là bởi [Đấng Christ] và vì [Đấng Christ] mà được dựng
nên cả". Do đó, bánh được tạo ra vì sự vinh hiển của Đấng
Christ. Sự đói khát được tạo ra vì sự vinh hiển của Đấng Christ.
Sự kiêng ăn cũng được tạo ra vì sự vinh hiển của Đấng Christ.

Như vậy, bánh tôn cao Đấng Christ bằng hai cách: ăn bánh
với thái độ biết ơn vì Chúa là tốt lành và không ăn bánh khi đói
bụng cũng vì chính Ngài. Khi ăn, chúng ta đang nếm thử hình ảnh
tượng trưng cho đồ ăn thiên thượng – tức là Bánh Hằng Sống.
Khi kiêng ăn, chúng ta đang nói rằng: "Tôi yêu thích Đấng vượt xa
hình ảnh tượng trưng này". Trong tấm lòng của thánh đồ, ăn uống
và kiêng ăn đều là sự thờ phượng. Cả hai đều tán dương Đấng
Christ. Cả hai đều dâng lên tấm lòng – biết ơn và khao khát – cho
Đấng ban ơn phước. Mỗi hành động có vị trí riêng của nó, mỗi
hành động có nguy hiểm riêng của nó. Mối nguy hiểm của việc ăn
uống đó là chúng ta dễ xiêu lòng trước ơn phước; mối nguy hiểm
của sự kiêng ăn đó là chúng ta coi thường ơn phước và tôn vinh
sức mạnh ý chí của mình.

Quyển sách được sắp xếp như thế nào

Không hề có con đường dễ dàng và an toàn về thiên quốc.
Đường hẹp và khó khăn rải rác những trở ngại và rất nhiều thứ
béo bở mang lại những khoái cảm vô hại. Có một cuộc chiến xảy
ra ở trong và ở ngoài chúng ta. Một trong những vũ khí cần trang
bị trên đường đi là sự kiêng ăn. Vì thế, quyển sách này nhấn
mạnh bề trong lẫn bề ngoài. Cuộc chiến bên trong xảy ra giữa sự
thèm ăn và sự đói khát Đức Chúa Trời của chúng ta. Cuộc chiến
bên ngoài xảy ra giữa sự phục hưng, sự cải cách, công tác
truyền giáo thế giới, sự công bằng xã hội và giao lưu văn hóa.
Mặc dù những điều này hòa quyện vào nhau, nhưng ba chương
đầu sẽ nói về bề trong, còn ba chương sau sẽ nói về bề ngoài.

Còn chương ở giữa là phần giao thoa, bởi vì sự kiêng ăn và tấm lòng khao khát Đấng Christ sẽ tái lâm liên quan đến từng cá nhân, mà cũng đòi hỏi chúng ta phải vươn ra toàn cầu cho đến lúc Ngài đến.

Tại sao tôi viết sách này

Mục tiêu và lời cầu nguyện của tôi khi viết sách này là tôi hy vọng sẽ đánh thức sự đói khát về uy quyền tối thượng của Đức Chúa Trời ở trong mọi sự vì sự vui mừng của muôn dân. Sự kiêng ăn chứng tỏ sự đói khát ấy đang tồn tại và thổi bùng lên ngọn lửa ấy. Sự kiêng ăn làm tăng khao khát thuộc linh. Sự kiêng ăn là kẻ thù muôn đời của những thứ vô hại rất béo bở. Sự kiêng ăn là dấu chấm than nằm cuối câu này: "Lạy Chúa, tôi khao khát Ngài và sự bày tỏ vinh hiển của Ngài trong thế giới này!"

Có người nghĩ rằng hễ ai thường xuyên thông công với Chúa thì ít đói khát Ngài. Họ thường từ bỏ những thú vui vô hại của thế gian để nấn ná nhiều hơn trong sự hiện diện của Đức Chúa Trời qua sự mặc khải của Lời Ngài. Họ ăn Bánh từ trời và uống Nước hằng sống bằng cách tĩnh nguyện và sống bằng đức tin. Nhưng, nghịch lý thay, họ không phải là những thánh đồ ít đói khát Đức Chúa Trời. Trái lại, Cơ Đốc nhân trưởng thành và mạnh mẽ nhất mà tôi từng gặp là những kẻ đói khát Đức Chúa Trời nhiều nhất. Có vẻ như người nào thường ăn uống thì không cảm thấy đói khát. Nhưng đó không phải là trường hợp xảy ra đối với nguồn nước vô tận, bữa tiệc vô hạn và Chúa vinh hiển.

Khi chúng ta đứng vững trong công tác mà Đức Chúa Trời đã hoàn thành qua Đấng Christ, rồi bắt đầu uống Nước Hằng Sống và ăn Bánh từ trời, cũng biết rằng mình đã tìm được sự khao khát tột cùng, thì chúng ta chỉ càng đói khát Đức Chúa Trời nhiều hơn mà thôi. Chúng ta càng được thỏa mãn ở trong Đức Chúa Trời khi còn ở trong thế gian này, thì chúng ta càng khao khát Ngài nhiều hơn nữa. Vì giống như C.S. Lewis đã nói là: "Điều tốt nhất chúng ta đang có là điều chúng ta khao khát nhất".[7]

Chúng ta càng bước theo Đấng Christ chừng nào, chúng ta càng đói khát Đấng Christ chừng nấy . . . chúng ta càng nhớ về thiên quốc chừng nào . . . chúng ta càng muốn có "mọi sự đầy dẫy của Đức Chúa Trời" chừng nấy . . . chúng ta càng muốn trừ bỏ tội lỗi chừng nào . . . chúng ta càng muốn Chàng rể sớm trở lại chừng nấy . . . chúng ta càng muốn Hội thánh được phục hưng và được thanh tẩy bằng vẻ đẹp của Chúa Jêsus chừng nào . . . chúng ta càng muốn các thành phố tỉnh thức trước hiện thực về Đức Chúa Trời chừng nấy . . . chúng ta càng muốn thấy ánh sáng vinh hiển của Tin Lành Đấng Christ xuyên thủng màn đêm đang bao phủ các dân tộc chưa được vươn đến trên thế giới chừng nào . . . chúng ta càng muốn thấy các thế giới quan sai trật phải khuất phục trước lực lượng của Chân lý chừng nấy . . . chúng ta càng muốn thấy sự đau khổ được cất đi và những giọt nước mắt được lau khô và sự chết bị hủy diệt chừng nào . . . chúng ta càng mong rằng mọi điều trái lẽ sẽ được làm ngay lại, công lý và ân điển của Đức Chúa Trời sẽ lan khắp đất như nước tràn biển hồ.

Nếu chúng ta không có khao khát mãnh liệt muốn bày tỏ sự vinh hiển của Đức Chúa Trời, ấy không phải vì chúng ta đã uống cạn chén và đã được thỏa mãn rồi đâu. Mà là vì chúng ta đã nhấm nháp quá lâu tại bàn tiệc của thế gian. Tâm hồn của chúng ta chứa đầy những điều nhỏ nhặt đến nỗi không còn chỗ cho những điều vĩ đại.[8] Đức Chúa Trời không tạo nên chúng ta vì những điều nhỏ nhặt ấy đâu. Có một sự khao khát Đức Chúa Trời. Khao khát ấy có thể được đánh thức. Tôi mời bạn hãy trừ bỏ những ảnh hưởng u ám của đồ ăn và mối nguy hiểm của sự thờ hình tượng, mà nói lên một lời kiêng ăn đơn giản rằng: "Chúa ơi, chúng con chỉ muốn ở trong sự hiện diện của Ngài!"

Nhưng đến ngày nào chàng rể sẽ bị đem đi khỏi họ, thì họ mới kiêng ăn.

Ma-thi-ơ 9:15

Ví bằng anh em chết với Đấng Christ về sự sơ học của thế gian, thì làm sao lại để cho những thể lệ này ép buộc mình, như anh em còn sống trong thế gian: Chớ lấy, chớ nếm, chớ rờ? Cả sự đó hễ dùng đến thì hư nát, theo qui tắc và đạo lý loài người, dầu bề ngoài có vẻ khôn ngoan, là bởi thờ lạy theo ý riêng, cách khiêm nhượng và khắc khổ thân thể mình; nhưng không ích gì để chống cự lòng dục của xác thịt.

Cô-lô-se 2:20-23

1

KIÊNG ĂN LÀ CƠ ĐỐC NHÂN?

Có một tài liệu ngắn gọi là *Giãn Nở* được viết gần cuối thế kỷ đầu tiên. Một phần trong đó nói về sự kiêng ăn. Có câu nói như thế này: "Đừng kiêng ăn với những kẻ giả hình, vì họ kiêng ăn vào thứ Hai và thứ Năm, nhưng còn thứ Tư và thứ Sáu thì sao".[1] Điều này có vẻ kỳ lạ. Tại sao thay đổi ngày kiêng ăn lại là chuyện to tát như vậy? Tôi nghĩ Hội thánh đầu tiên muốn nói là: tập tục của người Do thái là kỷ niệm ngày Sa-bát vào thứ Bảy. Đó là những yêu cầu trong Giao Ước Cũ. Bây giờ, để cho thấy chúng ta còn tiếp tục và không tiếp tục Do thái giáo hay không, Cơ Đốc nhân sẽ kỷ niệm Sa-bát vào ngày khác. Chúng ta sẽ kỷ niệm vào ngày Chúa Nhật, là ngày Chúa sống lại từ kẻ chết và tạo ra một dân mới. Cũng vậy đối với việc người Do thái kiêng ăn vào thứ Hai và thứ Năm, còn chúng ta sẽ làm vào ngày khác. Tại sao? Cùng một lý do là: để cho thấy có sự tiếp tục và không tiếp tục. Đúng là chúng ta đón nhận việc kiêng ăn; nhưng không phải như cách chúng ta đã làm. Có một sự mới mẻ trong việc kiêng ăn của Cơ Đốc nhân. Chúng ta sẽ tiếp nhận thói quen này, nhưng chúng ta sẽ thay đổi nó. Chúng ta không có ý nói là kiêng ăn vào ngày khác mới là của Cơ Đốc nhân. Đó chỉ là mũi tên chỉ điểm mà thôi. Nhưng sự kiêng ăn Cơ Đốc là một điều mới. Đó mới là điều chắc chắn. Còn sự mới mẻ ấy là gì thì chúng ta sẽ nói trong chương này.

Dựa vào những gì đã nói ở trên, câu Kinh Thánh quan trọng nhất về kiêng ăn là Ma-thi-ơ 9:14-17.[2] Tôi biết nói như vậy là một phát biểu rất bao quát. Nhưng tôi nói như thế vì mấy lời Chúa Jêsus phán trực tiếp và sâu xa nhất về vấn đề trọng tâm của sự kiêng ăn – tức là, sự kiêng ăn có phải là dấu hiệu để phân biệt Cơ Đốc nhân chăng? Nếu vậy thì làm thế nào?

Không phải kiêng ăn hiển nhiên là Cơ Đốc nhân sao

Đây là câu hỏi quan trọng vì ít nhất bốn lý do. Trước hết, sự kiêng ăn, một hình thức kiêng cữ đồ ăn vì những lý do tôn giáo, văn hóa, chính trị, hoặc sức khoẻ, là "một thói quen được tìm thấy trong tất cả xã hội, văn hóa và nhiều thập kỷ qua".[3] Trên thực tế, mỗi tôn giáo trên thế giới đều có thói quen kiêng ăn. Ngay cả những người không theo tôn giáo cũng kiêng ăn vì những lý do chính trị và sức khoẻ. Vậy, tại sao Cơ Đốc nhân lại gia nhập vào thói khổ hạnh của các đạo giáo khác? Thứ hai, nếu sự kiêng ăn được dân sự của Đức Chúa Trời thực hành một cách rộng rãi trong Cựu Ước, thì sự hiện đến của vương quốc qua chức vụ của Chúa Jêsus không phải sẽ chấm dứt thói quen này sao? Chúng ta có thể chế rượu mới của vương quốc vào trong bầu da cũ của những lễ nghi và hình thức bên ngoài chăng? Thứ ba, không phải sự đắc thắng của Đấng Christ tại thập tự giá, cùng sự hiện diện đời đời của Đức Thánh Linh ở trong Hội thánh, có nghĩa là sự hiện diện của Đấng đắc thắng đầy dẫy đến nỗi chúng ta nên ăn mừng, thay vì sống khổ hạnh sao? Ngoài ba lý do có hướng đối lập này, thì không phải sự kiêng ăn thắng hơn những thèm khát của thân thể dẫn đến việc kiêu ngạo và tự lực bản thân, tức là còn tệ hơn cả việc háu ăn sao?

Vậy thì, sự kiêng ăn hiển nhiên không phải là dấu hiệu để phân biệt Cơ Đốc nhân. Nếu vậy thì chúng ta cần thấy điều này có liên quan như thế nào đến Trọng tâm. Còn Trọng tâm là sự đắc thắng của Đấng Christ qua sự chết, sự sống lại và sự tể trị của Ngài trong lịch sử vì sự cứu rỗi của dân sự Ngài và sự vinh hiển của Cha Ngài.

Kiêng ăn là thói quen tôn giáo toàn cầu

Chẳng ai biết sự kiêng ăn bắt đầu như thế nào và ở đâu.[4] Hễ chúng ta đi đâu, thì ở đó có những tập tục và truyền thống về sự kiêng ăn. Hầu hết mọi người đều biết rằng sự kiêng ăn của người Do thái bao gồm Yom Kippur, hay là Lễ chuộc tội (Lê-vi-ký 16:19-31),[5] còn sự kiêng ăn của người Hồi giáo trong tháng Ramadan và sự kiêng ăn khắc nghiệt của tầng lớp thượng lưu Brahmans trong Ấn Độ giáo nữa.[6] Nhưng thói quen này được lan rộng khắp toàn cầu. Thí dụ,

> Người dân thuộc Đảo quốc Andaman . . . kiêng cữ các loại trái cây, các thứ rễ cây ăn được, . . . trong một giai đoạn nào đó, bởi vì thần Puluga . . . yêu cầu họ làm vậy, và sẽ sai trận đại hồng thủy đến nếu thói kiêng ăn này không được gìn giữ . . . Trong vòng người Koita của New Guinea, một phụ nữ mang thai không được ăn chuột túi, thú lông nhím, một số loài cá, và con cự đà; người chồng cũng phải giữ theo những thói kiêng cữ như thế . . . Trong vòng người Yoruba, [khi người chồng qua đời] các góa phụ và con cái không được nói chuyện và không ăn trong vòng 24 tiếng . . . . Ở British Columbia, người Stlatlumh (Lillooet) dành ra bốn

ngày sau tang lễ để kiêng ăn, than khóc, và làm lễ tắm gội .
. . . Trước khi giết chim đại bàng, một loài chim thiêng liêng,
kẻ chuyên giết chim đại bàng trong vòng người Cherokees
phải thức khuya cầu nguyện và kiêng ăn . . . Giới trẻ người
Anh-Điêng ở Mỹ [thường phải chịu khổ hạnh] để nhìn thấy
một khải tượng về thần hộ mệnh sẽ [thuộc về họ] cho đến
suốt đời . . . Trong vòng các bộ tộc ở New South Wales,
các chàng trai khi làm lễ trưởng thành không được ăn gì cả
trong hai ngày và chỉ uống một chút nước mà thôi.[7]

Kiêng ăn là vũ khí chính trị

Ngoài kiêng ăn vì lý do tôn giáo đang xảy ra trên khắp thế giới,
còn có sự kiêng ăn mang tính chính trị và phản kháng nữa. Một
trong những thí dụ nổi tiếng nhất đó là Mahatma Gadhi, là người
đã sống từ 1869 đến 1948 và đã dành hơn ba mươi năm vận
động một chiến dịch hòa bình vì nền độc lập của Ấn Độ. Gia đình
của ông và văn hóa Ấn Độ giáo đã ủng hộ tinh thần kiêng ăn của
ông như là một vũ khí chính trị. Mẹ của ông là một người sùng bái
Ấn Độ giáo đã làm nhiều hơn nghĩa vụ kiêng ăn đòi hỏi vào mỗi
năm, và thêm vào nhiều thói kiêng ăn khắt khe hơn nữa trong
mùa mưa. Gandhi kể lại rằng:

Bà lập ra những lời thề khó khăn nhất và giữ gìn chúng
không chút ngần ngại. Bà có thói quen sống mỗi ngày chỉ
ăn một bữa duy nhất trong suốt tháng Chaturmas. Bà
chưa thấy thỏa lòng nên đã kiêng cữ vào các ngày xen kẽ
trong suốt tháng Chaturmas. Trong tháng Chaturmas
khác, bà thề sẽ không ăn đồ ăn cho đến khi nhìn thấy mặt

trời. Là con cái, chúng tôi sẽ đứng canh, nhìn chăm lên trời, để báo cho mẹ biết là đã thấy mặt trời. Ai cũng biết rằng vào giai đoạn cao điểm của mùa mưa thì mặt trời làm gì ló dạng. Tôi nhớ có ngày mặt trời tự nhiên xuất hiện, chúng tôi liền tức tốc báo cho bà biết ngay. Bà còn chạy ra để nhìn thấy tận mắt, nhưng mặt trời vừa xuất hiện thì lại khuất đi, vậy là bà không ăn gì cả. Bà còn nói rất vui là: "Không sao cả, ông Thần không muốn mẹ ăn uống gì bữa nay đây mà". Thế là bà quay trở lại với nghĩa vụ của mình.[8]

Chẳng có gì ngạc nhiên khi Gandhi dùng sự kiêng ăn vì cơ nghiệp chính trị. Theo luật Manu cổ, người chủ nợ chỉ được thâu nợ bằng cách sỉ nhục kẻ mắc nợ. Thí dụ, người chủ nợ sẽ đến ngồi trước nhà kẻ mắc nợ mà không ăn uống gì cả trong nhiều ngày cho đến khi kẻ mắc nợ bị sỉ nhục đến nỗi phải trả nợ. Eric Rogers quan sát thấy rằng "phương pháp của người Ấn Độ có hiệu quả đối với Gandhi . . . sự kiêng ăn của ông đã chạm đến tấm lòng của nhiều người hơn các việc khác mà ông đã làm. Không chỉ ở Ấn Độ, mà cụ thể là ở khắp mọi nơi, con người bị ám ảnh bởi hình ảnh một người yếu đuối vui vẻ chịu đựng sự khổ hạnh vì một nguyên tắc nào đó".[9]

Kiêng ăn là chế độ chăm sóc sức khoẻ

Vậy, bên cạnh việc kiêng ăn vì lý do tôn giáo và chính trị thì còn có lý do sức khoẻ nữa, có hoặc không có liên quan đến tôn giáo. Một nghiên cứu nhỏ trên mạng với chủ đề "kiêng ăn" cho thấy hàng trăm tổ chức và các nhà xuất bản đều tập trung nói về kiêng ăn vì sức khoẻ. Thí dụ, một trong những địa điểm nổi bật đó là

Trung tâm Kiêng ăn Quốc tế. Lời giới thiệu ở trên mạng của họ như sau:

> Bạn có cảm thấy mất dáng, thiếu tự giác, mất năng lượng, hoặc là không khỏe chăng? Bạn có muốn cải thiện sức khoẻ, tăng độ minh mẫn và phục hồi tinh thần chăng? Sản phẩm nước ép kiêng ăn rất khoa học sẽ giúp bạn đạt được các mục tiêu này, thật nhanh chóng, mà không cản trở công việc, đời sống, thói quen tập thể dục hoặc công việc thường ngày. Thật ra, bạn còn cảm thấy tràn đầy năng lượng hơn bây giờ khi ở trong quá trình kiêng ăn và sau đó nữa!

Thấp thoáng những hình thức kiêng ăn vì tôn giáo, chính trị và sức khoẻ, giải thoát chúng ta khỏi khái niệm kiêng ăn là Cơ Đốc nhân. Thật ra, nó còn được dùng để chống lại Cơ Đốc nhân, như đã từng xảy ra ở trong Tân Ước, khi bốn mươi người "đã thề nguyện với nhau chẳng ăn uống chi hết" đến khi giết được sứ đồ Phao-lô (Công-vụ 23:21). Trong vòng Cơ Đốc nhân, sự kiêng ăn còn bị bẻ cong không chỉ trở thành luật pháp (như chúng ta sẽ thấy ngay thôi), mà còn là sự trói buộc để hủy diệt giống như chứng chán ăn tâm thần.[10] Tất cả những điều này dấy lên câu hỏi vì sao Cơ Đốc nhân lại chú trọng quá nhiều vào một nghi thức được sử dụng rộng rãi vì những lý do tôn giáo phi Cơ Đốc, chính trị và chăm sóc sức khỏe như vậy.

Kiêng ăn có thuộc về Nước Đức Chúa Trời không?

Không chỉ vậy, sự kiêng ăn phổ biến ở trong Cựu Ước đặt ra câu hỏi: thói quen này có hiệu lực đối với những người đang sống trong sự hiện đến của Đấng Mê-si và sự xuất hiện của vương quốc Đức Chúa Trời chăng. Chúa Jêsus phán rằng: "Nhưng nếu ta cậy ngón tay Đức Chúa Trời mà trừ quỉ, *thì nước Đức Chúa Trời đã đến nơi các ngươi rồi*" (Lu-ca 11:20). Khi người Pha-ri-si hỏi về sự xuất hiện của vương quốc, thì Ngài phán rằng: "*nước Đức Chúa Trời ở trong các ngươi*" (Lu-ca 17:21). Dường như sự mong chờ nước Đức Chúa Trời đã *xảy ra* ở trong cuộc đời và chức vụ của Chúa Jêsus.

Đây là "sự mầu nhiệm về nước Trời" mà Chúa Jêsus muốn phán cùng các môn đồ rằng: "Sự mầu nhiệm của nước Đức Chúa Trời đã tỏ ra cho các ngươi; nhưng về phần người ngoài, thì dùng cách thí dụ để dạy mọi sự" (Mác 4:11). Đây là một điều hoàn toàn mới mẻ ở trong thế gian. "Chân lý mới, giờ đây được ban cho loài người bởi sự mặc khải ở trong con người và sứ mạng của Chúa Jêsus, là *Nước Trời vốn sẽ đến theo như sách Khải huyền mô tả, giống như tiên tri Đa-ni-ên đã thấy trước, đã vào trong thế gian một cách kín giấu để vận hành ở bên trong và giữa vòng loài người*".[11]

Vậy, câu hỏi càng trở nên cấp bách hơn là: sự kiêng ăn có thuộc về Hội thánh – là công dân mới mà Đức Chúa Trời đang triệu tập từ mọi dân trong thế gian chăng? Thí dụ, trong quyển sách *Cầu nguyện và Kiêng ăn: Nghiên cứu đời sống Cơ Đốc của Hội thánh đầu tiên* của Keith Main luận rằng sự xuất hiện của Nước Đức Chúa Trời qua chức vụ của Chúa Jêsus đã thay đổi triệt để tầm quan trọng của sự kiêng ăn. Ông nói rằng: "Đến nay, chúng ta cho rằng niềm vui và sự cảm tạ đã đánh dấu đời sống cầu nguyện của Tân Ước là dấu hiệu về sự xuất hiện của Nước Đức Chúa Trời. *Sự kiêng ăn không còn phù hợp với thái độ vui vẻ và cảm tạ của mối thông công này nữa*".[12]

Sứ đồ Phao-lô có loại bỏ sự kiêng ăn?

Quan điểm của Keith Main nhận được rất nhiều sự tín nhiệm khi chúng ta quan sát phần còn lại của Tân Ước, ngoài các sách Phúc Âm ra. Sự kiêng ăn không được thể hiện rõ ràng.[13] Main nhấn mạnh quan điểm của ông rằng:

[Sự kiêng ăn] không còn là vấn đề quan trọng ở trong Hội thánh nữa . . . sứ đồ Phao-lô, theo sự dẫn dắt của Chúa Jêsus, cố tình chuyển hướng chú ý của các môn đồ về sự kiêng ăn, bất kỳ hình thức ăn uống khổ hạnh nào, sang việc cầu nguyện, phục vụ và chăm chỉ làm việc vì cớ Nước Trời. Công tác giáo sĩ đóng vai trò như một biện pháp khắc phục và đối phó không chỉ với giấc mơ ngày tận thế, mà còn đối phó với thói kiêng ăn quá sức . . . Chúng ta luôn có cảm nhận về cuộc sống vĩnh cửu. Người tin Chúa sẽ bước theo tiếng nhạc từ một thế giới khác! Thật khó để dung hòa Đấng Christ phục sinh và các hình thức kiêng ăn.[14]

Nếu sự kiêng ăn không xuất hiện nhiều trong các thư tín của Tân Ước, mà toàn là sự hiện diện vui vẻ của vương quốc và chức vụ vinh hiển từ Thánh Linh của Đấng Christ, thì có triệt tiêu thói kiêng ăn ở trong Hội thánh Cơ Đốc không? Tính cấp bách của câu hỏi này làm cho mấy lời của Chúa Jêsus phán về sự kiêng ăn trong Ma-thi-ơ 9:14-17 trở nên vô cùng quan trọng – đây là phân đoạn quan trọng nhất trong Kinh Thánh theo suy nghĩ của tôi.

Tính cấp bách ngày càng gia tăng khi chúng ta thấy trong các thư tín của sứ đồ Phao-lô, đồ ăn được coi là tốt lành, sự khổ hạnh bị coi là thứ vũ khí yếu ớt để chống lại ham muốn của xác thịt, thói ăn uống được xem là không cần thiết, ngoại trừ những lúc điều này bày tỏ tình yêu và sự thỏa lòng ở trong Đấng Christ.

Đồ ăn là tốt lành

Trong 1 Ti-mô-thê 4:1-5, sứ đồ Phao-lô cảnh báo vào thời kỳ cuối cùng rằng "có mấy kẻ sẽ bội đạo . . . biểu kiêng các thức ăn". Ông đã đối phó với thái độ về đồ ăn này rằng: "Đức Chúa Trời đã dựng nên [đồ ăn] cho kẻ có lòng tin và biết lẽ thật, tạ ơn mà dùng lấy. Vả, mọi vật Đức Chúa Trời đã dựng nên đều là tốt lành cả, không một vật chi đáng bỏ, miễn là mình cảm ơn mà ăn lấy thì được; vì nhờ lời Đức Chúa Trời và lời cầu nguyện mà vật đó được nên thánh". Cho nên, sứ đồ Phao-lô cảnh báo về tình trạng sống khổ hạnh để đề cao sự kiêng cữ đồ ăn đến nỗi sự tốt lành của Đức Chúa Trời không còn được công nhận hoặc bị bẻ cong. Ngay cả lúc ban phát Lễ tiệc thánh, sứ đồ Phao-lô không hề giảm nhẹ sự ăn uống, mà còn nói với các tín hữu Cô-rinh-tô là "Ví bằng có ai đói, hãy ăn tại nhà mình, hầu cho anh em không nhóm lại để mà chuốc lấy sự đoán xét" (1 Cô-rinh-tô 11:34).

Điểm yếu của sự khổ hạnh

Khi sứ đồ Phao-lô ngẫm nghĩ về giới hạn chịu đựng của thân thể, ông đã báo trước với các tín hữu Cô-lô-se rằng những thói quen ấy chẳng đem lại ích lợi gì nhiều và còn khơi dậy sự kiêu ngạo của tánh xác thịt nhiều như chúng khuất phục sự thèm ăn của xác thịt vậy. Ông sợ rằng người Cô-lô-se đã từ bỏ đức tin đơn sơ và sâu sắc nơi Đấng Christ mà làm theo những lễ nghi bên ngoài để được nên thánh: "Làm sao lại để cho những thể lệ này ép buộc mình . . . Chớ lấy, chớ nếm, chớ rờ? Cả sự đó hễ dùng đến thì hư nát, theo qui tắc và đạo lý loài người" (Cô-lô-se 2:20-22).

"Quy tắc và đạo lý loài người" có gì sai mà Kinh Thánh kêu gọi chúng ta đừng "nếm"? Ông trả lời là: "Dẫu bề ngoài có vẻ khôn ngoan, là bởi thờ lạy theo ý riêng, cách khiêm nhượng và *khắc khổ thân thể mình;* nhưng không ích gì để chống cự lòng dục của xác thịt" (Cô-lô-se 2:21). Đây là lời cảnh báo mạnh mẽ chống lại bất kỳ quan điểm giản dị thái quá nào về sự kiêng ăn đang cho rằng kiêng cữ như thế sẽ tự nhiên mang lại ích lợi về mặt thuộc linh cho ai đó. Điều này chẳng đơn giản tí nào cả. "Khắc khổ thân thể mình" chỉ thêm cho xác thịt của một người sự tự mãn. C.S. Lewis đã thấy điều này rất rõ nên cũng đánh tiếng cảnh báo rằng:

> Kiêng ăn là bắt buộc ý chí chống lại sự thèm ăn – phần thưởng sẽ là sự tự chủ bản thân và sự kiêu ngạo đầy nguy hiểm: người kiêng ăn ngoài ý muốn bắt phục sự thèm ăn và ý chí ở dưới ý muốn của Đức Chúa Trời, tạo cơ hội cho sự đầu phục và phơi bày chúng ta trước nguy cơ nổi loạn. Nhưng ích lợi của sự chịu khổ ấy chủ yếu nằm ở xu hướng giảm thiểu ý định nổi loạn. Sự kiêng cữ, tự nó củng cố ý chí, chỉ hữu ích khi giúp ý chí sắp xếp nhà cửa của mình (những khao khát) có trật tự hơn, để chuẩn bị dâng cả con người cho Đức Chúa Trời. Chúng là những phương tiện cần thiết; nhưng rốt cuộc thì chúng thật đáng ghê tởm, vì thay thế ý chí bằng sự thèm ăn rồi dừng lại ở đó, chúng chỉ trao đổi cái tôi thú vật lấy cái tôi độc ác. Do đó, người ta đã nói rất đúng là: "chỉ có Chúa mới kiêng ăn".[15]

Sự kiêng ăn thật của bản tánh xác thịt ở trong chúng ta không chỉ đơn thuần là vấn đề từ chối không ăn uống và giữ kỷ luật. Mà đó là vấn đề của tấm lòng thuộc linh tìm kiếm sự thỏa mãn nơi Đấng Christ hơn là đồ ăn.

Ăn hay không ăn không quan trọng

Sứ đồ Phao-lô cho rằng ăn hay không ăn không quan trọng, nhưng quan trọng là những điều này có bày tỏ tình yêu thương và sự thỏa mãn tột cùng nơi Đức Chúa Trời chăng! Vì thế, ông nói với Hội thánh ở Rô-ma rằng: "Người ăn chớ khinh dể kẻ không ăn; và người không ăn chớ xét đoán kẻ ăn, vì Đức Chúa Trời đã tiếp lấy người. Ngươi là ai mà dám xét đoán tôi tớ của kẻ khác? Nó đứng hay ngã, ấy là việc chủ nó; song nó sẽ đứng, vì Chúa có quyền cho nó đứng vững vàng . . . ai nấy hãy tin chắc ở trí mình . . . kẻ ăn là ăn vì Chúa, vì họ tạ ơn Đức Chúa Trời; kẻ chẳng ăn cũng chẳng ăn vì Chúa, họ cũng tạ ơn Đức Chúa Trời (Rô-ma 14:3-6).

Mấy lời từ Rô-ma 14 không ám chỉ trường hợp về sự kiêng ăn. Đó là trường hợp vài người trong Hội thánh bị cấm ăn một số đồ ăn mà cộng đồng không cho phép. Nhưng điều này không làm thay đổi nguyên tắc chung. Ăn và không ăn – kiêng ăn và không kiêng ăn – cả hai đều làm "vì Chúa" và "vì họ tạ ơn Đức Chúa Trời". Do đó, "ai nấy hãy tin chắc ở trí mình". Sứ đồ Phao-lô còn nói trong Cô-lô-se 2:16 rằng: "chớ có ai đoán xét anh em về của ăn uống". Vì "ấy chẳng phải là đồ ăn làm cho chúng ta được đẹp lòng Đức Chúa Trời; nếu chúng ta ăn, chẳng được ích gì, bằng không ăn, cũng chẳng tổn gì" (1 Cô-rinh-tô 8:8). Vì "mọi sự tôi có phép làm, nhưng chẳng phải mọi sự đều có ích; mọi sự tôi có phép làm, nhưng chẳng để sự gì bắt phục được tôi" (1 Cô-rinh-tô 6:12).

Câu Kinh Thánh quan trọng nhất về sự kiêng ăn trong Kinh Thánh

Vậy, câu hỏi mà chúng ta cần phải chú ý là: có phải kiêng ăn là Cơ Đốc nhân? Nếu phải thì làm thế nào? Đây là những gì Chúa Jêsus đã phán trong Ma-thi-ơ 9:14-17. Đó cũng là lý do vì sao câu Kinh Thánh này chứa đựng những lời lẽ quan trọng nhất về sự kiêng ăn trong Kinh Thánh. Đã đến lúc chúng ta cùng quan sát câu Kinh Thánh này.

Khi ấy, các môn đồ của Giăng đến tìm [Đức Chúa Jêsus], mà thưa rằng: Cớ sao chúng tôi và những người Pha-ri-si kiêng ăn, còn môn đồ thầy không kiêng ăn? Đức Chúa Jêsus đáp rằng: Trong khi chàng rể còn ở với bạn hữu đến mừng cưới, thì những bạn hữu đó có thể nào buồn rầu được ư? Nhưng đến ngày nào chàng rể sẽ bị đem đi khỏi họ, thì họ mới kiêng ăn. Không có ai vá miếng nỉ mới vào cái áo cũ; vì nếu làm vậy, miếng nỉ mới sẽ chẳng rách áo cũ, và đàng rách trở nên xấu hơn. Cũng không có ai đổ rượu mới vào bầu da cũ; nếu làm vậy thì bầu nứt, rượu chảy ra, và bầu phải hư; song ai nấy đổ rượu mới vào bầu mới, thì giữ được cả hai bề.

Các môn đồ của Giăng Báp-tít đến tìm Chúa Jêsus để hỏi vì sao các môn đồ của Ngài không kiêng ăn. Vậy là chúng ta có bằng chứng cho thấy các môn đồ của Chúa Jêsus không hề kiêng ăn trong khi Ngài ở cùng họ. Kỳ thực, Chúa Jêsus đã làm gương trước mặt các môn đồ để cho thấy Ngài đang sống chẳng khác gì một người khổ hạnh. Khi Chúa khen ngợi chức vụ của Giăng Báp-tít thì Ngài đã phán cùng đám đông rằng: "Giăng Báp-tít đã đến, không ăn bánh, không uống rượu; thì các ngươi nói rằng: Người mắc quỉ dữ. Con người đến, *ăn và uống*, thì các ngươi nói rằng: Ấy đó là người ham ăn mê uống, bạn với người thâu thuế và kẻ có tội. Song sự khôn ngoan được xưng công bình nhờ những việc làm của nó" (Giăng 7:33-35). Nói cách khác, Giăng đã kiêng ăn rất nhiều, còn Chúa Jêsus thì ít kiêng ăn (ngoại trừ Ngài đã kiêng ăn bốn mươi ngày trước khi bước vào chức vụ).

Tại sao các môn đồ của Chúa Jêsus không kiêng ăn?

Bây giờ, các môn đồ của Giăng đến tìm Chúa Jêsus và muốn biết vì sao. "Cớ sao chúng tôi và những người Pha-ri-si kiêng ăn, còn môn đồ thầy không kiêng ăn?" Chúa Jêsus trả lời bằng một hình ảnh. Ngài phán rằng: "Trong khi Chàng Rể còn ở với bạn hữu đến mừng cưới, thì những bạn hữu đó có thể nào buồn rầu được ư?" Bằng mấy lời này, Chúa Jêsus đang dạy chúng ta hai điều. Thứ nhất, trong thời ấy sự kiêng ăn ít nhiều có liên quan đến việc buồn rầu. Sự kiêng ăn là bày tỏ tấm lòng tan vỡ và tuyệt vọng, thường là vì cớ tội lỗi hoặc là vì một sự nguy hiểm nào đó hoặc là vì mong muốn được Chúa ban phước. Người ta kiêng ăn khi mọi chuyện không xảy ra như ý mình.

Nhưng đó không phải là trường hợp đối với các môn đồ của Chúa Jêsus. Điều thứ hai mà Chúa dạy chúng ta là: Đấng Mê-si đã đến, sự hiện đến của Ngài giống như chàng rể xuất hiện trong tiệc cưới. Ngài muốn phán rằng điều này chẳng có gì phù hợp để kiêng ăn cả. Chúa Jêsus đang đưa ra một lời tuyên bố hùng hồn về chính Ngài. Trong Cựu Ước, Đức Chúa Trời đã mô tả Ngài là chồng của dân Y-sơ-ra-ên. "Như người trai tráng cưới người nữ đồng trinh, thì các con trai ngươi cũng sẽ cưới ngươi; chàng rể mới vui mừng vì vợ mới mình, Đức Chúa Trời ngươi cũng vui mừng vì ngươi" (Ê-sai 62:5). "Khi ta [Đức Giê-hô-va] qua gần mầy [Y-sơ-ra-ên], và nhìn mầy, này, tuổi mầy nầy, mầy đã đến tuổi yêu mến. Ta lấy áo ngoài ta trùm trên mầy, che sự trần truồng mầy. Phải, ta thề cùng mầy và kết giao ước với mầy, thì mầy trở nên của ta, Chúa Giê-hô-va phán vậy" (Ê-xê-chi-ên 16:8). "Ta [Đức Giê-hô-va] sẽ cưới ngươi [Y-sơ-ra-ên] cho ta đời đời; ta sẽ cưới ngươi cho ta trong sự công bình và chánh trực, nhân từ và thương xót. Phải, ta sẽ cưới ngươi cho ta trong sự thành tín, và ngươi sẽ biết Đức Giê-hô-va (Ô-sê 2:19-20).

Giờ đây, Con Đức Chúa Trời, là Đấng Mê-si, Đức Vua mà dân Y-sơ-ra-ên hằng mong đợi, đã đến và Ngài tuyên bố là Chàng Rể – tức là chồng của dân sự Ngài – là Y-sơ-ra-ên thật. Giăng Báp-tít đã nhận ra điều này từ lâu rồi. Khi các môn đồ của ông hỏi Chúa Jêsus là ai, thì ông đã nói là: "Chính các ngươi làm chứng cho ta rằng ta đã nói: Ấy không phải ta là Đấng Christ, nhưng ta đã được sai đến trước Ngài. Ai mới cưới vợ, nấy là chàng rể, nhưng bạn của chàng rể đứng gần và nghe người, khi nghe tiếng của chàng rể thì rất đỗi vui mừng; ấy là sự vui mừng trọn vẹn của ta đó" (Giăng 3:28-29).

Lời tuyên bố nửa mở nửa đóng của Giăng là những gì Chúa Jêsus bày tỏ về thân phận của Ngài với Đức Chúa Trời. Nếu chúng ta có tai mà nghe, thì chúng ta có thể nghe thấy điều này. Đức Chúa Trời, là Đấng đã hứa hôn với Y-sơ-ra-ên trong giao ước yêu thương, đã đến rồi.

Đây là một hình trạng thật quá bất ngờ, thật quá vinh hiển, thật quá kinh ngạc đến nỗi Chúa Jêsus đã phán rằng: các ngươi không thể nào kiêng ăn ở trong trường hợp này được. Đây là một việc đáng vui mừng và hân hoan. Sự kiêng ăn dành cho những lúc mong mỏi, đau khổ và ước ao. Nhưng chàng rể của dân Y-sơ-ra-ên đang ở giữa họ. Sau một ngàn năm ao ước, mong mỏi, trông chờ và hy vọng, thì cuối cùng Ngài đã đến rồi! Sự không kiêng ăn của các môn đồ là để làm chứng cho sự hiện diện của Đức Chúa Trời ở giữa họ.

Khi nào các môn đồ sẽ kiêng ăn?

Nhưng sau đó Chúa Jêsus phán rằng: "Nhưng đến ngày nào chàng rể sẽ bị đem đi khỏi họ, thì họ mới kiêng ăn". Đây là câu

Kinh Thánh quan trọng: *"thì họ mới kiêng ăn"*. Chúa đang ám chỉ khi nào?

Vài người cho rằng Chúa ám chỉ đến số ngày sau khi Chúa chịu chết cho đến khi Ngài sống lại. Nói cách khác, Chàng Rể sẽ bị đem đi từ ngày Thương Khó cho đến sáng Chúa Nhật Phục Sinh. Trong ba ngày đó, các môn đồ sẽ kiêng ăn. Nhưng khi Ngài sống lại, thì họ không cần phải kiêng ăn nữa. Quan điểm này được củng cố bởi câu Kinh Thánh ở trong Giăng 16:22-23, Chúa Jêsus đã phán trước về sự chết và sự sống lại của Ngài rằng: *"Khác nào như các ngươi hiện ở trong cơn đau đớn, nhưng ta sẽ lại thấy các ngươi, thì lòng các ngươi vui mừng, và chẳng ai cướp lấy sự vui mừng các ngươi được. Trong ngày đó, các ngươi không còn hỏi ta về điều chi nữa. Quả thật, quả thật, ta nói cùng các ngươi, điều chi các ngươi sẽ cầu xin nơi Cha, thì Ngài sẽ nhân danh ta mà ban cho các ngươi"*. Nói cách khác, sau khi Chúa sống lại, trong thời đại của Hội thánh, sẽ có một niềm vui bền vững giữa vòng các môn đồ của Đấng Christ. Có phải không cần sự kiêng ăn nữa chăng? Có phải Chúa Jêsus chỉ phán trước với các môn đồ về sự kiêng ăn sau ngày Thương Khó cho đến ngày Phục Sinh chăng?

Có nhiều lý do cho thấy không hẳn là như vậy. Một là, Hội thánh đầu tiên đã kiêng ăn trong vài trường hợp (Công-vụ 13:1-3; 14:23; 2 Cô-rinh-tô 6:5; 11:27). Vì thế, Cơ Đốc nhân đầu tiên không cho rằng Chúa Jêsus loại bỏ sự kiêng ăn sau ngày Chúa sống lại.

Vậy thì Chúa Jêsus có ý gì khi Ngài phán rằng: "Nhưng đến ngày nào chàng rể sẽ bị đem đi khỏi họ, thì họ mới kiêng ăn"? Chúa muốn phán rằng sau khi Ngài chịu chết và sống lại, Ngài sẽ trở về cùng Cha trên trời, trong lúc đó các môn đồ của Ngài sẽ kiêng ăn. Robert Gundry rất đúng khi ông nói rằng: "Toàn bộ thời kỳ của Hội thánh đã lập 'ngày nào' mà 'chàng rể sẽ bị đem đi khỏi'".[16] Theo suy xét của tôi, lý do lớn nhất tạo nên quan điểm này đó là Chúa Jêsus đã dùng thuật ngữ "chàng rể" ở một chỗ khác nữa trong sách Ma-thi-ơ để ám chỉ về sự trở lại của Ngài vào cuối thời đại của Hội thánh. Trong Ma-thi-ơ 25:1-13, Chúa Jêsus mô tả sự trở lại thứ hai của Ngài giống như sự xuất hiện của một chàng rể. "Đến khuya, có tiếng kêu rằng: Kìa, chàng rể đến, hãy đi ra rước người!" (câu 6). Vậy, Chúa Jêsus rõ ràng ví Ngài như một chàng rể không chỉ đi xa trong ba ngày từ Thương Khó đến Phục Sinh, mà đi rất xa cho đến ngày trở lại lần thứ hai. Đây chính là khoảng thời gian khi Chúa phán rằng: "thì họ mới kiêng ăn" – cho đến ngày Chúa trở lại lần thứ hai.

Arthur Wallis đã đặt tiêu đề cho chương sáu trong quyển sách *Sự kiêng ăn Chúa chọn* là "Bây giờ chính là lúc ấy" rất hợp lý.[17] Bây giờ chính là lúc Chúa Jêsus phán với các môn đồ sẽ kiêng ăn. Ngài đang phán rằng: Khi ta còn ở giữa các ngươi như một chàng rể thì không cần phải kiêng ăn, nhưng Ta sẽ không ở lâu với các ngươi đâu. Một lúc nào đó, Ta sẽ trở về cùng Cha trên trời. Bây giờ chính là lúc ấy.

Chúa Jêsus đã ban Đức Thánh Linh khi Ngài lìa khỏi thế gian, Đức Thánh Linh là "Thánh Linh của Đức Chúa Jêsus" (Công-vụ 16:7; 2 Cô-rinh-tô 3:17). Như vậy, thật là tuyệt vời khi Chúa Jêsus vẫn còn ở với chúng ta. Ngài phán về "Đấng Yên Ủi", tức là Đức Thánh Linh, rằng: "Ta không để cho các ngươi mồ côi đâu, ta sẽ đến cùng các ngươi" (Giăng 14:18). Tuy nhiên, có một sự mật thiết hơn nữa mà chúng ta sẽ nhận được khi ở với Đấng Christ trong thiên đàng sau khi thời đại này qua đi. Vì thế, về mặt nào đó thì Đấng Christ *không* đang ở với chúng ta, mà Ngài đang ở xa chúng ta. Đó là vì sao sứ đồ Phao-lô đã nói trong 2 Cô-rinh-tô 5:8 rằng: "Chúng ta đầy lòng tin cậy, muốn lìa bỏ thân thể này đặng ở cùng Chúa thì hơn" và trong Phi-líp 1:23 chép rằng: "Tôi bị ép giữa hai bề muốn đi ở với Đấng Christ, là điều rất tốt hơn". Nói cách khác, trong đời này có một nỗi đau ở trong Cơ Đốc nhân đó là Chúa Jêsus không hiện diện một cách trọn vẹn, mật thiết, quyền năng và vinh hiển như chúng ta muốn. Chúng ta đói khát nhiều hơn thế nữa. Đó là vì sao chúng ta kiêng ăn.

Kiêng ăn là bầu da cũ phải bỏ đi sao?

Nhưng sau đó Chúa Jêsus phán một điều rất quan trọng ở trong Ma-thi-ơ 9:16-17. Ngài đưa ra hai hình ảnh, một hình ảnh về miếng vá và hình ảnh còn lại về bầu da bị rách. "Không ai vá miếng vải mới vào áo cũ vì mảnh vá sẽ chẳng rách áo cũ, làm cho chỗ rách càng tệ hơn. Cũng không ai đổ rượu mới vào bầu da cũ; nếu làm vậy, bầu sẽ nứt, rượu chảy ra, và bầu bị hỏng. Nhưng người ta đổ rượu mới vào bầu da mới để cả hai được bảo toàn".

Miếng vá của cái áo mới và rượu mới nói lên thực trạng mới đã xảy ra ở trong Chúa Jêsus – nước Đức Chúa Trời đã đến gần. Chàng Rể đã đến rồi. Đấng Mê-si đang ở giữa chúng ta. Điều đó không phải lạ tạm thời. Chúa không đến rồi lại đi mất. Nước Đức Chúa Trời không đến qua Chúa Jêsus rồi tan biến khỏi thế giới này. Chúa Jêsus đã chịu chết vì tội lỗi của chúng ta một lần đủ cả. Ngài đã sống lại từ kẻ chết cũng một lần đủ cả. Đức Thánh Linh được ban xuống ở trong thế gian chính là sự hiện diện có thật của Ngài ở giữa chúng ta. Nước Đức Chúa Trời là quyền cai trị hiện tại của Chúa Jêsus trên thế giới đang chinh phục những tấm lòng cho Đức Vua và tạo ra một dân đặt niềm tin và phục vụ Ngài bằng đức tin và sự thánh khiết. Thánh Linh của Chàng Rể đang nhóm lại và thanh tẩy cho Đấng Christ một nàng dâu. Đây là Phúc Âm của Đấng Christ và "sự mầu nhiệm về Nước Trời" mà chúng ta đã nói ở trên.[18] Đây là rượu mới.

Chúa Jêsus còn phán bầu da cũ không thể đựng rượu mới được. Phải có sự thay đổi. Bầu da cũ là gì? Trong bối cảnh, chúng ta không thể thoát khỏi mối liên hệ với sự kiêng ăn. Suy nghĩ của Chúa Jêsus không bị đứt quãng. Từ câu 15 đến 16 chép rằng: "đến ngày nào chàng rể sẽ bị đem đi khỏi họ, thì họ mới kiêng ăn. Không có ai vá miếng nỉ mới vào cái áo cũ . . ." Không có sự đứt quãng. Điều này cũng đúng trong cả ba sách Phúc Âm có ký thuật lại câu chuyện này. Cái áo cũ và bầu da cũ liên quan trực tiếp đến sự kiêng ăn là một tập tục từ hồi xưa của người Do thái.

Sự kiêng ăn được tiếp tục từ Cựu Ước và được coi là một phần trong hệ thống của người Do thái khi muốn có sự liên hệ với Đức Chúa Trời. Trong Lu-ca 18:11-12, chúng ta được thấy một chút thói quen xưa cũ này khi người Pha-ri-si nói rằng: "Lạy Đức Chúa Trời, tôi tạ ơn Ngài, vì tôi không phải như người khác, tham lam, bất nghĩa, gian dâm, cũng không phải như người thâu thuế này. Tôi *kiêng ăn một tuần lễ hai lần*, và nộp một phần mười về mọi món lợi của tôi". Truyền thống kiêng ăn này là bầu da cũ. Chúa Jêsus phán rằng nó không thể đựng rượu mới của Nước Trời được.

Giờ thì điều này cho chúng ta có một vấn đề. Trong Ma-thi-ơ 9:15, Chúa Jêsus phán rằng chúng ta sẽ kiêng ăn khi Chàng Rể không còn ở đây nữa. Hai câu Kinh Thánh sau đó, Chúa phán rằng sự kiêng ăn cũ không thể chứa rượu mới của Nước Trời. Nói cách khác, các môn đồ của Chúa Jêsus *sẽ* kiêng ăn; nhưng thói kiêng ăn mà họ vốn biết không thích hợp với sự hiện diện hoàn toàn mới mẻ của Ngài và sự can thiệp của Nước Đức Chúa Trời.

Rượu mới kêu gọi sự kiêng ăn mới

Chúng ta sẽ nói gì đây? Chúng ta sẽ kiêng ăn như Cơ Đốc nhân, hay chúng ta không kiêng ăn? Kiêng ăn là Cơ Đốc nhân phải không, hay không phải? Tôi tin câu trả lời là rượu mới trong sự hiện diện của Đấng Christ vẫn đòi hỏi phải có sự kiêng ăn, nhưng là sự kiêng ăn mới. Nhiều năm trước, tôi đã viết bên cạnh Ma-thi-ơ 9:17 trong quyển Kinh Thánh tiếng Hy-lạp rằng: "Sự kiêng ăn mới dựa vào sự mầu nhiệm của Chàng Rể *đã* đến, chứ không phải *sẽ* đến. Rượu mới ở trong sự hiện diện của Ngài kêu gọi phải có sự kiêng ăn mới".

Nói cách khác, sự ao ước, mong chờ và nhức nhối của sự kiêng ăn cũ không dựa vào lẽ thật vinh hiển của Đấng Mê-si đã đến. Sự đau buồn về tội lỗi và nỗi khao khát được giải cứu khỏi nguy hiểm và mong đợi Đức Chúa Trời đã khuyến khích sự kiêng ăn cũ không dựa vào công tác vĩ đại đã được hoàn thành của Chúa Cứu Thế cũng như sự mặc khải lớn lao về lẽ thật và ân điển của Ngài trong lịch sử. Những điều này vẫn còn ở trong tương lai. Nhưng giờ đây, Chàng Rể đã đến. Ngài đến để ra đòn quyết định ở trên tội lỗi, Sa-tan và sự chết.

Cơ Đốc giáo khác Do Thái giáo ở chỗ sự mong chờ Nước Đức Chúa Trời đang xảy ra trong hiện tại cũng như tương lai. Đức Vua đã đến. "Nước Đức Chúa Trời đã đến nơi các ngươi rồi" (Lu-ca 11:20). "Nước Đức Chúa Trời ở trong các ngươi" (Lu-ca 17:21). Đúng là Nước Đức Chúa Trời vẫn chưa hiện ra hoàn toàn. Nước ấy sắp sửa hiện ra đầy vinh hiển và quyền phép. Trong bữa tiệc cuối cùng, Chúa Jêsus phán rằng: "Từ nay ta sẽ không uống trái nho nữa, *cho tới khi nước Đức Chúa Trời đến rồi*" (Lu-ca 22:18). Vậy thì rõ ràng là Nước Đức Chúa Trời vẫn là một thực tại của tương lai, ngay cả khi Chúa Jêsus đã phán rằng "Nước Đức Chúa Trời đã đến nơi các ngươi rồi" và "ở trong các ngươi" (đó là vì sao quyển sách của George Ladd tựa đề là *Sự hiện diện của tương lai*[19]).

Đây chính là Trọng tâm đã được nhắc đến trước đó, sự kiêng ăn phải liên hệ với Trọng tâm ấy nếu muốn nói là của Cơ Đốc nhân. Trọng tâm là sự thắng lợi quyết định của Con Đức Chúa Trời, Đấng Mê-si, bước vào lịch sử, chịu chết và sống lại từ kẻ chết, tể trị cả lịch sử để cứu rỗi dân sự của Ngài và để làm vinh hiển Đức Chúa Cha. Cơ Đốc nhân là những người có hy vọng lớn rằng một ngày nào đó họ sẽ nhìn thấy và bị cuốn hút bởi vinh hiển trọn vẹn của Đức Chúa Trời ở trong Đấng Christ. Nhưng điều này là của Cơ Đốc nhân vì sự trông cậy của chúng ta được bắt nguồn từ chiến thắng lịch sử của Đức Chúa Trời trước tội lỗi, sự chết và địa ngục ở trong quá khứ nhờ có sự chết và sự sống lại của Chúa Jêsus.[20] Cơ Đốc giáo là niềm hy vọng mạnh mẽ để hoàn thành công tác bày tỏ sự vinh hiển của Đức Chúa Trời cho cả thế giới ở trong lịch sử – đó là niềm hy vọng được đâm rễ ở trong sự giáng thế làm người của Đấng Christ ngày xưa, Ngài đã phó thân mình một lần đủ cả để làm của lễ chuộc tội và đang ngồi bên hữu của Đức Chúa Trời (Hê-bơ-rơ 10:12). Đây chính là rượu mới.

Hành động vĩ đại, trung tâm, quyết định để cứu rỗi chúng ta ngày hôm nay đã xảy ra trong quá khứ rồi, chứ không phải sẽ xảy ra trong tương lai. Dựa vào công tác mà Chàng Rể đã làm đó, không gì có thể chôn mình mãi trong sự cũ kỹ. Chiên Con đã bị giết. Huyết đã đổ ra. Tội lỗi của chúng ta đã bị hình phạt. Sự chết đã bị đánh bại. Đức Thánh Linh đã được sai xuống. Rượu mới đã tới. Còn quan điểm kiêng ăn của ngày xưa không còn thích hợp nữa rồi.

Sự tươi mới của sự kiêng ăn mới

Vậy thì, có gì mới về sự kiêng ăn mới của *Cơ Đốc nhân* chăng? Sự tươi mới về sự kiêng ăn của Cơ Đốc nhân là hoàn toàn nương dựa vào công tác đã hoàn thành của Chàng Rể. Sự kiêng ăn thừa nhận điều đó. Sự kiêng ăn tin vào điều đó. Sự kiêng ăn vui hưởng điều đó. Sự đau đớn, mong mỏi và chờ đợi vì Đấng Christ và quyền phép của Ngài khiến chúng ta phải kiêng ăn không phải vì chưa có gì xảy ra. Chúng ta cần Chúa không? Có. Chúng ta có đau đớn không? Có. Chúng ta có đói khát Đức Chúa

Trời không? Có. Nhưng không phải vì chưa có gì xảy ra. Trái đầu mùa mà chúng ta mong chờ đã đến rồi. Giá chuộc tội mà chúng ta mong mỏi đã trả xong rồi. Sự trọn vẹn mà chúng ta chờ đợi và kiêng ăn đã hiện ra trong lịch sử, còn chúng ta đã nhìn thấy vinh hiển của Ngài. Không phải sẽ xảy ra trong tương lai đâu. Chúng ta không kiêng ăn vì chưa có gì xảy ra. Đấng Christ đang sống trong chúng ta là sự trông cậy vinh hiển (Cô-lô-se 1:27). Chúng ta đã được "đóng ấn bằng Đức Thánh Linh như lời hứa. Đấng ấy là [ngay bây giờ!] bảo chứng của cơ nghiệp chúng ta" (Ê-phê-sô 1:13-14; cũng xem 2 Cô-rinh-tô 1:22; 5:5).

Chúng ta đã nếm biết quyền phép sẽ hiện đến trong tương lai rồi, còn sự kiêng ăn của chúng ta không phải vì đói khát điều gì đó chưa từng nếm qua, mà vì rượu mới là sự hiện diện của Đấng Christ quá chân thật và thỏa mãn vô cùng. Chúng ta phải uống cho cạn hết. Sự tươi mới trong sự kiêng ăn của chúng ta là đây: chúng ta nhiệt thành về điều này không phải vì chưa nếm qua sự hiện diện của Đấng Christ, nhưng vì chúng ta đã vốn biết rượu thực sự rất tuyệt vời nhờ có Thánh Linh của Ngài, cho nên chúng ta không được thỏa mãn cho đến khi hoàn toàn có được niềm vui ấy. Sự kiêng ăn mới, tức là sự kiêng ăn của *Cơ Đốc nhân*, là đói khát tất cả mọi sự về Đức Chúa Trời (Ê-phê-sô 3:19), được thôi thúc bởi tình yêu thương của Đấng Christ và sự tốt lành của Đức Chúa Trời ở trong Phúc Âm của Đấng Christ (1 Phi-e-rơ 2:2-3).

Kiêng ăn như dự tiệc

Nói cách khác, sự kiêng ăn mới là kiêng ăn bằng *đức tin*. Đức tin ở trên công tác đã hoàn thành của Đấng Christ, nhờ đó mà đức tin là "sự biết chắc vững vàng của những điều mình đương trông mong" (Hê-bơ-rơ 11:1). Đức tin là bữa tiệc thuộc linh về Đấng Christ với một góc nhìn muốn được thỏa mãn tột cùng ở trong

Ngài đến nỗi sức mạnh của mọi sự cám dỗ khác đều không còn nữa.[21] Bữa tiệc này bắt đầu bằng cách tiếp nhận ân điển đã được ban cho ở trong sự chết và sự sống lại của Đấng Christ, rồi đón nhận hết thảy những gì Đức Chúa Trời đã hứa với chúng ta ở trong Ngài. Hễ chúng ta còn là tạo vật sa ngã và giới hạn, thì đức tin Cơ Đốc sẽ lấy làm vui về sự giáng thế làm người (trong quá khứ) và khao khát về sự hoàn thành (trong tương lai). Đức tin ấy sẽ vừa có sự thỏa lòng vừa không thỏa lòng. Còn sự không thỏa lòng sẽ ra từ mức độ thỏa lòng của chúng ta trong việc nhận biết Đấng Christ.

Sự kiêng ăn thuộc về Nước Đức Chúa Trời

Những hiểu biết về sự kiêng ăn Cơ Đốc giải đáp tất cả những quan tâm mà Keith Main đã đưa ra trước đó. Ông đã nói rằng "đời sống cầu nguyện ở trong Tân Ước là dấu hiệu về sự hiện đến của Nước Đức Chúa Trời. Kiêng ăn không còn giữ được thái độ vui mừng và cảm tạ để cho thấy một mối thông công đúng nghĩa nữa".[22] Bây giờ, chúng ta thấy đó là một phát biểu cường điệu. Đúng là Nước Đức Chúa Trời đã đến. Đúng là sự vinh hiển sâu nhiệm được bày tỏ ra trong Đấng Christ và được kinh nghiệm nhờ Thánh Linh của Ngài. Nhưng, sự đau khổ, sự mong mỏi và sự khao khát vẫn còn.

Ngay cả chính Main cũng rút lại mà thừa nhận rằng:

> Đúng là cơn khủng hoảng và tấn bi kịch vẫn còn là một thực tại trớ trêu. Nước Chúa vẫn chưa *hoàn toàn* được công nhận. Còn Chàng Rể đang hiện hữu thì không phải là thời điểm để đau buồn. Nhưng mọi chuyện không chỉ có như thế, vì chúng ta vẫn còn trong xác thịt và yếu đuối trong đức tin . . . Trong "cuộc đấu tranh cay đắng" này,

người tin Chúa có thể kiêng ăn ở trong đời sống tận hiến của mình. Đó là một trong số rất nhiều gia vị làm nên cuộc đời của người nào ở trong Đấng Christ.[23]

Đúng. Sự hiện diện của Chàng Rể thông qua Đức Thánh Linh, trong tinh thần đắc thắng của sự tha thứ và sự thông công, không làm cho sự kiêng ăn trở nên vô ích, mà làm tươi mới hơn mới phải.

Kiêng ăn là biểu hiện của sự thỏa lòng còn bất mãn

Nói về hành động của đức tin, thì sự kiêng ăn Cơ Đốc là biểu hiện của sự thỏa lòng còn bất mãn ở trong sự toàn mãn của Đấng Christ. Đó là biểu hiện vui vẻ và yên ninh của khao khát được toàn nguyện ở trong Đấng Christ. Sự kiêng ăn Cơ Đốc không hy vọng tìm kiếm ơn phước nào đó từ Đấng Christ. Sự kiêng ăn này không tập chú vào cái tôi, mà tập trung vào giá trả tại đồi Gô-gô-tha cho từng ơn phước mà người đó sẽ nhận lãnh. Sự kiêng ăn Cơ Đốc cũng không phải là việc làm để tự khiến mình trở nên có giá trị nhiều hơn ở trước mặt Đức Chúa Trời. Sự kiêng ăn này là một sự đói khát Đức Chúa Trời vì đã nếm biết sự ban cho vô điều kiện của Đức Chúa Trời ở trong sứ điệp Phúc Âm.

Sự kiêng ăn Cơ Đốc khẳng định đồ ăn là tốt lành

Đây là lý do vì sao những lời cảnh báo mà chúng ta đã đưa ra trước đó từ các thư tín của sứ đồ Phao-lô không hề phản đối sự kiêng ăn Cơ Đốc, mà chỉ phản đối sự méo mó của nó mà thôi. "Các thức ăn Đức Chúa Trời đã dựng nên cho kẻ có lòng tin và biết lẽ thật, tạ ơn mà dùng lấy. Vả, mọi vật Đức Chúa Trời đã dựng nên đều là tốt lành cả, không một vật chi đáng bỏ, miễn là mình cảm ơn mà ăn lấy thì được; vì nhờ lời Đức Chúa Trời và lời cầu nguyện mà vật đó được nên thánh" (1 Ti-mô-thê 4:3-5). Lời khen của sứ đồ Phao-lô về đồ ăn là tốt lành và Cơ Đốc nhân có quyền tự do để nhận lãnh, không hề đối lập với sự kiêng ăn Cơ Đốc. Cơ Đốc nhân luôn đồng ý tiếp nhận mọi sự ban cho tốt lành và toàn hảo đến từ Cha sáng láng (Gia-cơ 1:17).

Sự kiêng ăn không nói không với sự tốt lành của đồ ăn, hay là sự ban cho rời rộng của Đức Chúa Trời. Thay vì thế, sự kiêng ăn là một cách để nói rằng: có được Đấng ban cho còn tốt hơn nhận lãnh ơn phước của Ngài. Nếu một cặp vợ chồng không quan hệ tình dục trong một khoảng thời gian, để xử lý triệt để một vấn đề đang khiến cả hai xung đột với nhau, thì ấy không phải là lên án tình dục mà chỉ đang đề cao tình yêu thương. Đồ ăn là tốt lành. Nhưng Đức Chúa Trời là Đấng tốt lành hơn nữa. Thông thường, chúng ta gặp gỡ Đức Chúa Trời khi nhận lãnh ơn phước và làm cho mọi thứ đều là để thờ phượng và cảm tạ Ngài. Nhưng hết lần này đến lần khác, chúng ta cần phải tra xét bản thân để thấy rằng chúng ta bắt đầu yêu mến ơn phước hơn Đức Chúa Trời chăng.

Sự kiêng ăn Cơ Đốc không phải là "ý chí tôn giáo"

Mối nguy hiểm lớn mà sứ đồ Phao-lô đã nhìn thấy trong thói quen kiêng ăn tự tôn và tự phát không hề làm mất hiệu quả của sự kiêng ăn Cơ Đốc mới. Sứ đồ Phao-lô cảnh báo rằng có một sự kiêng ăn "có vẻ khôn ngoan vì thờ lạy theo ý mình, cùng với sự hạ mình và khắc khổ thân thể, [nhưng chẳng] có giá trị gì trong việc chế ngự dục vọng của xác thịt" (Cô-lô-se 2:23). Nói cách khác, sự kiêng ăn này là một "ý chí tôn giáo"[24] chỉ làm khuấy động thêm sự kiêu căng của xác thịt, ngay cả khi đang chế ngự những thèm muốn của thân thể.

Nhưng đó là sự đối lập với sự kiêng ăn Cơ Đốc. Sự kiêng ăn Cơ Đốc xuất phát từ lòng đau thương thống hối, cho đến khi được thỏa mãn ở trong sự thương xót vô điều kiện của Đấng Christ, đến nỗi càng khao khát và vui hưởng ân điển vô tận của Đức Chúa Trời nhiều hơn nữa. Sự kiêng ăn Cơ Đốc không cổ xúy cho sự kiêu ngạo, bởi vì sự kiêng ăn này yên nghỉ như một đứa trẻ ở trong sự công bình vững chắc của Đức Chúa Trời ở trong Đấng Christ, ngay cả khi phải chờ đợi sự toàn vẹn của Đức Chúa Trời ở trong đời này. Sự kiêng ăn Cơ Đốc là kết quả từ công tác mà Đấng Christ đã làm *cho* chúng ta và *ở trong* chúng ta. Ấy không phải là kỳ công của chúng ta, mà là bông trái của Đức Chúa Trời. Hãy nhớ tới bông trái cuối cùng của Đức Thánh Linh là "tiết độ"[25] (Ga-la-ti 5:23).

Mọi đồ ăn đều được phép ăn, nhưng không phải tất cả đều có ích

Theo sứ đồ Phao-lô, tất cả những điều này có nghĩa là ông có quyền kiêng ăn hoặc không kiêng ăn. "Mọi sự tôi có phép làm, nhưng chẳng phải mọi sự đều có ích; mọi sự tôi có phép làm, nhưng chẳng để sự gì bắt phục được tôi" (1 Cô-rinh-tô 6:12). Lý do là vì hành động kiêng ăn không phải là trọng tâm: "Kẻ ăn là ăn vì Chúa, vì họ tạ ơn Đức Chúa Trời; kẻ chẳng ăn cũng *chẳng ăn vì Chúa, họ cũng tạ ơn Đức Chúa Trời*" (Rô-ma 4:6). Sự kiêng ăn làm vinh hiển Đức Chúa Trời khi được coi là một tặng phẩm từ Đức Chúa Trời, nhằm để biết và vui hưởng Đức Chúa Trời càng hơn. Đức Chúa Trời được vinh hiển ở trong chúng ta, khi chúng ta cư xử như được thỏa mãn nhất ở trong Ngài. Chúng ta làm điều này bằng cách ăn uống với lòng biết ơn, hoặc là kiêng ăn với lòng biết ơn. Sự ban cho của Ngài càng khiến chúng ta thêm đói khát Chúa, còn kiêng cữ những điều đó là bài thử nghiệm của sự đói khát.

Cơ Đốc nhân có nên hành xác?

Nếu không suy xét kỹ, thì chúng ta sẽ mắc sai lầm khi nói (như Keith Main đã nói) rằng "sứ đồ Phao-lô . . . cố tình chuyển hướng chú ý của các môn đồ về sự kiêng ăn và bất kỳ hình thức ăn uống khổ hạnh nào, sang việc cầu nguyện, phục vụ và chăm chỉ làm việc vì cớ Nước Trời".[26] Tôi đồng ý với phần thứ hai trong nhận xét trên, chứ không đồng tình với phần đầu của câu ấy. Tôi sẽ nói là sứ đồ Phao-lô *có* hướng chúng ta chú ý về sự kiêng ăn và rất nhiều sự từ bỏ cái tôi khác nữa – không có ý nói là những lễ nghi tôn giáo và cũng không nói đó là mục tiêu sau cùng, nhưng là một vũ khí để đánh trận đức tin. Khi sứ đồ Phao-lô liệt kê những khó khăn của mình, ông đã đề cập về sự kiêng ăn đến hai lần. "[Tôi] chịu khó chịu nhọc, lắm lúc thức đêm, chịu đói khát, *thường khi phải nhịn ăn,*[27] chịu lạnh và lõa lồ" (2 Cô-rinh-tô 11:27; cũng xem 6:5).

Điều này giống với cách ông đã kiểm soát lòng tư dục của thân thể. *"Tôi đãi thân thể tôi cách nghiêm khắc, bắt nó phải phục,* e rằng sau khi tôi đã giảng dạy kẻ khác, mà chính mình phải bị bỏ chăng" (1 Cô-rinh-tô 9:26-27). Tôi hiểu chỗ này là sứ đồ Phao-lô ám chỉ đến một vài sự kiêng cữ, là những vũ khí hiệu quả để đánh trận đức tin. Theo sát Đấng Christ bằng đức tin là chìa khóa để không "bị bỏ". Điều này cũng được nói rõ trong Cô-lô-se 1:23 chép rằng: "[làm cho anh em đứng trước mặt Ngài cách thánh sạch không vết, không chỗ trách được;] *miễn là anh em tin Chúa* cách vững vàng không núng, *chẳng hề dời khỏi sự trông cậy* đã truyền ra bởi đạo Tin Lành". Sự bền đỗ của *đức tin* là chìa khóa để đứng trước mặt Chúa ở trong ngày sau rốt.

Sứ đồ Phao-lô nói thứ vũ khí để đánh trận đức tin chính là "kỷ luật" thân thể. Ông cũng biết rằng những tư dục của thân thể không chỉ là dối trá, mà còn có sự khoái lạc nữa. Ông nói "người cũ" là "người bị hư hỏng bởi *tư dục dỗ dành*" (Ê-phê-sô 4:22). Bản chất của sự dối trá này muốn dỗ dành chúng ta sống trong "thú vui tạm bợ" của thân thể và tâm trí, còn hơn vui thích nhận biết và phục vụ Đức Chúa Trời. Những thú vui này ban đầu chỉ là sở thích ăn uống, đọc sách, nghỉ ngơi, vui chơi, rồi dần trở thành mục tiêu và bóp nghẹt sự đói khát Đức Chúa Trời của tâm linh. Sứ đồ Phao-lô đã tự tra xét bản thân mình. Ông có đói khát Đức Chúa Trời không? Ông có tin Chúa thật chưa? Hay ông đang trở thành nô lệ của sự thoải mái và những khoái lạc của thân thể? Chúng ta có thể nghe thấy tấm lòng nhiệt thành của ông ở trong 1 Cô-rinh-tô 6:12 chép rằng: "[Tôi] chẳng để sự gì bắt phục được tôi". Đây không phải là thói kiêu căng tự tôn của trường phái khắc kỷ. Mà là quyết tâm chống lại bất kỳ điều gì muốn dỗ dành tấm lòng của ông khỏi việc được thỏa mãn nhất ở trong Đức Chúa Trời.

Khi tôi chia sẻ về sự kiêng ăn và sự cầu nguyện vài năm trước, một chàng thanh niên đến gặp tôi sau đó và kể với tôi một câu chuyện, minh họa cách kỷ luật thân thể trong sự cầu nguyện còn hay hơn. Tôi đã đề cập đến Hội thánh Hàn Quốc là những người đi đầu trong vấn đề này. Đó là lý do chàng thanh niên ấy đến gặp tôi sau giờ nhóm.

Tôi lớn lên trên cánh đồng truyền giáo ở Hàn Quốc. Có một sự việc đã giúp tôi thấy rõ lòng tận hiến trong sự cầu nguyện và sự kiêng ăn ở Hàn Quốc. Cha tôi từng làm việc ở làng phong cùi, họ thường gặp nhau lúc 4 giờ sáng để cầu nguyện. Lúc ấy tôi còn rất nhỏ, nhưng cha dẫn tôi theo, đánh thức tôi dậy từ 3 giờ 30 sáng để cho kịp giờ. Ông bắt tôi ngồi ở gần cửa. Còn tôi không thể quên được người đàn ông bị mất hai chân, không có nạng, chỉ dùng đôi tay bò trên mặt đất, lê lết cả thân thể đến cầu nguyện vào lúc 4 giờ sáng. Tôi không bao giờ quên cảnh tượng đó.

Thức dậy sớm là một cách để kiêng ăn. Đi đến cầu nguyện trong hoàn cảnh khó khăn cũng là một cách để kiêng ăn. Khi chúng ta đưa ra những lựa chọn như thế, chúng ta đang khiêu chiến với sự dối trá của lòng tư dục và tuyên bố sự cầu nguyện là quý báu, Đức Chúa Trời là Đấng đáng được tôn quý nhất.

Kiêng ăn mới là Cơ Đốc nhân phải không?

Kiêng ăn mới là Cơ Đốc nhân phải không? Điều này đúng nếu xuất phát từ lòng tin quyết vào Đấng Christ, được Đấng Christ thêm sức và nhắm đến sự vinh hiển của Đấng Christ. Mỗi kỳ kiêng ăn của Cơ Đốc nhân nên lấy câu gốc: "Tôi cũng coi hết thảy mọi sự như là sự lỗ, vì sự nhận biết Đức Chúa Jêsus Christ là quí hơn hết, Ngài là Chúa tôi, và tôi vì Ngài mà liều bỏ mọi điều lợi đó. Thật, tôi xem những điều đó như rơm rác, hầu cho được Đấng Christ" (Phi-líp 3:8). Đối với sự kiêng ăn, cũng như bất kỳ hoàn cảnh thiếu thốn khác, mọi sự mất mát là để "được Đấng Christ". Nhưng điều này không có nghĩa là chúng ta tìm kiếm một Đấng Christ mà chúng ta không có. Cũng không có nghĩa là tiến trình này tùy thuộc vào chúng ta. Sứ đồ Phao-lô làm rõ thêm động cơ đằng sau cuộc đời Cơ Đốc – bao gồm cả sự kiêng ăn – trong bốn câu Kinh Thánh tiếp theo: "Tôi đương chạy hầu cho giựt được, vì chính tôi đã được Đức Chúa Jêsus Christ giựt lấy rồi" (câu 12).

Đây là bản chất của sự kiêng ăn Cơ Đốc: Chúng ta khổ sở và ước ao – kiêng ăn – để biết thêm nhiều hơn về Đức Chúa Trời dành cho chúng ta ở trong Chúa Jêsus. Nhưng tất cả chỉ vì Chúa đã cứu chúng ta rồi và Ngài đang kéo chúng ta tiến đến gần hơn để biết "sự đầy dẫy của bổn tánh Đức Chúa Trời".

Tôi cầu xin Đức Chúa Trời khơi dậy một sự đói khát Đức Chúa Trời thật tươi mới ở trong chúng ta, là Hội thánh Cơ Đốc. Không phải vì chúng ta chưa nếm biết rượu mới của Đấng Christ, mà vì chúng ta *đã* nếm biết rồi và linh hồn của chúng ta còn muốn biết sự hiện diện và quyền phép của Ngài nhiều hơn nữa.

Hãy nhớ trọn con đường nơi đồng vắng mà Giê-hô-va Đức Chúa Trời ngươi đã dẫn ngươi đi trong bốn mươi năm này, để hạ ngươi xuống và thử ngươi, đặng biết điều có ở trong lòng ngươi, hoặc ngươi có gìn giữ những điều răn của Ngài hay chăng. Vậy, Ngài có hạ ngươi xuống, làm cho ngươi bị đói, đoạn cho ăn ma-na mà ngươi và tổ phụ ngươi chưa hề biết, để khiến ngươi biết rằng loài người sống chẳng phải nhờ bánh mà thôi, nhưng loài người sống nhờ mọi lời bởi miệng Đức Giê-hô-va mà ra.
Phục truyền Luật lệ ký 8:2-3

Khuyết điểm của sự đói khát làm cho chết, sự tốt lành và quyền phép của Đức Chúa Trời làm cho sống. Không có phép màu, không gì thúc ép được ý muốn của Đức Chúa Trời. Chúng ta chỉ chăm xem Cha trên trời bằng lòng tin quyết và sự kiêng ăn mà nghĩ trong lòng rằng: "Cha ơi, không có Ngài con sẽ chết; xin hãy đến tiếp cứu con, xin mau đến giải cứu con".
Joseph Wimmer
Sự kiêng ăn trong Tân Ước[1]

2

LOÀI NGƯỜI SỐNG CHẲNG PHẢI NHỜ BÁNH MÀ THÔI

Con Đức Chúa Trời bắt đầu chức vụ của Ngài bằng bốn mươi ngày kiêng ăn. Điều này khiến chúng ta phải dừng lại. Đặc biệt là nếu chúng ta – không phải là Đức Chúa Trời – bước vào chức vụ mà không biết rõ cuộc chiến sắp đối diện là gì. Tại sao Chúa Jêsus làm điều này? Tại sao Đức Chúa Trời lại dẫn Chúa vào đó? Còn chúng ta thì sao? Chúng ta có thể đối diện với những cuộc mạo hiểm đầy phi thường như thế trong đời sống và chức vụ mà không theo Chúa Jêsus đi qua sự kiêng ăn trong đồng vắng được không?

Tôi nghĩ ít ra chúng ta nên đi vào đó để học từ Chúa, nếu muốn bắt chước sự chiến thắng của Ngài. Chúa *là* Con Đức Chúa Trời, còn chúng ta thì không. Nhưng Chúa có phán rằng: "Cha đã sai ta thể nào, ta cũng sai các ngươi thể ấy" (Giăng 20:21). Sự cứu rỗi thế gian có thể không phụ thuộc vào thành công của chúng ta, vì chúng ta kém hơn Chúa rất nhiều năm ánh sáng. Nhưng điều đó làm cho nhu cầu kiêng ăn trong đời sống của chúng ta nhiều hơn, chứ không bớt đi. Cuộc chiến *của tôi* chỉ là những đóp góp nhỏ cho thế gian này, nhưng điểm yếu của tôi thì lớn lắm. Tại sao Chúa lại kiêng ăn khi bắt đầu công tác lớn lao của Ngài? Còn chúng ta học được gì từ công việc của mình?

Đói khát sự đầy dẫy bổn tánh của Đức Chúa Trời

Tấm lòng của tôi đói khát "sự đầy dẫy bổn tánh của Đức Chúa Trời". Tôi mong ước Chúa sẽ hành động sâu nhiệm hơn nữa ở trong dân sự của Ngài. Tôi nóng lòng muốn thấy một làn sóng giáo sĩ thật sốt sắng rao truyền đam mê về uy quyền tối thượng của Đấng Christ ở trong mọi sự vì sự vui mừng của muôn dân. Tôi muốn thấy sự tái sinh thật và siêu nhiên xảy ra mỗi tuần, thông qua sự làm chứng của các tôi con Chúa đã được biến đổi ở khắp mọi nơi. Chức vụ của Chúa Jêsus đã và sẽ luôn là công việc vô song. Có những chi tiết là khuôn mẫu cho chúng ta. Nhưng hết thảy mọi việc là để làm chứng cho thần tánh độc nhất của Ngài. Nhưng chúng ta không thể không thắc mắc về sự kiêng ăn phi thường vào đầu chức vụ của Chúa có ý nghĩa gì khác hơn, hay chỉ là công việc của Ngài mà thôi?

Charles Spurgeon, vị mục sư ở Luân Đôn cách đây một thế kỷ đã nói rằng: "Kỳ kiêng ăn và cầu nguyện của chúng ta trong Đền tạm là những ngày hội; cánh cổng Thiên Quốc chưa bao giờ mở toang đến thế; còn tấm lòng của chúng ta chưa bao giờ được ở gần Vinh hiển đến vậy".[1] Đến gần sự vinh hiển của Đức Chúa Trời chắc hẳn là chìa khóa để thắp lên ánh sáng và sự nóng cháy không thể dập tắt được. Không phải đây là điều cần kíp trong thì giờ này – trong từng thời khắc – hầu cho kẻ mù được thấy, từ tối tăm mà qua sáng láng, đặng làm vinh hiển Cha trên trời sao (Công-vụ 26:18; Ma-thi-ơ 5:16)? Nếu Chúa là Sự Sáng của thế gian đã đánh trận bằng sự kiêng ăn để thắp lên ngọn lửa của Ngài, thì chúng ta đã học được gì để áp dụng cho những ngọn đèn le lói của mình?

Đức Thánh Linh đậu trên Chúa Jêsus như hình chim bồ câu

Tôi nghĩ là có đấy. Vậy nên, chúng ta hãy quay lại và học từ Ngài. Theo Ma-thi-ơ 3:16, sau khi chịu báp-tem, Chúa Jêsus lên khỏi nước, các từng trời mở ra và Đức Chúa Trời đậu trên Ngài như hình chim bồ câu. Điều này có nghĩa gì? Đức Chúa Trời luôn ở cùng Chúa Jêsus. Ngài được hoài thai bởi Đức Chúa Trời trong tử cung của một nữ đồng trinh (Lu-ca 1:35). Còn trước đó ở trong cõi đời đời, Con Đức Chúa Trời và Thánh Linh của Đức Chúa Trời là một, sứ đồ Phao-lô đã nói rất thẳng thừng rằng: "Chúa tức là Thánh Linh" (2 Cô-rinh-tô 3:17). Sứ đồ Ma-thi-ơ có ý nói gì khi ký thuật lại rằng: "các từng trời mở ra, Ngài [Chúa Jêsus] thấy Thánh Linh của Đức Chúa Trời ngự xuống như chim bồ câu, đậu trên Ngài"?

Ông muốn nói rằng Đức Chúa Cha yêu Đức Chúa Con đến nỗi Ngài đã công khai trang bị cho Chúa một cách đặc biệt để làm chức vụ trong những ngày tới. Ngài đảm bảo với Chúa bằng ơn thiên, sự dẫn dắt và sự vùa giúp khi cần. Khi Đức Thánh Linh ngự xuống ở trên Chúa Jêsus, Đức Chúa Cha phán (trong câu 17) rằng: "Nầy là Con yêu dấu của ta, đẹp lòng ta mọi đàng". Nói cách khác, sự bày tỏ đặc biệt về Đức Thánh Linh là biểu hiện của tình yêu thương vô hạn mà Cha dành cho Con ("Nầy là Con *yêu dấu* của ta"), và sự chấp nhận lớn lao mà Đức Chúa Cha dành cho cuộc đời và chức vụ của Chúa ("đẹp lòng ta mọi đàng").

Chẳng ai cả gan làm điều đó, họ không thể

Những gì Chúa Jêsus sắp trải qua là có một không hai trong lịch sử thế giới. Không người nào có thể sống và chết giống như

"Chiên con của Đức Chúa Trời, là Đấng cất tội lỗi thế gian đi" (Giăng 1:29). Chúa Jêsus biết sứ mạng của Con người là "phó sự sống mình làm giá chuộc cho nhiều người" (Mác 10:45), và Chúa "đã đến trong thế gian để cứu vớt kẻ có tội" (1 Ti-mô-thê 1:15). Chúa biết từ Ê-sai 53 rằng: ý muốn của Đức Chúa Trời là làm tổn thương Ngài, chất trên Ngài hết thảy tội lỗi của chúng ta, và bởi sự chết của Ngài mà làm cho nhiều người được xưng công bình (câu 6, 10-11). Chúa biết rằng Đức Chúa Trời đã bỏ qua rất nhiều tội phạm trước kia, còn sự công bình của Đức Chúa Trời tùy thuộc vào cuộc đời và chức vụ của Ngài (Rô-ma 3:25-26). Chúa biết rằng sự thành tín của Đức Chúa Trời trong tất cả lời hứa tùy thuộc vào sự trung tín và sự vâng lời của Chúa Jêsus để làm trọn hết mọi lời đã phán trong Cựu Ước (Rô-ma 15:8). Chúa biết tất cả mọi việc này sẽ phải trả giá bằng mạng sống của Ngài, còn sự tra tấn là nhục nhã và đau đớn vô cùng (Mác 10:33-34).

Cha biết điều này sẽ đến, Con cũng biết điều này sẽ đến. Nên Cha đã ban Đức Thánh Linh ngự xuống như hình chim bồ câu ở trên Chúa Jêsus để khẳng định tình yêu thương của Cha và cũng để làm tỏ tường mọi thắc mắc về sự chấp nhận của Đức Chúa Cha. Một trong những tác động kỳ diệu từ lời Cha phán: "Nầy là con yêu dấu của ta, đẹp lòng ta mọi đàng", là để khẳng định với Chúa Jêsus – và chúng ta – rằng sự chịu khổ mà Chúa Jêsus đang bước vào *không phải* vì Cha không đẹp lòng. Đức Chúa Cha đã trang bị cho Chúa Jêsus – và chúng ta – biết rằng tiếng kêu tuyệt vọng: "Sao Ngài lìa bỏ tôi?" sẽ không phải là phán quyết sau cùng.

Đức Thánh Linh dẫn Chúa Jêsus vào trong thử thách và kiêng ăn

Đây là điều quan trọng cần phải nhìn thấy khi chúng ta để ý câu tiếp theo (Ma-thi-ơ 4:1), hành động đầu tiên của Đức Thánh Linh sau khi ngự xuống ở trên Chúa Jêsus. Kinh Thánh chép rằng: "Đức Thánh Linh đưa Đức Chúa Jêsus đến nơi đồng vắng, đặng chịu ma quỉ cám dỗ". Hành động đầu tiên của Đức Thánh Linh ở trong chức vụ của Chúa Jêsus là dẫn Ngài vào trong đồng vắng để chịu những cám dỗ của Sa-tan.

Trong sự dẫn dắt của Đức Thánh Linh, Chúa Jêsus đã dự bị sẵn để đối phó với những cám dỗ bằng sự kiêng ăn. "Đức Thánh Linh đưa Đức Chúa Jêsus đến nơi đồng vắng, đặng chịu ma quỉ cám dỗ. *Ngài đã kiêng ăn bốn mươi ngày bốn mươi đêm rồi, . . .*" Ý muốn của Thánh Linh Đức Chúa Trời là Con Đức Chúa Trời bị cám dỗ trên đường bước vào chức vụ, Ngài muốn Chúa Jêsus chiến thắng cám dỗ bằng sự kiêng ăn. Thật quan trọng khi Chúa Jêsus chiến thắng kẻ thù địch của linh hồn và sự cứu rỗi chúng ta bằng sự kiêng ăn.

Dường như chúng ta phải run rẩy trước câu chuyện này. Chúa Jêsus đang sắp sửa thi hành chức vụ quan trọng nhất trong lịch sử thế giới. Sự cứu rỗi thế gian tùy thuộc vào sự vâng lời và sự công bình của Ngài. Không một ai có thể thoát khỏi địa ngục nếu không nhờ vào sự chịu khổ, chịu chết và sống lại. Ngay từ đầu, Đức Chúa Trời đã muốn chức vụ này bị đe dọa bởi sự hủy diệt – tức là những cám dỗ của Sa-tan, để từ bỏ con đường thấp hèn, khổ sở và vâng phục. Trong số hàng trăm cách Chúa Jêsus có thể dùng để chống lại những đe dọa cho sự cứu rỗi, thì Chúa lại được dẫn dắt ở trong Thánh Linh để kiêng ăn.

Nếu Sa-tan thành công trong việc ngăn trở Chúa Jêsus đi con đường hạ mình, hy sinh, đầu phục, thì chẳng có sự cứu rỗi nào cả. Chúng ta vẫn còn ở trong tội lỗi và tuyệt vọng. Do đó, sự cứu rỗi của chúng ta mắc nợ, trong một mức độ nào đó (không phải nói quá), sự kiêng ăn của Chúa Jêsus. Đây là một bằng chứng rõ rệt về sự kiêng ăn. Đừng vội vàng bỏ qua chỗ này. Hãy suy gẫm.

Chúa Jêsus đã bắt đầu chức vụ của Ngài bằng sự kiêng ăn. Chúa đã thắng hơn kẻ thù bằng sự kiêng ăn. Sự cứu rỗi của chúng ta được thành tựu nhờ vào sự chịu đựng bằng sự kiêng ăn.

Tái hiện thử thách của dân Y-sơ-ra-ên trong đồng vắng

Bây giờ, để thấy được ý nghĩa trọn vẹn của điều này, chúng ta phải nhìn vào sách Phục truyền. Mỗi lần Chúa Jêsus đáp lại những cám dỗ của ma quỷ trong đồng vắng, thì Ngài đã trích từ sách Phục truyền. "Loài người sống chẳng phải nhờ bánh mà thôi" (Phục truyền 8:3); "Các ngươi chớ thử Giê-hô-va Đức Chúa Trời các ngươi" (Phục truyền 6:16); "Ngươi phải kính sợ Giê-hô-va Đức Chúa Trời ngươi, phục sự Ngài, và lấy danh Ngài mà thề" (Phục truyền 6:13).

Điều này rất quan trọng. Chúa Jêsus được Đức Thánh Linh đưa vào đồng vắng – hãy đánh dấu *đồng vắng* – và chịu quỷ Sa-tan *cám dỗ*, Chúa Jêsus trích dẫn các phân đoạn từ Phục truyền, tất cả đều được Môi-se giảng cho dân Y-sơ-ra-ên về khoảng thời gian họ bị *thử thách* trong *đồng vắng*.

Ma-thi-ơ 4:3-4 chép rằng: "Quỷ cám dỗ đến gần Ngài, mà nói rằng: Nếu ngươi phải là Con Đức Chúa Trời, thì hãy khiến đá nầy trở nên bánh đi. Đức Chúa Jêsus đáp: Có lời chép rằng: Người ta sống chẳng phải chỉ nhờ bánh mà thôi, song nhờ mọi lời nói ra từ miệng Đức Chúa Trời". Bây giờ, hãy so sánh Phục truyền 8:2-3, và để ý những so sánh giữa đồng vắng trong phân đoạn này và đồng vắng của Chúa Jêsus. Môi-se nói cùng dân sự rằng:

Hãy nhớ trọn con đường nơi đồng vắng mà Giê-hô-va Đức Chúa Trời ngươi đã dẫn ngươi đi trong bốn mươi năm nầy [ghi chú: như Chúa Jêsus được Đức Chúa Trời đưa vào đồng vắng], để hạ ngươi xuống và thử ngươi [ghi chú: như Chúa Jêsus đã "chịu...cám dỗ"], đặng biết điều có ở trong lòng ngươi, hoặc ngươi có gìn giữ những điều răn của Ngài hay chăng. Vậy, Ngài có hạ ngươi xuống, làm cho ngươi bị đói [ghi chú: như Chúa Jêsus đã nhịn đói để kiêng ăn], đoạn cho ăn ma-na mà ngươi và tổ phụ ngươi chưa hề biết, để khiến ngươi biết rằng loài người sống chẳng phải nhờ bánh mà thôi, nhưng loài người sống nhờ mọi lời bởi miệng Đức Giê-hô-va mà ra [ghi chú: như Chúa Jêsus đã phán cùng quỷ Sa-tan].

Có rất nhiều sự tương đồng giữa những gì đã xảy ra với Chúa Jêsus trong đồng vắng và những gì đã xảy ra với dân Y-sơ-ra-ên đến nỗi tưởng là trùng hợp ngẫu nhiên. Đức Chúa Trời đang dạy chúng ta điều gì ở đây. Thánh Linh của Đức Chúa Trời đưa Chúa Jêsus vào đồng vắng. Điều này có nghĩa gì?

Có nghĩa là những hình bóng của Cựu Ước đang được thay thế bằng sự thật trong Tân Ước. Nghĩa là có điều gì đó lớn hơn Môi-se, đồng vắng, luật pháp, Giô-suê, đất hứa đang bị đe dọa. Nghĩa là thời kỳ ứng nghiệm đã đến rồi. Lời hứa truyền cho Môi-se đã thành hiện thực. "Từ giữa anh em ngươi, Giê-hô-va Đức Chúa Trời ngươi sẽ lập lên một đấng tiên tri như ta; các ngươi khá nghe theo đấng ấy!" (Phục truyền 18:15). Nghĩa là giờ đây chính Đức Chúa Trời, qua sự hóa thân làm người của Con Ngài, đang sắp sửa giải cứu dân sự – tức là Y-sơ-ra-ên mới – ra khỏi tội lỗi từ trong xứ Ê-díp-tô để vào Đất hứa có sự tha thứ, sự công bình và sự sống đời đời. Để làm điều này, Chúa đã sai một Môi-se mới, hoặc trong trường hợp này là một Giô-suê mới (Chúa Jêsus là sự ứng nghiệm vai trò của cả hai, còn tên "Jêsus" giống với tên "Giô-suê" trong Tân Ước tiếng Hy-lạp). Giô-suê mới này là đầu và đại diện cho một dân tộc mới mà Chúa Jêsus sẽ tập hợp lại từ người Do Thái và dân ngoại. Thay mặt họ, Chúa Jêsus giờ đây sẽ được Đức Thánh Linh đưa vào đồng vắng. Ngài sẽ chịu thử thách giống như dân Y-sơ-ra-ên bị thử thách. Ngài sẽ chịu đói như dân Y-sơ-ra-ên bị đói. Nếu Ngài chiến thắng, thì chính Ngài và cả dân sự của Ngài sẽ an toàn vào đất hứa có sự tha thứ và sự sống đời đời.

Sự kiêng ăn của Ngài vừa là vũ khí vừa là chiến tranh, vừa là thử thách vừa là thắng lợi

Bây giờ, chúng ta có thể thấy ý nghĩa của việc Chúa Jêsus kiêng ăn một cách rõ ràng hơn. Đó không phải là một lựa chọn tùy ý đối diện với sự cám dỗ của quỷ Sa-tan. Đó là một hành động tự nguyện trở nên giống như dân sự của Đức Chúa Trời để chịu khổ và thử thách ở trong đồng vắng. Qua hình ảnh này Chúa Jêsus muốn phán rằng: "Ta được sai đến để dẫn dân sự của Đức Chúa Trời ra khỏi sự trói buộc của tội lỗi mà vào đất hứa của sự cứu rỗi. Để làm điều này, ta phải trở nên giống như họ. Đó là vì sao ta đã giáng thế làm người. Đó là vì sao ta được làm báp-tem. Do đó, ta sẽ chịu thử thách mà họ đã trải qua. Ta sẽ đại diện cho họ trong đồng vắng và cho phép tấm lòng của ta bị tra xét qua sự kiêng ăn để xem thử lòng trung thành của ta đặt ở đâu và Đức Chúa Trời của ta là ai. Nhờ có sự vùa giúp của Thánh Linh, ta sẽ đắc thắng bằng sự kiêng ăn này. Ta sẽ chiến thắng ma quỷ và dẫn hết thảy kẻ nào tin ta vào đất hứa của sự vinh hiển đời đời".

Nói cách khác, sự kiêng ăn của Chúa Jêsus không chỉ chuẩn bị để chịu cám dỗ thôi đâu, mà đó là một phần trong cuộc thử thách, cho nên sự chịu đói cũng chính là thử thách đức tin dành cho dân Y-sơ-ra-ên ở trong đồng vắng vậy. Môi-se đã phán rằng: "[Hãy nhớ trọn con đường nơi đồng vắng mà Giê-hô-va Đức Chúa Trời ngươi đã dẫn ngươi đi] trong bốn mươi năm nầy, để hạ ngươi xuống và thử ngươi, đặng biết điều có ở trong lòng ngươi, hoặc ngươi có gìn giữ những điều răn của Ngài hay chăng. Vậy,

Ngài có hạ ngươi xuống, làm cho ngươi bị đói" (Phục truyền 8:2-5). Đối với Chúa Jêsus cũng vậy. Đức Thánh Linh đã đưa Ngài vào đồng vắng và cho Ngài chịu đói để thử cho biết tấm lòng của Ngài. Chúa có yêu Đức Chúa Trời không hay Ngài thích ăn bánh hơn? Nhưng điều này không có nghĩa là sự kiêng ăn của Ngài không phải – thậm chí đồng thời – là vũ khí đánh trận với quỷ Sa-tan. Sự kiêng ăn thử cho biết tấm lòng đang ở đâu. Khi biết rằng tấm lòng hướng về Chúa chứ không phải thế gian, thì đó là một đòn giáng xuống quỷ Sa-tan. Lúc này quỷ Sa-tan không còn chỗ đứng nữa, vì hắn chỉ có thể cám dỗ nếu tấm lòng của chúng ta yêu các vật trong thế gian như bánh.

Kiêng ăn là trải nghiệm phơi bày tấm lòng

Dân sự của Đức Chúa Trời thường được kêu gọi ra đi mà không có kế sinh nhai. "Người công bình bị nhiều tai họa" (Thi thiên 34:19). "Phải trải qua nhiều nỗi khó khăn mới vào được nước Đức Chúa" (Công-vụ 14:22). "chúng ta . . . cũng than thở trong lòng . . . tức là sự cứu chuộc thân thể chúng ta vậy" (Rô-ma 8:23). Kiêng ăn là một trải nghiệm rất ngắn của sự mất mát này. Khi chúng ta kinh nghiệm được sự mất mát này, thì Chúa phơi bày thực trạng trong lòng của chúng ta. Điều gì đang chi phối chúng ta? Chúng ta quý trọng và tin cậy điều gì? Chúng ta đã thấy điều này trong phần Giới thiệu và ám chỉ đến lời phê bình của Richard Foster trong quyển sách *Kỷ luật là vinh quang* là "sự kiêng ăn chỉ ra những điều đang chi phối chúng ta nhiều hơn bất kỳ sự kỷ luật nào khác".[2]

Chúng ta đang làm nô lệ cho điều gì? Chúng ta đang đói khát điều gì – đồ ăn hay Đức Chúa Trời? Sự kiêng ăn là bài kiểm tra của Đức Chúa Trời – và cũng là sự chữa lành của Ngài nữa. Chúng ta sẽ lầm bầm như dân Y-sơ-ra-ên khi thiếu bánh chăng?

Đối với Chúa Jêsus thì câu hỏi là: Ngài có từ bỏ con đường đầu phục để biến đá thành bánh chăng? Hay Ngài có "sống nhờ mọi lời nói ra từ miệng của Đức Giê-hô-va" chăng"? Sự kiêng ăn là một cách để phơi bày bản thân và thừa nhận thực trạng trong lòng của chúng ta ở trước mặt Chúa. Chúng ta sẽ tìm thấy sự thỏa mãn vô cùng ở đâu – chính Đức Chúa Trời hay là ơn phước Chúa ban?

Mục tiêu của sự kiêng ăn đó là chúng ta sẽ ít lệ thuộc vào đồ ăn và phụ thuộc nhiều hơn vào Đức Chúa Trời. Đó là ý nghĩa của mấy lời trong Ma-thi-ơ 4:4 chép rằng: "Người ta sống chẳng phải chỉ nhờ bánh mà thôi, song nhờ mọi lời nói ra từ miệng Đức Chúa Trời". Mỗi khi chúng ta kiêng ăn là nói với Chúa Jêsus rằng: "Con sống không chỉ bởi đồ ăn, mà bởi Ngài, Chúa ơi. Con sống không chỉ nhờ bánh, mà nhờ Ngài, Chúa ơi".

Kiêng ăn vì Đức Chúa Trời, không vì bánh làm ra từ phép lạ

Để tôi thử đưa ra lý do vì sao tôi nghĩ đây là những gì Chúa Jêsus muốn phán khi Ngài cự tuyệt Sa-tan bằng cách phán rằng: "[Người ta sống] nhờ mọi lời nói ra từ miệng Đức Chúa Trời". Tại sao tôi nghĩ Chúa Jêsus đang phán rằng: "Hãy tin cậy Đức Chúa Trời, đừng nhờ cậy bánh"?

Chìa khóa nằm ở trong Phục truyền 8:3 mà Chúa Jêsus đã trích dẫn ở trong Ma-thi-ơ 4:4:

[Đức Chúa Trời] cho ăn ma-na mà ngươi và tổ phụ ngươi chưa hề biết, để [lưu ý lập luận] khiến ngươi biết rằng loài người sống chẳng phải nhờ bánh mà thôi, nhưng loài người sống nhờ mọi lời bởi miệng Đức Giê-hô-va mà ra.

Hãy chú ý kỹ. Bây giờ, Chúa đang phán rằng bánh ma-na

được ban cho là để thử nghiệm. Không phải từ chối ban đồ ăn, mà chính việc ban cho đồ ăn – để dạy họ biết loài người không sống nhờ bánh mà thôi. Chúa ban bánh ma-na, một loại đồ ăn chưa nghe qua bao giờ đã rơi từ trời xuống. Tại sao? Môi-se nói là để biết nhờ cậy vào mọi điều nói ra từ miệng của Đức Chúa Trời. Làm thế nào được? Làm thế nào bánh ma-na mầu nhiệm có thể dạy dỗ điều này được? Vì bánh ma-na là một trong những cách phi thường mà Đức Chúa Trời có thể đáp ứng nhu cầu của chúng ta bằng tiếng phán của Ngài khi hoàn cảnh không còn gì để trông cậy nữa. Vậy, ý của Môi-se là chúng ta phải biết phụ thuộc vào Đức Chúa Trời, chứ đừng nhờ cậy bản thân. Chúng ta phải tin cậy Chúa đã truyền ban mọi ơn phước lạ lùng từ miệng của Đức Chúa Trời.

Nhưng bây giờ, hãy xem quỷ Sa-tan làm gì với chân lý này khi đối mặt với Chúa Jêsus. Quỷ Sa-tan nói với Chúa Jêsus là: "Nếu ngươi phải là Con Đức Chúa Trời, thì hãy khiến đá nầy trở nên bánh đi" (Ma-thi-ơ 4:3). Nói cách khác: "Hãy tự tạo ra bánh ma-na đi, giống như Cha của Ngài đã làm trong đồng vắng ngày xưa". Quỷ Sa-tan xảo trá vô cùng. Hắn đang giải Kinh một cách quỷ quyệt. Hắn biết nguyên văn của Kinh Thánh. Hắn đã thấy bánh ma-na là công cụ để dạy về quyền phép siêu nhiên của Đức Chúa Trời để tiếp trợ cho dân sự trong lúc tuyệt vọng. Thế là, hắn đã tranh luận với Chúa Jêsus: "Lý do Cha của Ngài đã ban bánh ma-na trong đồng vắng là để dạy dân sự mong chờ phép lạ trong lúc tuyệt vọng; cho nên hãy tự chăm sóc mình bằng cách làm phép lạ tạo ra bánh đi, như vậy Ngài sẽ làm theo Kinh Thánh".

Chúa Jêsus phán rằng: "Hỡi quỷ Sa-tan, ngươi đã gần lắm rồi mà vẫn còn ở rất xa. Ngươi luôn dùng Lời Chúa cách xảo quyệt và giả dối. Ngươi có vẻ thuận phục, nhưng lại dùng mọi lời để nghịch lại Đức Chúa Trời. Hỡi quỷ Sa-tan, bài học về bánh ma-na là: Chớ nhờ cậy bánh – cũng đừng nhờ cậy bánh làm ra từ phép lạ – mà hãy tin cậy Đức Chúa Trời! Đừng tìm sự thỏa mãn tột cùng trong đời này từ đồ ăn – thậm chí từ đồ ăn được Chúa tiếp trợ bằng phép lạ – nhưng hãy tìm sự thỏa mãn từ Đức Chúa Trời. Mọi lời nói ra từ miệng của Đức Chúa Trời bày tỏ Đức Chúa Trời. Chúng ta hãy nuôi mình thật no nê bằng chính sự mặc khải này. Điều đó mới còn lại mãi mãi. Đây là sự sống đời đời. Hỡi quỷ Sa-tan, hãy cút đi, Đức Chúa Trời mới là phần phước của ta. Ta sẽ không lìa bỏ đường lối Chúa và sự thông công với Ngài, thậm chí sẽ không đổi những điều đó lấy bánh ma-na làm ra bằng phép lạ đâu".

Đây là bài học sâu sắc nhất qua sự kiêng ăn của Chúa Jêsus trong đồng vắng. Đó là một vũ khí trong cuộc chiến chống lại sự giả dối của quỷ Sa-tan vì sự kiêng ăn nói lên rằng Chúa Jêsus đói khát Đức Chúa Trời và ý muốn Chúa nhiều hơn những phép lạ Ngài làm vì Đức Chúa Trời. Chúa đã có thể lý luận làm phép lạ biến đá thành bánh chính là hành động mà Con Đức Chúa Trời nên làm để tái hiện lại kinh nghiệm đồng vắng của dân sự Đức Chúa Trời. Họ đã ăn bánh ma-na. Ngài cũng ăn bánh ma-na. Khi làm vậy, sự kiêng ăn chẳng khác gì là một động cơ tôn giáo để được tiếp trợ bằng phép lạ mà thôi.

Nhưng Chúa Jêsus đã không phản ứng như vậy. Sự kiêng ăn cũng không mang ý nghĩa như thế. Thay vào đó, Chúa Jêsus đã lý luận rằng: "Ta được sai đến để chịu khổ và chịu chết vì dân mình. Hy vọng duy nhất để hoàn thành điều này là có sự kính mến Đức Chúa Trời, là Cha của ta, đến nỗi Ngài còn quý báu hơn cả việc làm phép lạ để tự cứu mình ra khỏi tuyệt vọng. Ta biết Chúa vui lòng làm tổn thương ta và sai ta đến chịu chết vì dân sự của Ngài. Ta đọc thấy điều này được chép trong Ê-sai 53:10. Ta sẽ không dùng sự kiêng ăn để thoát khỏi sự kêu gọi này đâu. Đó là điều quỷ Sa-tan muốn ta làm – một động cơ muốn tìm kiếm sự tiếp trợ bằng phép lạ, giống như trong Phục truyền Luật-lệ-ký. Nhưng sự khác biết là đây. Họ đã bị thử một chút, còn ta sẽ bị thử rất nhiều. Vì thử thách của ta quan trọng hơn thử thách của họ".

Thắng lợi của sự đói khát Đức Chúa Trời

Đối với Chúa Jêsus thì kiêng ăn là gì? Kiêng ăn vừa là thử thách vừa là thắng lợi. Kiêng ăn là thử thách sự đói khát tột cùng và thắng lợi của sự đói khát Đức Chúa Trời vượt trên hết mọi sự. Do đó, kiêng ăn cũng là đắc thắng quỷ Sa-tan.

Con đường Gô-gô-tha là con đường dẫn tới cái chết của Ngài và sự đánh bại ma quỷ. Tại thập tự giá, Chúa Jêsus "đã truất bỏ các quyền cai trị cùng các thế lực, dùng thập tự giá chiến thắng chúng nó, và nộp ra tỏ tường giữa thiên hạ" (Cô-lô-se 2:15). Con đường dẫn tới sự đánh bại này bắt đầu từ việc kiêng ăn bốn mươi ngày. Qua đó, Chúa Jêsus đã chứng tỏ quyền phép khiến Ngài đạp đầu con rắn tại đồi Gô-gô-tha. Ấy là quyền phép của đức tin, tức là quyền phép của sự thỏa mãn tột cùng ở trong Đức Chúa Trời hơn tất cả mọi sự, thậm chí là những ơn phước lạ lùng của Đức Chúa Trời. Chính lòng tin quyết và sự thỏa lòng tột cùng ở trong Đức Chúa Trời đã nâng đỡ Đấng Christ từ đầu đến cuối. "[Đấng Christ] . . . vì sự vui mừng đã đặt trước mặt mình, chịu lấy thập tự giá, khinh điều sỉ nhục, và hiện nay ngồi bên hữu ngai Đức Chúa Trời" (Hê-bơ-rơ 12:2).

Sự kiêng ăn là lời tuyên bố kiên định – đôi khi rất quả quyết – rằng chúng ta thà ăn tiệc của Đức Chúa Trời trong Thiên Quốc còn hơn dự tiệc thịnh soạn của thế gian. Chúa Jêsus biết Ngài đã bỏ lại điều gì ở thiên đàng. Chúa biết Ngài sẽ trở về với điều gì. Đây chính là hy vọng và niềm vui lớn của Ngài. Chúa đã từng phán cùng các môn đồ rằng: "Nếu các ngươi yêu mến ta, thì sẽ vui mừng về điều ta đi đến cùng Cha, bởi vì Cha tôn trọng hơn ta" (Giăng 14:28). Quay về cùng Cha với "kết quả của sự khốn khổ linh hồn mình" – tức là Hội thánh (Ê-sai 53:11) – là khao khát vĩ đại của Chúa Jêsus. Điều này đã nuôi nấng tâm hồn của Ngài và cũng nâng đỡ Ngài trong lúc kiêng ăn và khi chịu chết.

Chúng ta có thể sống mà không cần kẻ hầu cận đức tin chăng?

Câu hỏi dành không chỉ chủ yếu là chúng ta có kiêng ăn hay không, mà chúng ta có đói khát Đức Chúa Trời đến thế không. Đây có phải là bản chất đức tin của chúng ta – tức là chúng ta có được thỏa mãn với tất cả lời hứa về Đức Chúa Trời ở trong Chúa Jêsus chăng? Chúng ta có được thỏa mãn đến nỗi sẵn sàng vác thập tự giá và theo Ngài trên Con đường Gô-gô-tha chăng? Chúng ta có đói khát Chúa đến nỗi thậm chí được tiếp trợ bằng dấu kỳ và phép lạ cũng không thể thỏa mãn tâm hồn của chúng ta chăng? Nếu đó là câu hỏi, thì chúng ta có thể sống mà không cần kẻ hầu cận đức tin có tên là kiêng ăn được không?

Câu hỏi này không phải Đức Chúa Trời muốn chúng ta phải tìm cho bằng ra, ghi thêm công trạng, bắt buộc phải làm điều gì đó. Câu hỏi là: sau khi đã nếm biết sự tốt lành của Đức Chúa Trời ở trong Phúc Âm, tôi phải làm sao để được thỏa mãn trong Ngài đến tột cùng, trong khi tôi luôn bị cám dỗ muốn thờ lạy những ơn lành của Ngài? Tôi phải dùng vũ khí nào để đánh trận đức tin và canh giữ lòng mình trước những ham muốn phản nghịch và thú vui của thế gian? Chắc chắn tôi sẽ cầm gươm của Đức Thánh Linh, là Lời Đức Chúa Trời, và tôi sẽ cầu nguyện. Nhưng tôi cũng sẽ sử dụng kẻ hầu cận đức tin tội nghiệp và đói khát kia để hỗ trợ mình. Trong lúc tôi yếu đuối thì nàng mạnh mẽ. Sự trống rỗng của nàng phơi bày nhu cầu của tôi và làm cho sự toàn hảo của Đức Chúa Trời trở nên quý báu hơn bao giờ hết.

Điểm yếu của sự đói khát dẫn tới sự chết lại cho thấy quyền năng và sự tốt lành của Đức Chúa Trời mang lại sự sống. Trong sự kiêng ăn không có sự bóp méo, cũng không có ma thuật nào bắt buộc ý muốn của Đức Chúa Trời. Chúng ta chỉ nhìn tin quyết vào Cha trên trời và nhờ sự kiêng ăn mà nói khẽ trong lòng rằng: "Cha ơi, không có Ngài con sẽ chết; xin đến cứu con, hãy vội vàng tiếp cứu con".[3]

Chúng ta sẽ nâng đỡ khải tượng chỉ có Đức Chúa Trời làm thỏa mãn linh hồn mình như thế nào?

Sự cứu giúp mà chúng ta cần, vượt xa mọi phép chữa bệnh, mọi chính sách an ninh tài chính, mọi quy tắc thành công trong công việc, mọi chỉ dẫn nghề nghiệp, mọi biện pháp hài hòa mối quan hệ, là sự vùa giúp từ thiên thượng để nhìn thấy và say mê vinh hiển của Đức Chúa Trời trong Đấng Christ. Khi ngắm nhìn vinh hiển của Đức Chúa Trời ở trong Phúc Âm, thì chúng ta được cứu (2 Cô-rinh-tô 4:4, 6). Khi ngắm nhìn vinh hiển của Đức Chúa Trời qua những lời hứa của Ngài, thì chúng ta đang được nên thánh (2 Cô-rinh-tô 3:18). Chỉ có một cách để chúng ta hoàn thành cuộc đời, giữ được đức tin và bền đỗ đến cùng, đó là "nhìn xem Chúa Jêsus" (Hê-bơ-rơ 12:2; cũng xem 3:1), còn nhìn xem tức là "chẳng chăm sự thấy được, nhưng chăm sự không thấy được" (2 Cô-rinh-tô 4:18), và làm sao để "ham mến các sự ở trên trời" (Cô-lô-se 3:2). Đây là ý muốn của Đức Chúa Trời dành cho chúng ta và công việc của Ngài ở trong chúng ta (Hê-bơ-rơ 13:20–21). Nhưng chúng ta vốn là loài người sa ngã, Chúa Jêsus phán rằng: "sự mê đắm về giàu sang, và các sự tham muốn khác [kể cả đồ ăn] thấu vào lòng họ, làm cho nghẹt ngòi", là điều bày tỏ với chúng ta vinh hiển của Đức Chúa Trời (Mác 4:19). Do đó, chúng ta không chiến đấu bằng đức tin và dự phần vào cuộc chiến nhìn xem sự vinh hiển của Đức Chúa Trời mỗi ngày chỉ bằng việc ăn nuốt chân lý, mà còn bằng sự kiêng ăn nữa, để thử thách sự thèm khát của chúng ta, và nếu có thể thì cái chết cũng không là ngoại lệ.

Dietrich Bonhoeffer đã rất nghiêm túc trong quyển sách "*Giá trả của môn đồ*". Ông đã suy nghĩ rất lâu và rất kỹ về giá phải trả trên Con đường Gô-gô-tha. Khi bản thân ông đã hiểu rõ, tức là kháng cự Adolf Hitler đến cùng, cũng vì thế mà ông bị treo cổ ở Flossenburg của nước Đức vào ngày 9 tháng 4 năm 1945 khi mới chỉ ba mươi chín tuổi. Ông đã thấy rõ sự dối trá của xác thịt và cần phải quyết chiến bằng đức tin mỗi ngày trong niềm vui sướng và sự hạ mình.

Mỗi ngày, xác thịt cự lại sự khiêm nhường, đầu tiên là bằng một cuộc tấn công ở chính diện, sau đó là bằng cách ẩn mình bên dưới những lời lẽ của Đức Thánh Linh (tức là nhân danh "quyền tự do Tin Lành"). Chúng ta nói tự do khỏi hết thảy ràng buộc của luật pháp, khỏi sự tử đạo và trừ bỏ tội lỗi, mà lại đùa giỡn với sự kỷ luật thuộc linh cần thiết của Tin Lành; như vậy chúng ta đang tự bào chữa cho việc bỏ bê và không thường xuyên cầu nguyện, tĩnh nguyện và kiêng ăn. Nhưng mâu thuẫn giữa thái độ của chúng ta và lời lẽ của Chúa Jêsus là bằng chứng rất đau đớn. Chúng ta quên rằng trở thành môn đồ có nghĩa là lạnh nhạt với thế gian, chúng ta quên mất niềm vui và sự tự do thật là kết quả của một đời sống hết sức kỷ luật.[4]

Sự vui sướng ở trong Đức Chúa Trời là sức mạnh để đồng đi với Chúa Jêsus từ đồng vắng cho đến thập tự giá và bước vào sự sống đời đời. Nhưng để bền đỗ ở trong niềm vui sướng ấy trước những kẻ thù vô hại và xảo quyệt là một cuộc chiến cả đời. Qua đó, sự kiêng ăn – kẻ hầu cận khiêm nhường và đói khát của đức tin – là đặc vụ của ân điển. Nàng có mặt trong mỗi lần kiêng ăn bằng mấy lời sau:

> Vì dầu cây vả sẽ không nứt lộc nữa, và sẽ không có trái trên những cây nho; cây ô-li-ve không sanh sản, và chẳng có ruộng nào sanh ra đồ ăn; bầy chiên sẽ bị dứt khỏi ràn, và không có bầy bò trong chuồng nữa. Dầu vậy, tôi sẽ vui mừng trong Đức Giê-hô-va, tôi sẽ hớn hở trong Đức Chúa Trời của sự cứu rỗi tôi. (Ha-ba-cúc 3:17–18)

Khi các ngươi kiêng ăn, chớ làm bộ buồn rầu như bọn giả hình; vì họ nhăn mặt, cho mọi người biết họ kiêng ăn. Quả thật, ta nói cùng các ngươi, bọn đó đã được phần thưởng của mình rồi. Song khi ngươi kiêng ăn, hãy xức dầu trên đầu, và rửa mặt, hầu cho người ta không xem thấy ngươi đang kiêng ăn, nhưng chỉ Cha ngươi là Đấng ở nơi kín nhiệm xem thấy mà thôi; và Cha ngươi thấy trong chỗ kín nhiệm sẽ thưởng cho ngươi.
Ma-thi-ơ 6:16–18

Người nào yêu Chúa mà cũng yêu mọi điều khác không phải vì Chúa thì vẫn chưa yêu Chúa hết lòng.
Thánh Augustine
Tuyên xưng[1]

Chúng ta hãy làm theo lời Chúa dạy về sự kiêng ăn, đó là niềm vui rất lớn trong Cơ Đốc giáo. Mấy từ "hãy xức dầu trên đầu, và rửa mặt" đều có ý sâu nhiệm. Chúng ta có thỏa mãn với phần thưởng và sự phục vụ Đấng Christ chăng? Chắc hẳn là không! Vậy thì đừng tỏ vẻ như vậy.
J. C. Ryle
Tư tưởng Giảng Kinh các Phúc Âm[2]

3
KIÊNG ĂN VÌ PHẦN THƯỞNG CỦA CHA

Carl Lundquist là hiệu trưởng của Trường Cao đẳng và Chủng viện Bethel gần ba mươi năm. Ông qua đời vào năm 1991 vì ung thư da. Trong mười thập kỷ cuối đời, ông đã dốc sức nghiên cứu và tuyên truyền những kỷ luật thuộc linh và tĩnh nguyện cá nhân. Ông còn thành lập một chương trình mà chính ông gọi là "Hội Tin Lành Tấm lòng Nóng cháy" và bắt đầu gửi thư định kỳ để truyền cảm hứng và khuyến khích. Vào tháng 9 năm 1989, ông kể lại trong một bức thư về câu chuyện mình đã bắt đầu kiêng ăn nghiêm túc lần đầu tiên như sau.

Tôi cho rằng kiêng ăn nghiêm túc với tư cách là sự kỷ luật thuộc linh bắt đầu từ lần đến thăm Tiến sĩ Joon Gon Kim in Seoul, Hàn Quốc. Tôi hỏi ông ta rằng: "Có thật là ông đã dành ra 40 ngày kiêng ăn trước chiến dịch truyền giảng vào năm 1980 không?" Ông ta đáp rằng: "Phải, đúng rồi". Tiến sĩ Kim là chủ tịch của chiến dịch đã hy vọng sẽ đem một triệu người đến Quảng trường Yoido. Nhưng sáu tháng trước khi chương trình diễn ra, cảnh sát đã thông báo với ông rằng họ đã hủy bỏ giấy phép tổ chức chiến dịch. Lúc bấy giờ, Hàn Quốc vẫn còn rối ren về mặt chính trị và Seoul vẫn còn ở dưới tình trạng thiết quân luật. Các viên chức đã quyết định không thể mạo hiểm cho phép quá nhiều người tập trung tại một chỗ như vậy. Thế là Tiến sĩ Kim và một vài bạn đồng lao đã lên núi cầu nguyện và dành ra 40 ngày ở trước mặt Đức Chúa Trời để cầu nguyện và kiêng ăn cho chiến dịch. Sau đó, họ đã trở lại và lên đồn cảnh sát. Một viên chức nói ngay khi nhìn thấy Tiến sĩ Kim rằng: "Ồ! Chúng tôi đã thay đổi suy nghĩ rồi, các ông có thể tổ chức chương trình!"

Khi tôi quay về khách sạn suy gẫm về việc mình chưa bao giờ kiêng ăn như thế cả. Có lẽ tôi chưa hề khao khát Đức Chúa Trời hành động đến mức như vậy. Thân thể của ông được đánh dấu bằng rất nhiều lần kiêng ăn 40 ngày trong suốt thời gian giữ vai trò lãnh đạo thuộc linh cho công tác của Đức Chúa Trời ở châu Á. Tuy nhiên, tôi không thấy những phép lạ giống như của Tiến sĩ Kim.

Tiến sĩ Lundquist đã nói về một trong những lần nghỉ dưỡng biệt lập của "Tấm lòng Nóng cháy" rằng ông nhìn thấy một sinh viên thần học nhịn ăn khi hướng dẫn chương trình. Ông hỏi người đó có khoẻ không và biết rằng người này sắp sửa hoàn thành hai mươi mốt ngày kiêng ăn để tìm kiếm ý Chúa cho hành trình tiếp theo ở trong cuộc đời của mình.

Tiến sĩ Lundquist đã nói là những năm cuối cùng ở trong chức vụ của mình, ông đã tìm được một loại kiêng ăn rất hữu ích cho đời sống và công việc của mình. Ông đã nói rằng:

Thay vì dành một tiếng đồng hồ ăn trưa, thì tôi lại dùng thời gian đó để cầu nguyện ở trong Phòng Lửa tại Chủng viện Thần học Bethel gần đó. Tôi dành thời gian ăn trưa để thông công với Đức Chúa Trời và cầu nguyện. Tôi đã nhận được một bài học cá nhân về điều Chúa Jêsus đã phán rằng: "Ta có một thứ lương thực để nuôi mình mà các ngươi không biết".

Tôi hiểu rằng từ bỏ đồ ăn bằng cách kiêng ăn là điều ích lợi vô cùng đối với Tiến sĩ Lundquist. Khi từ bỏ bữa trưa để gặp Chúa, ông đã nhận được thứ đồ ăn trong sự thông công với Chúa Jêsus. "Ta có một thứ lương thực để nuôi mình mà các ngươi không biết" (Giăng 4:32). Dường như ở trong Phòng Lửa, Carl Lundquist đã kinh nghiệm được sự đầy dẫy mà Khải huyền 3:20 chép rằng: "Nầy, ta đứng ngoài cửa mà gõ; nếu ai nghe tiếng ta mà mở cửa cho, thì ta sẽ vào cùng người ấy, ăn bữa tối với người, và người với ta". Khi từ bỏ đồ ăn thuộc thể, Tiến sĩ Lundquist đã được ăn tiệc trong sự thông công với Chúa Jêsus. Ông đã vào nơi kín nhiệm, tránh xa những lời khen ngợi dành cho ngài hiệu trưởng, còn Cha trên trời đã ban thưởng cho ông.

Không phải nếu, mà là khi chúng ta kiêng ăn

Một trong những bản văn đã lay động Tiến sĩ Lundquist vào những năm cuối đời là phân đoạn mà chúng ta sẽ xem xét trong chương này, Ma-thi-ơ 6:16–18.

Khi các ngươi kiêng ăn, chớ làm bộ buồn rầu như bọn giả hình; vì họ nhăn mặt, cho mọi người biết họ kiêng ăn. Quả thật, ta nói cùng các ngươi, bọn đó đã được phần thưởng của mình rồi. Song khi ngươi kiêng ăn, hãy xức dầu trên đầu, và rửa mặt, hầu cho người ta không xem thấy ngươi đang kiêng ăn, nhưng chỉ Cha ngươi là Đấng ở nơi kín nhiệm xem thấy mà thôi; và Cha ngươi thấy trong chỗ kín nhiệm sẽ thưởng cho ngươi.

Một chi tiết đã bắt lấy tấm lòng của ông là câu 16 chép rằng: "Khi các ngươi kiêng ăn . . ." Giống như rất nhiều người khác, Tiến sĩ Lundquist thấy Kinh Thánh không nói rằng: "Nếu các ngươi kiêng ăn" mà nói rằng: "Khi các ngươi kiêng ăn". Ông đã kết luận, giống như tôi và hầu như các nhà chú giải, rằng "Chúa Jêsus biết rằng các môn đồ của Ngài sẽ làm theo thói kiêng ăn vào thời ấy".[1] Chúa Jêsus cho rằng sự kiêng ăn là điều tốt và các môn đồ sẽ thực hiện. Đây là những gì chúng ta đã thấy trong chương một. Đó là điều Chúa Jêsus đã nhấn mạnh trong Ma-thi-ơ 9:15 rằng: "Nhưng đến ngày nào chàng rể sẽ bị đem đi khỏi họ, thì họ mới kiêng ăn". Vậy, trong Ma-thi-ơ 6:16–18 Chúa Jêsus không dạy chúng ta có nên kiêng ăn hay không. Chúa đang phán rằng chúng ta sẽ kiêng ăn và Ngài muốn dạy chúng ta làm điều đó, đặc biệt là kiêng ăn như thế nào.

Không nên kiêng ăn thế nào

Nếu sự kiêng ăn Cơ Đốc phải trở thành một phần không thể thiếu ở trong đời sống của chúng ta, tức là một phương tiện để tìm kiếm "mọi sự dư dật của Đức Chúa Trời" (Ê-phê-sô 3:19), thì chúng ta cần biết không nên làm điều đó như thế nào. Điều này không chỉ có nghĩa là sẽ biết được những lời khuyên làm sao để không bị nhức đầu, mà có nghĩa là phải dè chừng những nguy hiểm thuộc linh thường xuyên len lỏi trong từng hành động thánh khiết. Kinh Thánh hầu như chẳng nói gì về những nguy hiểm thuộc thể trong việc kiêng ăn. Kinh Thánh để cho vấn đề thứ yếu này thuộc quyền kiểm tra và tùy ý quyết định của chúng ta. Nhưng Kinh Thánh có nhiều lo ngại đáng kể về những nguy hiểm thuộc linh đối với hành động thiêng liêng này.

Chúa Jêsus cảnh báo chúng ta trong Ma-thi-ơ 6:16 là không được trở thành kẻ giả hình: "Khi các ngươi kiêng ăn, chớ làm bộ buồn rầu như bọn giả hình; vì họ nhăn mặt, cho mọi người biết họ kiêng ăn. Quả thật, ta nói cùng các ngươi, bọn đó đã được phần thưởng của mình rồi". Vậy, những kẻ giả hình là hạng người kỷ luật thuộc linh để "mọi người biết". Đây là phần thưởng mà những kẻ giả hình thèm muốn. Ai mà không muốn được mọi người ca ngợi vì đời sống kỷ luật, sự sốt sắng, sự tận hiến của mình cơ chứ? Đây là phần thưởng rất lớn giữa vòng loài người. Có vài thứ làm cho tấm lòng sa ngã của loài người cảm thấy hài lòng hơn là những thành tích đạt được, đặc biệt là những thành tựu về mặt đạo đức và tôn giáo.

Sự thèm muốn này đã lây nhiễm rất nhiều lãnh đạo tôn giáo trong thời của Chúa Jêsus. Nhắc đến các thầy dạy luật và người Pha-ri-si, thì Chúa Jêsus đã cảnh báo dân sự rằng đó là những kẻ "ưa mặc áo dài đi chơi, thích người ta chào mình giữa chợ. Muốn ngôi cao nhứt trong các nhà hội cùng trong các đám tiệc, nuốt các nhà đàn bà góa, mà làm bộ đọc lời cầu nguyện dài" (Mác 12:38–40). Ôi! Tình yêu dành cho sự ca tụng của loài người thật mạnh mẽ làm sao! Chúng ta sẽ mặc nó vào (áo dài), đi khệnh khạng ngoài chợ và tạo dáng trong các bữa tiệc, tỏ ra đặc biệt ở trong nhà thờ và kéo dài lời cầu nguyện để bao che cho lòng tham tiền bạc rất vô cảm bằng điệu bộ tôn giáo. Chúng ta làm hết những điều này vì muốn được loài người ca tụng đến mức thèm thuồng. Chúng ta muốn được ngợi khen. Chúng ta muốn mọi người thích và nói tốt về mình. Đây là một động cơ chết người. Chúa Jêsus đã cảnh báo chúng ta rằng: "Kẻ nào tôn mình lên thì sẽ bị hạ xuống, còn kẻ nào hạ mình xuống thì sẽ được tôn lên" (Ma-thi-ơ 23:12).

Trong Ma-thi-ơ 6:16, Chúa Jêsus phán rằng nếu phần thưởng mà chúng ta muốn nhận được là đến từ loài người, thì đó là điều chúng ta sẽ nhận được. "Quả thật, ta nói cùng các ngươi, bọn đó đã được phần thưởng của mình rồi". Nói cách khác, nếu phần thưởng mà chúng ta nhắm đến khi kiêng ăn là sự tán thưởng của người khác, thì đó là điều chúng ta sẽ nhận được và chỉ có thế mà thôi. Nói cách khác nữa, mối nguy hiểm của sự giả hình là trở nên quá thành công. Sự giả hình nhắm đến việc được loài người khen ngợi. Nó đã thành công. Nhưng chỉ có thế mà thôi.

Tại sao cho mọi người biết điều mình đang làm là sự giả hình?

Nhưng có một vấn đề ở chỗ này. Tại sao như vậy là giả hình? Chúng ta đang có hạng người tôn giáo. Họ quyết định kiêng ăn. Thay vì giấu giếm hành động kiêng ăn, họ cho mọi người biết mình đang kiêng ăn. Tại sao như vậy là giả hình? Đó dường như là hành động trái ngược với sự giả hình mới đúng. Tại sao xức tóc, lau mặt và không cho ai biết thì không phải là giả hình? Không phải định nghĩa về sự giả hình là: cố gắng có vẻ ngoài khác với trong lòng hay sao? Vậy thì những kẻ tôn giáo kia đang cho thấy sự thật có phải không? Tại sao họ không bị gọi bằng cái tên trái với sự giả hình? Họ kiêng ăn và họ trông giống như đang kiêng ăn. Không xấu hổ. Thành thật. Nếu chúng ta kiêng ăn thì phải trông cho giống kiêng ăn mới phải chứ!

Nhưng Chúa Jêsus gọi họ là những kẻ giả hình. Tại sao? Vì tấm lòng thúc đẩy sự kiêng ăn phải là tấm lòng của Đức Chúa Trời. Theo góc nhìn của Chúa Jêsus thì kiêng ăn là đói khát Đức Chúa Trời, bằng không thì sẽ còn tệ hơn là chẳng làm gì cả. Nhưng tấm lòng thúc đẩy sự kiêng ăn của họ là thèm khát được mọi người ngưỡng mộ. Vậy, đúng là họ đang cởi mở và minh bạch về việc làm của mình, nhưng thái độ cởi mở như thế là che giấu những điều thực sự ở trong lòng. Nếu họ thực sự cởi mở, thì họ phải đeo một cái bảng hiệu nơi cổ ghi là: "Phần thưởng mà tôi muốn nhận được khi kiêng ăn là sự ngợi khen của loài người". Như vậy thì họ sẽ không bị gọi là giả hình. Họ có thể tự đắc về hành động kiêng ăn một cách thật cởi mở, minh bạch và không phải là giả hình. Nhưng sự thật là họ che đậy bằng cách khoác lên mình sự kiêng ăn. Đây là sự giả hình của họ.

Vậy, có hai mối nguy hiểm mà những kẻ đang kiêng ăn như thế mắc phải. Một là họ tìm kiếm sai phần thưởng khi kiêng ăn, đó là sự tôn trọng đến từ mọi người. Họ yêu mến sự ngợi khen của loài người. Hai là họ che giấu điều này bằng cách làm bộ yêu mến Đức Chúa Trời. Kiêng ăn có nghĩa là yêu mến Đức Chúa Trời – tức là đói khát Đức Chúa Trời. Như vậy, hành động của họ cho thấy tình yêu dành cho Đức Chúa Trời. Nhưng tấm lòng của họ muốn được mọi người tán thưởng và chấp nhận.

Chúng ta phải kiêng ăn thế nào?

Trong Ma-thi-ơ 6:17–18, Chúa Jêsus đưa ra một cách kiêng ăn khác để thay thế – Chúa mô tả phương cách mà Ngài muốn chúng ta phải làm theo. Chúa phán rằng: "Song khi ngươi kiêng ăn, hãy xức dầu trên đầu, và rửa mặt, hầu cho người ta không xem thấy ngươi đang kiêng ăn, nhưng chỉ Cha ngươi là Đấng ở nơi kín nhiệm xem thấy mà thôi; và Cha ngươi thấy trong chỗ kín nhiệm sẽ thưởng cho ngươi".

Sự kiêng ăn tập thể có trái với Lời Chúa không?

Có rất nhiều hình thức kiêng ăn được tổ chức một cách công khai ở trong Kinh Thánh, bao gồm cả trong Tân Ước nữa. Thí dụ, trong Công-vụ 13:1–3 và 14:23 chép rằng: sứ đồ Phao-lô và Ba-na-ba đã không thể giữ kín sự kiêng ăn được. Họ có làm trái điều Chúa Jêsus dạy không? Có phải Chúa Jêsus chỉ cho phép sự kiêng ăn ở trong chỗ riêng tư không ai biết chăng? Về thực tiễn, điều này sẽ làm cho sự kiêng ăn không thể xảy ra, vì kiêng ăn một cách riêng tư không thể nào làm được nếu người đó đã kết hôn, hoặc là bắt buộc phải dùng bữa với những người khác.

Nhưng có vài lý do về mặt bối cảnh để suy xét rằng Chúa Jêsus không loại trừ sự kiêng ăn tập thể. Một là Hội thánh đầu tiên, bao gồm các sứ đồ, đã thực hiện sự kiêng ăn một cách công khai (thí dụ trong Công-vụ 13:3). Trường hợp khác là phân đoạn Ma-thi-ơ 6:1–18 bắt đầu bằng lời cảnh báo "Hãy giữ, đừng làm sự công bình mình trước mặt người ta, cho họ đều thấy". Điểm mấu chốt của cả phân đoạn này không phải là làm sự công bình "ở trước mặt người ta" là sai, mà làm sự công bình "cho họ đều thấy" mới là sai. Điều này thậm chí còn được Chúa quả quyết rằng: "Song khi ngươi cầu nguyện, hãy vào phòng riêng, đóng cửa lại, rồi cầu nguyện Cha ngươi, ở nơi kín nhiệm đó", chính Chúa cũng đã cầu nguyện ở nơi công cộng (Lu-ca 3:21; 11:1; Giăng 11:41). Động cơ của sự cầu nguyện và kiêng ăn mới quan trọng, chứ không phải những hành động ấy được làm ra ở nơi công cộng hay chỗ riêng tư đâu.

Một lời quả quyết khác cho thấy không phải tất cả sự kiêng ăn một cách công khai đều là sai và điều quan trọng là động cơ mà Chúa Jêsus đã phán trong Ma-thi-ơ 5:16 chép rằng: "Sự sáng các ngươi hãy soi trước mặt người ta như vậy, đặng họ thấy những việc lành của các ngươi, và ngợi khen Cha các ngươi ở trên trời". Chúa không chỉ nói về các việc công bình được làm ra ở nơi công cộng và không được giấu kín (giống như mục vụ của người Sa-ma-ri nhân lành), mà Ngài còn phán với các môn đồ là phải cho thế gian nhìn thấy việc làm công bình hầu cho Đức Chúa Trời được vinh hiển nữa kia. "Sự sáng các ngươi hãy soi trước mặt người ta như vậy, đặng họ thấy những việc lành của các ngươi". Vậy, động cơ không đơn giản chỉ là chúng ta muốn người khác biết những hành động của mình, mà là tại sao chúng ta muốn họ biết – hầu cho Đức Chúa Trời được vinh hiển, hay là chúng ta được khen ngợi.

Do đó, tôi kết luận rằng nếu ai biết chúng ta đang kiêng ăn, thì chúng ta không phạm tội gì cả. Giá trị quan trọng của sự kiêng ăn mà chúng ta đang làm không bị hủy hoại đâu nếu có người thấy chúng ta không dùng bữa. Kiêng ăn với nhiều người khác cũng được – giả sử như nhân sự làm công tác chăn bầy đi kiêng ăn trong chuyến nghỉ dưỡng biệt lập để tìm kiếm Chúa cùng với nhau – nhưng khi kiêng ăn tập thể như vậy, đừng tìm cách "cho mọi người biết". Bị phát hiện đang kiêng ăn và kiêng ăn để mọi người thấy là hai điều khác nhau. Bị phát hiện đang kiêng ăn chỉ là vấn đề ở bên ngoài. Kiêng ăn để mọi người thấy, như Chúa Jêsus đã phán, là tấm lòng đang có động cơ tôn cao cái tôi của mình.

Chúa Jêsus đang thử tấm lòng của chúng ta, chứ không chỉ chỉnh đốn hành vi của chúng ta. Chúa phán rằng khi chúng ta kiêng ăn, đừng có tấm lòng muốn mọi người chú ý đến thói quen kỷ luật và ngưỡng mộ chúng ta. Kỳ thực, Chúa còn phán thêm rằng chúng ta phải làm sao để không bị phát hiện đang kiêng ăn. Hãy sửa soạn tóc tai và rửa mặt cho sạch sao cho mọi người không biết rằng chúng ta đang kiêng ăn.

Kiêng ăn để Cha thấy

Sau đó, Chúa thêm vào một đối tượng tích cực là: hãy làm tất cả những điều đó hầu cho "Cha ngươi, là Đấng thấy trong chỗ kín nhiệm". Nói cách khác, kiêng ăn để Đức Chúa Trời thấy. Kiêng ăn với một chủ đích rõ ràng là để Đức Chúa Trời thấy. Khi Chúa Jêsus dạy điều này, thì sự kiêng ăn là một hành động hướng thượng rất quyết liệt. Hãy hướng về Đức Chúa Trời, là Đấng nhìn thấy khi người khác không thấy.

Chúa Jêsus đang thử cho biết chúng ta có đang sống với Đức Chúa Trời chăng. Chúng ta có thực sự đói khát một mình Đức Chúa Trời, hay là thèm khát sự ngưỡng mộ của loài người đây? Ôi, làm việc tôn giáo khi có người khác nhìn thấy thật dễ làm sao! Giảng luận, cầu nguyện, đi nhà thờ, đọc Kinh Thánh, cử xử tử tế và khoan dung – hết thảy có một mức độ khoái lạc khác nhau ở trong cái tôi nếu chúng ta thấy người khác sẽ biết và nghĩ tốt về chúng ta. Sự ngưỡng mộ này chính là cơn nghiện chết người của chúng ta.

Việc làm thánh thiện kinh khủng

Nhưng đó không phải là nhược điểm duy nhất ở trong động cơ muốn người khác nhìn thấy. Có vài thứ tấn công Đức Chúa Trời một cách trực tiếp hơn nữa. Một cảm giác rất tinh vi đang lớn lên ở trong lòng mà chúng ta không ngờ, đến nỗi những hành động thuộc linh của chúng ta chỉ đang tác động giữa vòng loài người, chứ không phải được làm ra ở trước mặt Đức Chúa Trời. Nói cách khác, nếu con cái của tôi thấy tôi cầu nguyện khi dùng bữa, thì chúng sẽ bắt chước theo. Nếu nhân sự thấy tôi kiêng ăn, thì họ được truyền cảm hứng để làm theo. Nếu bạn cùng phòng thấy tôi đọc Kinh Thánh, thì người đó cũng muốn đọc theo. Nhiều điều khác đại loại như vậy nữa.

Những điều này không có sai. Mấy lần Chúa Jêsus cầu nguyện một cách công khai đã thu hút các môn đồ đấy thôi (Lu-ca 11:1). Nhưng mối nguy hiểm nằm ở chỗ cả cuộc đời của chúng ta – ngay cả đời sống thuộc linh – bắt đầu được chứng tỏ và công nhận vì có người khác nhìn thấy chúng xảy ra. Thế là, Đức Chúa Trời chậm rãi trở thành đối tượng thứ yếu ở trong đời sống. Chúng ta tưởng Ngài là quan trọng nhất đối với mình vì hết thảy mọi việc chúng ta làm đều là bởi Chúa muốn chúng ta làm.

Nhưng, kỳ thực chính Ngài đang khuất dần khỏi vị trí trung tâm của bức tranh. Điều này xâm nhập vào trong động cơ khiến chúng ta cảm thấy hài lòng khi có người khác nhìn thấy, nhưng lại không được cảm động khi chẳng ai biết việc mình làm – ngay cả chẳng ai biết ngoài Đức Chúa Trời!

Điều Chúa Jêsus phán mấy lời trong Ma-thi-ơ 6 là để thử xem tấm lòng của chúng ta có tôn quý một mình Đức Chúa Trời chăng! Chúa đang thúc ép chúng ta thay đổi từ bề ngoài cho đến bề trong một cách quyết liệt, để tấm lòng của chúng ta thực sự hướng về Đức Chúa Trời. "Đối với Do Thái giáo, thì kiêng ăn là bày tỏ điều có ở trong lòng ra bên ngoài. Đối với Chúa Jêsus, thì kiêng ăn là giữ ở trong lòng không tỏ ra ngoài".[2] Chúa đang thử cho biết sự ngưỡng mộ của mọi người hay thậm chí là ảnh hưởng thuộc linh ở trên người khác có đang trở thành đồ ăn thay thế Đức Chúa Trời ở trong tấm lòng của chúng ta chăng! Chúng ta cảm thấy thế nào khi người khác biết việc làm của chúng ta? Chúng ta cảm thấy sao khi chẳng có ai hỏi: "Kiêng ăn thế nào rồi?" Chúng ta có thỏa lòng ở trong Đức Chúa Trời khi chẳng có ai ngoài Chúa biết điều chúng ta cần phải làm không?

Chúa Jêsus đang kêu gọi phải có sự tập chú vào chính Đức Chúa Trời một cách quyết liệt hơn nữa. Ngài đang thúc đẩy chúng ta có một mối liên hệ cá nhân, thành thật với Đức Chúa Trời. Nếu chúng ta không có Chúa ở trong đời sống – một cách cá nhân và thực hữu – thì chúng ta sẽ thấy khó chịu khi chỉ có Đức Chúa Trời là Đấng duy nhất biết mọi việc. Tất cả đều sẽ trở nên vô nghĩa, toàn bộ mọi việc sẽ không có ý nghĩa nữa, vì chẳng ai biết điều chúng ta làm. Điều quan trọng hơn tất cả là Đức Chúa Trời, Chúa là ai, Chúa nghĩ gì và Chúa sẽ làm gì.

Chúng ta tìm kiếm phần thưởng gì khi kiêng ăn?

Điều này dẫn chúng ta đến phần cuối trong câu 18 và lời hứa mà Chúa Jêsus phán về điều Đức Chúa Trời sẽ làm cho kẻ nào tập chú vào Ngài mà không cần sự tán thưởng của loài người để chứng tỏ giá trị việc làm của họ. Chúa phán rằng: "Và Cha ngươi thấy trong chỗ kín nhiệm sẽ thưởng cho ngươi". Thật tốt và đúng khi chúng ta khao khát và tìm kiếm phần thưởng của Đức Chúa Trời trong sự kiêng ăn. Chúa Jêsus không cần đề cập điều này với chúng ta nếu đây là điều bất khả thi. Tôi đã tranh luận hơn mấy mươi thập kỷ rằng tìm kiếm phần thưởng của Cha trên trời không làm cho Cơ Đốc nhân trở thành thứ yếu, hay không có tình yêu thương, hay làm trái với lương tâm.[3] Như C. S. Lewis đã nói rằng:

> Có những phần thưởng không làm vấy bẩn động cơ. Tình yêu của một người đàn ông dành cho một người phụ nữ không có sự vụ lợi vì anh ta muốn cưới cô ấy, cũng như tình yêu của anh ta dành cho thơ ca không hề vụ lợi vì anh ấy muốn đọc thơ, cũng như tình yêu của anh ta dành cho sự tập luyện không mất đi sự hứng thú vì anh ta muốn chạy, nhảy, đi bộ. Về mặt định nghĩa, tình yêu tìm cách tận hưởng đối tượng được yêu.

Làm điều đúng "chỉ vì đó là điều phải làm" không phải là lý tưởng Cơ Đốc. Làm điều đúng để gia tăng niềm vui ở trong Đức Chúa Trời thì mới đúng. Vậy, một câu hỏi dấy lên ở chỗ này là: chúng ta có nghe Chúa Jêsus và làm theo, hay chúng ta mời thêm triết lý ở ngoài Kinh Thánh và không nghe Ngài?

Hầu hết các bản dịch đều có từ "thưởng", mặc dù có những bản dịch trong quá khứ dùng từ "báo đáp" – "Và Cha ngươi, là Đấng thấy trong chỗ ẩn mật, sẽ báo đáp cho". Tôi nghĩ từ "thưởng" sẽ tốt hơn. Còn từ "báo đáp" có thể diễn sai ý bởi vì hàm ý vụ lợi của từ này. Nó gợi ý rằng kiêng ăn là một hành vi buộc Đức Chúa Trời phải trả công cho chúng ta. Nhưng từ Hy Lạp (apodōsei) không hề mang hàm ý vụ lợi. Nó có thể ám chỉ đến việc trả nợ tài chính (thí dụ trong Ma-thi-ơ 5:26), nhưng không phải lúc nào cũng có ý này. Từ này cũng được dùng lúc Phi-lát giao xác của Chúa Jêsus cho Giô-sép người A-ri-ma-thê (Ma-thi-ơ 27:58), lúc Chúa Jêsus đọc xong rồi trả sách lại cho người cai nhà hội (Lu-ca 4:20), lúc Chúa Jêsus giao lại đứa con trai đã được lành cho người cha (Lu-ca 9:42), lúc các sứ đồ làm chứng về sự sống lại (Công-vụ 4:33), lúc Đức Chúa Trời ban cho sứ đồ Phao-lô mão triều thiên của sự công bình (2 Ti-mô-thê 4:8). Chính từ này không hề mang hàm ý giao dịch giữa công việc và thù lao.

Chúng ta phải nghĩ như thế nào về cách Đức Chúa Trời ban thưởng cho người nào kiêng ăn không vì sự tán thưởng của loài người, mà vì Đức Chúa Trời nhìn thấy mà thôi? Chúa thấy chúng ta kiêng ăn. Chúa thấy chúng ta khao khát đến nỗi biệt riêng chính mình khỏi vật tốt của thế gian để kiêng ăn. Chúa thấy tấm lòng của chúng ta không hề tìm kiếm niềm vui trong sự tán thưởng và ngưỡng mộ của loài người. Chúa thấy chúng ta đang làm việc không bằng sức riêng để gây ấn tượng với mọi người qua thói quen giữ kỷ luật, hoặc bằng ý riêng để lôi kéo người khác bắt chước theo nếp sống đạo của chúng ta. Nhưng chúng ta đến với Chúa từ chỗ yếu đuối để dâng lên Ngài nhu cầu của mình và khao khát được Chúa bày tỏ chính Ngài cách đầy dẫy ở trong đời sống, để làm thỏa mãn tâm hồn của chúng ta và cũng vì sự vinh hiển của danh Ngài nữa.

Làm thế nào để không ngoại tình khi kiêng ăn

Khi Đức Chúa Trời thấy điều này, thì Ngài đáp lời. Chúa hành động. Ngài ban thưởng. "Sự báo đáp" hay "thưởng" mà Chúa

Jêsus hứa sẽ đến từ Cha trên trời trong câu này là gì? Nói một cách tế nhị, thì có lẽ chúng ta cũng thắc mắc không biết phần thưởng Chúa hứa có phải là "sự ngợi khen của loài người" – giống như Chúa phán rằng: Vì ngươi không kiêng ăn cho mọi người biết mà chỉ tìm kiếm ta, nên ta sẽ ban điều ngươi ao ước là sự tán thưởng của loài người. Nếu chúng ta hy vọng điều này sẽ xảy ra, thì chúng ta đang là những kẻ ngoại tình.

Đây là điều Gia-cơ 4:3–4 nói rất rõ. Sứ đồ Gia-cơ hình dung sự cầu nguyện giống như cầu xin Chồng trên trời của mình vậy. Sau đó, ông nói đến khả năng chúng ta cầu xin Chồng trả tiền để chúng ta quan hệ với bọn mại dâm. "Anh em cầu xin mà không nhận lãnh được, vì cầu xin trái lẽ, để dùng trong tư dục mình. Hỡi bọn tà dâm kia, anh em há chẳng biết làm bạn với thế gian tức là thù nghịch với Đức Chúa Trời sao?" Từ "bọn tà dâm" là chìa khóa quan trọng ở trong câu này. Tại sao chúng ta bị gọi là "bọn tà dâm" khi cầu xin sự chu cấp để đáp ứng cho sự khoái lạc của mình? Vì Đức Chúa Trời là Chồng của chúng ta và "thế gian" là bọn mại dâm dẫn dụ tình cảm của chúng ta, mà đáng lẽ tình cảm ấy chỉ dành riêng cho Đức Chúa Trời mới phải. Đây là cách tội lỗi có thể trở nên rất tinh vi. Nó không xuất hiện để chống đối sự cầu nguyện, mà nó ở trong lời cầu nguyện – và sự kiêng ăn nữa. Chúng ta bắt đầu cầu nguyện và kiêng ăn – rất sốt sắng – không phải vì Đức Chúa Trời là chồng yêu dấu của chúng ta, mà chỉ vì những vật tốt ở trong thế gian hầu cho chúng ta có thể ăn nằm với chúng. Không, phần thưởng mà chúng ta tìm kiếm từ Cha trên trời không phải trước hết hoặc phần lớn là những vật tốt của Đức Chúa Trời, mà là chính Đức Chúa Trời mới phải. Vậy thì phần thưởng mà Cha trên trời khuyên chúng ta tìm kiếm ở đâu? Tôi nghĩ một hướng dẫn đáng tin cậy đó là bài cầu nguyện mà Chúa Jêsus đã dạy chúng ta ở trong Ma-thi-ơ 6:9–13. Bắt đầu bằng ba điều khao khát mà chúng ta cần phải hy vọng đến từ nơi Chúa. Đầu tiên là danh Chúa được tôn thánh hoặc được kính sợ; thứ hai là nước Chúa được đến; và thứ ba là ý Chúa được nên ở dưới đất cũng như ở trời. Đó là phần thưởng trước tiên và chính yếu mà Chúa Jêsus dạy chúng ta nên tìm kiếm trong khi cầu nguyện và kiêng ăn. Chúng ta kiêng ăn vì khao khát danh Chúa được truyền ra, được yêu mến và được tôn kính, chúng ta khao khát quyền thế của Đức Vua được lan rộng và còn mãi trong lịch sử, chúng ta khao khát ý Chúa được thực thi ở khắp mọi nơi qua nếp sống và bằng sức lực giống như các thiên sứ trên trời ngày đêm làm không biết mỏi mệt cho đến đời đời và vô cùng.

Muốn vật tốt của thế gian vì Đức Chúa Trời

Chắc chắn là Đức Chúa Trời ban cho chúng ta đồ ăn mỗi ngày – và nhiều điều khác nữa qua sự cầu nguyện và kiêng ăn. Không có sai khi tìm kiếm sự tiếp trợ của Ngài một cách chi tiết trong từng lĩnh vực đời sống. Nhưng ba điều cầu xin này – đó là danh Chúa được tôn thánh, nước Chúa được đến và ý Chúa được nên – là để thử cho biết hết thảy mọi điều khác mà chúng ta mong chờ có phải là biểu hiện của sự đói khát Đức Chúa Trời không, hay là những món quà này đã trở thành đối tượng thay thế vị trí tối thượng và quý báu ở trong đời sống của chúng ta rồi. Uy quyền tối thượng của Đức Chúa Trời ở trong mọi sự là phần thưởng to lớn mà chúng ta mong chờ trong sự kiêng ăn. Uy quyền tối thượng của Ngài chi phối tình cảm và lựa chọn trong cuộc sống của chúng ta. Uy quyền tối thượng của Ngài chi phối sự trong sạch ở trong Hội thánh. Uy quyền tối thượng của Ngài chi phối sự cứu rỗi người hư mất. Uy quyền tối thượng của Ngài chi phối sự công bình và công lý. Uy quyền tối thượng của Ngài chi phối công tác truyền giáo thế giới vì sự vui mừng của muôn dân. Hãy cầu xin Chúa ban phần thưởng là uy quyền tối thượng của Đức Chúa Trời để thử cho biết tất cả khao khát ở trong lòng của chúng ta.

Những ước muốn ấy có phải vì cớ Đức Chúa Trời không? Đây là lý do tối hậu vì sao Chúa Jêsus kêu gọi chúng ta kiêng ăn không được cho ai thấy. Không phải để chúng ta được thỏa mãn vật tốt của thế gian từ Đức Chúa Trời thay vì loài người (rồi lợi dụng Đức Chúa Trời để ăn nằm với những điều thuộc linh đó), nhưng để chúng ta được thỏa mãn ở trong chính Đức Chúa Trời, còn tất cả mọi điều khác đều là thứ yếu ở trước ngôi vinh hiển của Ngài.

Vậy, khi kiêng ăn và cầu nguyện chúng ta nên hỏi là: Chúng ta có muốn chiến thắng những thói quen xấu và tình trạng bị làm tôi mọi, trừ bỏ mọi trở ngại cản trở sự vui sướng đầy dẫy ở trong Đức Chúa Trời, hầu cho mọi người nhìn thấy và tôn vinh hiển Ngài không? Chúng ta có muốn những con trai hoang đàng và những con gái bướng bỉnh trở về nhà vì điều này tôn kính danh Chúa không? Chúng ta có muốn các Hội thánh của mình tăng trưởng vì danh của Đấng Christ không được tôn kính giữa vòng những người chưa tin Chúa không? Chúng ta có muốn Trung Hoa, Bắc Hàn, Ả-rập Xê-út, Iraq, Libya mở cửa đón nhận Phúc Âm để mở rộng quyền tể trị của Chúa Jêsus không? Chúng ta có muốn các lãnh đạo sống liêm khiết ở trong nhà nước vì thế gian cần phải tán dương sự tốt lành và công bình của Đức Chúa Trời không?

Đây là điều Chúa Jêsus kêu gọi chúng ta phải sống, cầu nguyện và kiêng ăn vì cớ Đức Chúa Trời một cách thật quyết liệt. Vậy, vì cớ linh hồn của chúng ta, để đáp ứng với Chúa Jêsus, để uy quyền tối thượng của Đức Chúa Trời chi phối hết thảy mọi sự vì sự vui mừng của muôn dân, hãy chải đầu, rửa mặt và để Cha trên trời là Đấng thấy sự đói khát Đức Chúa Trời của chúng ta khi kiêng ăn trong chỗ kín nhiệm. Cha trên trời là Đấng thấy trong chỗ kín nhiệm có nhiều phần thưởng vì sự vui sướng của chúng ta và sự vinh hiển của Ngài.

An-ne . . . hằng hề ra khỏi đền thờ, cứ đêm ngày hầu việc Đức Chúa Trời, kiêng ăn và cầu nguyện . . . người . . . ngợi khen Đức Chúa Trời, và nói chuyện về con trẻ với mọi người trông đợi sự giải cứu của thành Giê-ru-sa-lem.

Lu-ca 2:36–38

Hiện nay mão triều thiên của sự công bình đã để dành cho ta; Chúa là quan án công bình, sẽ ban mão ấy cho ta trong ngày đó, không những cho ta mà thôi, nhưng cũng cho mọi kẻ yêu mến sự hiện đến của Ngài.

A-men, lạy Đức Chúa Jêsus, xin hãy đến!

2 Ti-mô-thê 4:8; Khải huyền 22:20

Chúng ta có yêu mến sự hiện đến của Chúa không? Vậy, chúng ta sẽ dốc sức rao truyền Phúc Âm khắp thế giới. Tôi thấy buồn bực vì Lời Chúa đã dạy rõ ràng, Đại Mạng Lịnh được Chúa giao phó cho chúng ta, vậy mà chúng ta chẳng có sự nghiêm túc. Vì vương quốc thuộc về Ngài; Chúa làm Vua trên trời, Chúa bày tỏ quyền tể trị của Ngài ở trên đất thông qua Hội thánh của Ngài. Khi chúng ta làm xong công tác truyền giáo, Chúa sẽ tái lâm và thiết lập vương quốc của Ngài trong vinh hiển. Chúng ta không chỉ chờ đợi mà còn phải vội vàng đến ngày của Đức Chúa Trời.

George Ladd

Phúc Âm của Nước Trời[1]

4
KIÊNG ĂN VÌ SỰ TÁI LÂM CỦA ĐỨC VUA

Kiêng ăn là một biểu hiện vật lý cho thấy tấm lòng đói khát sự tái lâm của Chúa Jêsus. Chúng ta đã thấy trong Ma-thi-ơ 9:15 (Chương 1) nói rằng Chúa Jêsus đã mô tả chính Ngài là Chàng Rể của Hội thánh. Chúa đã giải thích rằng các môn đồ không kiêng ăn vì Chàng Rể vẫn còn ở cùng họ. Nhưng sau đó Chúa phán rằng: "Nhưng đến ngày nào chàng rể sẽ bị đem đi khỏi họ, thì họ mới kiêng ăn". Vậy, Chúa Jêsus liên hệ sự kiêng ăn Cơ Đốc với tấm lòng khao khát sự tái lâm của Chàng Rể. Do đó, một trong những ý nghĩa quan trọng của sự kiêng ăn Cơ Đốc là bày tỏ tấm lòng đói khát sự tái lâm của Đức Vua.

Sự kiêng ăn và Lễ tiệc thánh

Sự kiêng ăn là hướng đến tương lai giống như Lễ tiệc thánh kỷ niệm về quá khứ. Chúa Jêsus phán rằng: "Hãy làm sự này để nhớ đến ta" (Lu-ca 22:19). Khi ăn, chúng ta nhớ về quá khứ và nói rằng Chúa Jêsus đã đến. Chúa đã chịu chết thay cho tội lỗi của chúng ta. Chúa đã sống lại từ kẻ chết. Tội lỗi của chúng ta được cất đi. Tội lỗi của chúng ta được tha thứ. Sự đoán phạt và sự trừng phạt của chúng ta đã được chất trên vai của Đấng Christ. Chúng ta không còn mắc nợ nữa. Chúng ta được phục hòa với Đức Chúa Trời. Sự làm tôi mọi cho tội lỗi của chúng ta bị tiêu tan. Kẻ thù của chúng ta phải chịu thua. Nọc độc của sự chết không còn nữa. Số phận xuống địa ngục bị ngăn chặn. Chúng ta được sự sống đời đời. Chúa đã đến! Chúng ta hãy mở tiệc vì những thực tại này và neo chặt linh hồn của chúng ta ở trong ân điển của Đức Chúa Trời là nền tảng về sự chết và sự sống lại của Đấng Christ.

Đó là những gì chúng ta nhắc lại mỗi khi dự Lễ tiệc thánh. Nhưng khi chẳng ăn gì cả – tức là kiêng ăn – chúng ta hướng đến tương lai bằng tấm lòng đau đớn nói rằng: "Phải, Chúa đã đến. Đúng vậy, những điều Chúa đã làm cho chúng ta thật vinh hiển thay. Nhưng chính xác hơn là vì những điều chúng ta đã thấy và những gì chúng ta đã nếm biết, nên chúng ta mới thực sự cảm biết được sự vắng mặt cũng như sự hiện diện của Ngài. Chàng Rể đã đi rồi. Ngài không ở đây nữa. Chúa đã từng ở đây và yêu thương chúng ta vô cùng. Chúng ta có thể vui mừng vì Ngài đã đến. Nhưng chúng ta cũng biết rằng: Chúa không còn hiện diện giống như xưa nữa". Sứ đồ Phao-lô đã nói rằng: "Khi chúng ta đang ở trong thân thể nầy thì cách xa Chúa" (2 Cô-rinh-tô 5:6). Sự vắng mặt của Ngài thật là đau buồn. Tội lỗi và sự đau khổ ở trong thế gian thật là đau đớn. Dân sự của Đấng Christ thật yếu đuối và bị khinh dễ – giống như chiên giữa bầy muôn sói (Ma-thi-ơ 10:16). Chúng ta mong chờ sự tái lâm của Ngài, sự cai trị của Ngài, sự xưng công bình của Ngài, bày tỏ chân lý và sự vinh hiển của Ngài.

Tôi không có ý nói Chúa lập sự kiêng ăn với hình thức và mục đích giống như Ngài lập Lễ tiệc thánh. Chúa chưa bao giờ nói về sự kiêng ăn rằng: "Hãy làm sự này để nhớ đến ta". Tuy nhiên, Chúa đã phán rằng: "Nhưng đến ngày nào chàng rể sẽ bị đem đi khỏi họ, thì họ mới kiêng ăn". Đây không phải là một mạng lịnh hay là một quy định. Nhưng là lời tiên báo. Một lời phát biểu về những điều có vẻ bình thường đối với người nào yêu mến Chàng Rể và nhớ Ngài.

Kêu cầu Chúa ngày và đêm

Sự kiêng ăn đặt ra câu hỏi: chúng ta có nhớ Ngài không? Chúng ta có đói khát sự tái lâm của Ngài không? Thiếu vắng sự kiêng ăn đều đặn trên toàn cầu vì sự tái lâm của Chúa là bằng chứng cho thấy chúng ta đang thỏa mãn với cuộc sống ở trong thế gian và sự không có mặt của Chúa. Đây không phải là điều bình thường. Trong Lu-ca 18:7-8, Chúa Jêsus phán rằng:

Vậy, có lẽ nào Đức Chúa Trời chẳng xét lẽ công bình cho những người đã được chọn, là kẻ đêm ngày kêu xin Ngài, mà lại chậm chạp đến cứu họ sao! Ta nói cùng các ngươi, Ngài sẽ vội vàng xét lẽ công bình cho họ. Song khi Con người đến, há sẽ thấy đức tin trên mặt đất chăng?

Trọng tâm của hai câu Kinh Thánh này là Con người đang trở lại. Khi Chúa tái lâm, Ngài sẽ xét lẽ công bình cho những kẻ được chọn. Họ sẽ không còn bị coi là "rác rến của thế gian, cặn bã của loài người" (1 Cô-rinh-tô 4:13), nhưng sẽ "chói rạng như mặt trời trong nước của Cha mình" (Ma-thi-ơ 13:43). Trong khi đức tin của nhiều người sẽ chết đi và tình yêu thương của nhiều người nguội lạnh (Ma-thi-ơ 24:12), thì khi Con người tái lâm sẽ tìm những kẻ có đức tin và tình yêu thương bền đỗ đến cuối cùng (Mác 13:13).

Nhưng hãy chú ý đến tình trạng của những kẻ được chọn khi Chúa tái lâm. Chúa Jêsus phán rằng họ "là kẻ đêm ngày kêu xin Ngài". Đây là điều còn thiếu trong Hội thánh Cơ Đốc thoải mái của thế giới hiện đại ngày nay. Cơ Đốc nhân ở Tây phương đêm ngày kêu xin Chúa trở lại và xét lẽ công bình cho những kẻ được chọn ở đâu? Sự mong chờ và sự đau đớn vì Nước Trời ở đâu? Chẳng có gì phải ngạc nhiên khi câu hỏi về việc kiêng ăn vì sự tái lâm của Chàng Rể là rất khó trả lời. Nếu không có sự kêu xin, thì tại sao chúng ta còn nghĩ đến việc kêu xin bằng sự kiêng ăn làm gì?

Lạy Chúa Jêsus, xin hãy đến!

Kêu xin là gì? Lời kêu xin của Hội thánh đầu tiên là gì? Lời kêu xin của Hội thánh đầu tiên là "Lạy Chúa Jêsus, xin hãy đến!" Mấy từ cuối cùng đầu tiên trong Kinh Thánh là lời Chúa phán rằng: "Phải ta đến mau chóng" và sau đó là Hội thánh đáp rằng: "A-men, lạy Đức Chúa Jêsus, xin hãy đến!" (Khải huyền 22:20). Đây là lời kêu xin mà toàn bộ Kinh Thánh muốn để lại ở trong tấm lòng của những kẻ được chọn.

Một trong mấy lời bằng tiếng Aram mà Hội thánh nói tiếng Hy Lạp vào thế kỷ đầu tiên đã gìn giữ từ ngôn ngữ quý báu của Chúa Jêsus và các môn đồ đầu tiên của Ngài là từ Maranatha. Trong 1 Cô-rinh-tô 16:22, sứ đồ Phao-lô kết thúc thư tín của ông bằng cách nói rằng: "Bằng có ai không kính mến Chúa, thì phải bị a-na-them! Ma-ra-na-tha". Từ này có nghĩa là: "Lạy Chúa, xin hãy đến!" Không gì phải nghi ngờ khi từ này được gìn giữ trong tiếng Aram ngày xưa vì cùng một lý do mà từ "A-men" đã được giữ lại, trong tiếng Hy-bá-lai cũng được giữ nguyên, trong hầu hết mọi ngôn ngữ trên thế giới: đây là hình thức được sử dụng rất nhiều. "Maranatha" là tiếng kêu xin từ tấm lòng của Hội thánh đầu tiên. "Lạy Chúa, xin hãy đến!"

Chúa Jêsus đã dạy các môn đồ của Ngài cầu nguyện rằng: "Xin nước Cha được đến" (Ma-thi-ơ 6:10). Chúa đã dạy họ rằng nước Trời sẽ đến cách đầy dẫy "trong sự vinh hiển của Cha mình mà giáng xuống cùng các thiên sứ" (Ma-thi-ơ 16:27). Do đó, lời cầu nguyện "xin nước Cha được đến" giống với lời kêu xin

"Maranatha!" "Lạy Chúa, xin hãy đến!" Chúng ta có thể thấy, lời kêu xin này là trọng tâm đối với Hội thánh đầu tiên. Đây không phải là mối bận tâm thứ yếu. Chúng là trung tâm của thân thể Đấng Christ. Chàng Rể phải đi xa trước ngày cưới, còn Nàng dâu không thể cư xử giống như mọi thứ vẫn bình thường. Nếu nàng yêu chàng, thì nàng sẽ đau khổ chờ đợi chàng trở về.

Chúng ta có yêu mến sự hiện đến của Ngài không?

Thật ra, sứ đồ Phao-lô nói đến việc yêu thích sự hiện đến của Chúa và dùng điều này làm phép thử cho đức tin thật. Ông nói vào lúc cuối đời rằng: "Hiện nay mão triều thiên của sự công bình đã để dành cho ta; Chúa là quan án công bình, sẽ ban mão ấy cho ta trong ngày đó, không những cho ta mà thôi, nhưng cũng cho mọi kẻ yêu mến sự hiện đến của Ngài" (2 Ti-mô-thê 4:8). Mão triều thiên của sự công bình không phải là phần thưởng chỉ dành cho kẻ nào phân chia người công bình và không công bình. Đó là mão triều thiên dành cho hết thảy dân sự của Đức Chúa Trời. Đó là "mão triều thiên của sự sống mà Đức Chúa Trời đã hứa cho kẻ kính mến Ngài" (Gia-cơ 1:12) và những kẻ trung tín cho đến chết (Khải huyền 2:10). Vì vậy, yêu mến sự hiện đến của Chúa không phải là một hành động tuỳ thích của Cơ Đốc nhân để tìm kiếm thêm phần thưởng nào đó đâu. Đó là việc làm của đức tin thật: người đó yêu mến Đấng Christ và mong đợi sự tái lâm của Chàng Rể. Đức tin cứu rỗi nói rằng: "Xin nước Cha được đến! Xin hãy trở lại, hỡi Chàng Rể yêu dấu. Xin hãy đến, hỡi Vua. Xin hãy đến, xưng công bình dân sự của Ngài. Xin hãy đến, cưới nàng dâu của Ngài".

An-ne dạy chúng ta điều gì về sự trông đợi

Khi thấy trước Nàng dâu sẽ kiêng ăn vì sự tái lâm của Chàng Rể (Ma-thi-ơ 15:9), Chúa Jêsus không hề tưởng tượng ra điều gì mới lạ cả. Tiền lệ về sự kiêng ăn vì Nước Đức Chúa Trời đã được phổ biến giữa vòng các thánh đồ trong thời của Ngài. Lu-ca cho chúng ta thấy một chút trong Lu-ca 2:36–38.

> *Lại có bà tiên tri An-ne, con gái của Pha-nu-ên, về chi phái A-se, đã cao tuổi lắm. Từ lúc còn đồng trinh đã ở với chồng được bảy năm; rồi thì ở góa. Bấy giờ đã tám mươi bốn tuổi, chẳng hề ra khỏi đền thờ, cứ đêm ngày hầu việc Đức Chúa Trời, kiêng ăn và cầu nguyện. Một lúc ấy, người cũng thình lình đến đó, ngợi khen Đức Chúa Trời, và nói chuyện về con trẻ với mọi người trông đợi sự giải cứu của thành Giê-ru-sa-lem.*

Mary và Joseph vừa ẵm con trẻ Jêsus vào đền thờ. Lu-ca cho chúng ta biết về hai người đã lớn tuổi – Si-mê-ôn và An-ne – là những người đã nhận ra Ngài. Những ấn tượng về hai người này đó là họ đang khao khát và mong chờ sự hiện đến của Đấng Mê-si. Trong câu 25, Lu-ca nói rằng Si-mê-ôn đang "trông đợi sự yên ủi dân Y-sơ-ra-ên, và Đức Thánh Linh ngự trên người".

Trong câu 37, ông cho chúng ta biết rằng An-ne chưa hề rời khỏi đền thờ và đang hầu việc Chúa bằng sự "kiêng ăn và cầu nguyện". Nói cách khác, bà cũng giống như Si-mê-ôn – bà đang mong chờ Đấng Mê-si sẽ đến; bà cứ đêm ngày kiêng ăn và cầu nguyện vì ba tìm kiếm sự giải cứu thành Giê-ru-sa-lem.

Trong câu 38, bà đi ra đúng lúc thấy con trẻ là Đấng Mê-si, thế là bà dâng lời cảm tạ Đức Chúa Trời và nói chuyện về con trẻ cho hết thảy mọi người "trông đợi sự giải cứu thành Giê-ru-sa-lem". Nói cách khác, Đức Chúa Trời đã bày tỏ một chút về sự vinh hiển của Đức Vua cho người nào khao khát, mong chờ và tìm kiếm "sự giải cứu thành Giê-ru-sa-lem". Đối với An-ne, sự khao khát ấy có nghĩa là biệt riêng trọn đời để kiêng ăn và cầu nguyện, từ thập kỷ này đến thập kỷ khác – có lẽ đã sáu mươi năm kể từ khi chồng của bà qua đời – mà hầu việc trong đền thờ. Tôi nghĩ Lu-ca cho chúng ta biết về Si-mê-ôn và An-ne để minh họa cách những người sống thánh khiết và trung tín cảm biết về lời hứa sẽ hiện ra của Đấng Christ, và cách Đức Chúa Trời đáp lại sự mong chờ của họ. Họ nhìn thấy nhiều hơn những người khác có thể nhìn thấy. Có lẽ họ không hiểu hết những chi tiết về cách Đấng Mê-si đang hiện ra – Si-mê-ôn và An-ne chắc chắn không hiểu hết đâu – nhưng Đức Chúa Trời đã thương xót bày tỏ với họ một chút về điều mà họ đã rất khao khát trước khi họ qua đời.

Chúng ta có nên trông đợi Chúa ít hơn?

Còn chúng ta đang chờ đợi sự tái lâm của Đức Vua. Chúa đã đến và đã đi rồi. Chúa đã bày tỏ sự vinh hiển của Ngài. Chúa đã đổ huyết ra vì tội lỗi của chúng ta. Chúa đã sống lại từ kẻ chết. Chúa đã thăng thiên để ngồi bên hữu của Cha trên trời cho đến khi Đức Chúa Trời đặt hết mọi kẻ thù ở dưới chân Ngài. Chúa đã sai Thánh Linh của Ngài để tái sanh chúng ta, làm cho chúng ta được nên thánh và ngự vào lòng của chúng ta. Chúa đã trao phó mạng lịnh cho Hội thánh của Ngài là môn đồ hóa muôn dân. Chúa đã hứa trong Giăng 14:3 rằng: "ta sẽ trở lại".

Hoàn cảnh của chúng ta so với của An-ne như thế nào? Sự trông cậy của bà cũng giống như của chúng ta đều dựa vào lời hứa của Đức Chúa Trời. Nhưng chúng ta thấy được nhiều hơn bà đã thấy. Chúng ta biết được về Đấng Mê-si nhiều hơn bà. Bà chưa từng thấy những năm tháng đầy thương xót và năng quyền như của chúng ta. Bà chưa từng nghe những lời lẽ uy quyền, khôn ngoan và yêu thương giống như của chúng ta. Bà chưa từng thấy người mù được sáng mắt, kẻ què được đi, người phung được sạch, người điếc được nghe, người chết được sống lại và người nghèo được nghe Tin Lành theo cách của Chúa Jêsus đã làm. Bà chưa từng thấy Chúa biệt riêng mình ra tại vườn Ghết-sê-ma-nê, hoặc là bị đóng đinh vì chúng ta ở trên đồi Gô-gô-tha. Bà chưa từng nghe mấy lời đầy thương xót rằng: "Hôm nay ngươi sẽ được ở với ta trong nơi Ba-ra-đi" hoặc là mấy lời đắc thắng rằng: "Mọi việc đã được trọn". Bà chưa từng thấy Ngài sống lại từ kẻ chết, đắc thắng tội lỗi, sự chết và địa ngục. Nhưng với điều bà đã biết về Ngài trong Cựu Ước, bà đã khao khát được gặp Ngài đến nỗi cứ đêm ngày kiêng ăn và cầu nguyện chờ đợi "sự giải cứu dân Y-sơ-ra-ên". Nhưng chúng ta đã thấy hết những điều này. Chúng ta biết Chúa Cứu Thế nhiều hơn gấp trăm lần bà An-ne. Ngày hôm nay, Đấng mà chúng ta đã biết quá rõ đã đi rồi. Chúng ta bước đi bằng đức tin chứ không bởi mắt thấy. Chàng Rể mà chúng ta yêu thương đã được cất lên trời. Tiệc cưới bị dang dở. Giống như tiệc cưới đã bắt đầu và chúng ta đang đi giữa các dãy ghế trong nhà thờ, rồi không thấy Ngài xuất hiện ở đâu cả.

Chúng ta có nên mong chờ Ngài ít hơn bà An-ne đã làm không? Còn sự thật mà chúng ta đã thấy Ngài sống và yêu thương người khác trong ba năm, thậm chí là nhận được Đức Thánh Linh đi chăng nữa – thì những điều đó có làm cho chúng ta mong chờ ít hơn hay nhiều hơn bà An-ne không? Ôi, chúng ta sẽ bị kết án là kẻ mù hay kẻ dại nếu trả lời là: ít hơn.

Kiêng ăn là được tự do khỏi lạc thú của linh hồn

Một trong những tác động lớn của sự kiêng ăn đó là giúp phơi bày tấm lòng. Tôi muốn nói sự kiêng ăn chủ yếu là phơi bày sự đói khát Đức Chúa Trời của linh hồn.

Kiêng ăn không phải là công cụ sáng chế để khiến chúng ta

yêu mến Đức Chúa Trời. Chúng ta yêu mến Chúa và khao khát Ngài. Vì thế mà sự kiêng ăn là một cách để thể chất nói lên sự tha thiết ở trong lòng rằng: Tôi đói khát Ngài, Chúa ơi. Sự kiêng ăn phơi bày, thay vì tạo ra, sự đói khát Đức Chúa Trời.

Tuy nhiên, cũng đúng khi bản chất cốt lõi của sự kiêng ăn là giúp chúng ta đói khát Đức Chúa Trời. Lý do là vì sự đói khát Đức Chúa Trời là ở trong tâm linh, chứ không phải thể chất. Tâm linh của chúng ta thiếu sự khao khát khi thể chất của chúng ta đang bị làm tôi mọi. Điều này cho thấy sự kiêng ăn là một cách để giúp chúng ta tỉnh thức trước sự khao khát tiềm tàng ở trong tâm linh bằng cách xua đẩy các nhu cầu đang chi phối thể chất khỏi vị trí trung tâm của đời sống. John Wesley đã nói về điều này giống như các tác giả mà tôi đã đọc. Ông gọi "lạc thú" của tâm linh là trở ngại lớn để chúng ta khao khát sự tái lâm của Đấng Christ. Do đó, sự kiêng ăn giúp cho sự đói khát Đức Chúa Trời được bày tỏ ra.

Sự no nê đồ ăn không chỉ [gia tăng] sự thiếu thận trọng và coi thường tâm linh, mà còn thêm lên những khao khát rồ dại và bất khiết, những thứ tình cảm đồi bại và dơ dáy. Thậm chí một thú vui nhã nhặn bình thường tiếp tục làm khuấy động tâm linh, nhận chìm nó xuống mức hư mất cùng với những điều hung hăn. Không gì có thể diễn tả được tác động đa dạng và tinh vi của đồ ăn đối với tâm trí cũng như thể chất; khiến cơ thể bị đánh thức trước mọi khoái lạc của ý thức, hễ khi có cơ hội. Do đó, người khôn ngoan sẽ kìm chế tâm linh của mình, giữ nó nằm yên; sẽ giúp tâm linh ngày càng trừ bỏ thói quen chiều theo những khao khát hèn hạ, là thứ tự nhiên cầm buộc nó ở dưới đất, làm ô uế cũng như gây bại hoại cho tâm linh. Thêm một lý do nữa cho sự kiêng ăn; để trừ bỏ đồ ăn của dục vọng và lạc thú, để thoát khỏi những động cơ dại dột và những khao khát có hại, của thứ tình cảm đê hèn và hư không.[1]

Tôi không có ý nói phần thưởng tốt lành của Đức Chúa Trời không quan trọng, cứ như ăn uống là tội lỗi hoặc thậm chí là một trở ngại cho sự nhạy bén tâm linh. Mà đồng ý với Wesley I có nghĩa là nói rằng hầu hết chúng ta đều rơi vào nguy cơ "bị kích thích" quá nhiều bởi mọi thứ ham muốn và hiếm khi dừng lại để từ bỏ mình, để khám phá thử xem tâm linh của chúng ta có sự khao khát nào làm thỏa mãn mình nhiều hơn đồ ăn và được định sẵn để tôn kính Đức Chúa Trời không. Đó là khao khát sự tái lâm của Vua Jêsus.

Chủ đến để phục vụ!

Hãy xét đến cách Tân Ước mô tả tấm lòng của người tin Chúa khi họ sống chờ đợi sự tái lâm của Đấng Christ. Họ đã nhớ lại lời của Chúa Jêsus từ một trong những ẩn dụ đầy kinh ngạc nhất: "Hãy làm như người chờ đợi chủ mình ở tiệc cưới về, để lúc chủ đến gõ cửa thì liền mở" (Lu-ca 12:36). Tôi nói đây là một ẩn dụ đầy kinh ngạc vì câu chuyện nói về sự tái lâm của Đấng Christ, Ngài được ví là "chủ", Ngài "sẽ thắt lưng mình, cho đầy tớ ngồi bàn mình, và đến hầu việc họ" (Lu-ca 12:37). Đây là điều đầy kinh ngạc. Chúng ta chờ đợi Đấng sẽ đến trên đám mây cùng với các thiên sứ thánh, sự vinh hiển của Cha và làm kinh hãi muôn dân – đây là Đấng sẽ tán dương sự vĩ đại của Ngài bằng lòng thương xót và sự phục vụ như một đầy tớ, chính Ngài trở nên tôi tớ để chúng ta được vui sướng đến đời đời. Thậm chí sau khi tái lâm, Ngài "cũng chẳng dùng tay người ta hầu việc Ngài dường như có cần đến sự gì, vì Ngài là Đấng ban sự sống, hơi sống, muôn vật cho mọi loài" (Công-vụ 17:25).

Vậy, Cơ Đốc nhân đầu tiên đã nhớ lại lời của Chúa Jêsus rằng: "Hãy làm như người chờ đợi chủ mình" – mà Chủ cũng là Đầy tớ nữa! Đây là hình ảnh khác biệt với Chàng Rể, nhưng không kém phần vui sướng ở trong đó. Vậy, họ tin rằng sự tái lâm của Chúa Jêsus, cho dù phải trải qua gian khổ thế nào, sẽ là trải nhiệm vui sướng hơn hết. "hãy vui mừng bấy nhiêu, hầu cho đến ngày vinh hiển của Ngài hiện ra, thì anh em cũng được vui mừng nhảy nhót" (1 Phi-e-rơ 4:13).

Lòng tha thiết của kẻ tha hương

Sự trông cậy này đã chi phối đời sống của Cơ Đốc nhân đầu tiên đến nỗi còn sống trên đời là còn tha hương. Điều này không có nghĩa là họ không quan tâm đến người lân cận. Ngược lại, điều này giúp họ không còn bị nô lệ vào vật chất nữa, khiến họ được tự do yêu thương người lân cận của mình. Sự tự do này đến từ việc trông cậy vào một thế giới khác. Tình yêu hy sinh của người tin Chúa dành cho người lân cận là bằng chứng cho thấy sự trông cậy của họ không đến từ thế gian (Cô-lô-se 1:4–5; Hê-bơ-rơ 10:32–34). Họ tuyên xưng rằng: "chúng ta không có thành còn luôn mãi" (Hê-bơ-rơ 13:14). Chúng ta là "người ở trọ, kẻ đi đường" (1 Phi-e-rơ 2:11). Điều này cho thấy sự khao khát rất lớn, đầy vui mừng và chan chứa tình yêu thương là sự tái lâm của Đức Vua: "Chúng ta là công dân trên trời; ấy là từ nơi đó mà chúng ta trông đợi Cứu Chúa mình là Đức Chúa Jêsus Christ" (Phi-líp 3:20).

"Sự trông đợi" tràn ngập khắp Tân Ước và định nghĩa cho việc được thuộc về Đấng Christ là gì? "Đấng Christ đã dâng mình chỉ một lần đặng cất tội lỗi của nhiều người; Ngài lại sẽ hiện ra lần thứ hai, không phải để cất tội đi nữa, nhưng để ban sự cứu rỗi cho kẻ chờ đợi Ngài" (Hê-bơ-rơ 9:28). "Ân ấy dạy chúng ta chừa bỏ sự không tin kính và tình dục thế gian, . . . chờ đợi sự trông cậy hạnh phước của chúng ta, và sự hiện ra của sự vinh hiển Đức Chúa Trời lớn và Cứu Chúa chúng ta, là Đức Chúa Jêsus Christ" (Tít 2:12–13). "Hãy giữ mình trong sự yêu mến Đức Chúa Trời, và trông đợi sự thương xót của Đức Chúa Jêsus Christ chúng ta cho được sự sống đời đời" (Giu-đe 21).

"Sự trông đợi" Chàng Rể sẽ tái lâm của Hội thánh đầu tiên giải thích vì sao họ lại cầu nguyện như vậy. Chúng ta không thể trông đợi điều gì mãnh liệt hơn Nàng dâu khao khát Đấng Christ mà không kêu xin Đức Chúa Trời. Vậy, nàng cầu xin rằng: "Xin nước Cha được đến!" "Ma-ra-na-tha!" "Lạy Chúa, xin hãy đến!" Chắc chắn là sự đói khát Đấng Christ như thế phải được khôi phục trở lại ở trong Hội thánh nào đang sống thoải mái trong sự thịnh vượng ở Tây phương. Thiếu vắng sự kiêng ăn cho thấy chúng ta đang rất thoải mái với mọi việc đang diễn ra. Không ai kiêng ăn để phô bày sự thỏa lòng của họ. Người ta chỉ kiêng ăn khi có sự không thỏa mãn nào đó. "Trong khi chàng rể còn ở với bạn hữu đến mừng cưới, thì những bạn hữu đó có thể nào buồn rầu được ư? Nhưng đến ngày nào chàng rể sẽ bị đem đi khỏi họ, thì họ mới kiêng ăn" (Ma-thi-ơ 9:15). Thiếu vắng sự kiêng ăn là thước đo sự thỏa lòng của chúng ta đối với việc thiếu vắng Đấng Christ.

Kiêng ăn vì Đức Vua không phải là sống ôn hòa

Nhưng thật sai lầm vô cùng khi nghĩ rằng đánh thức sự khao khát Chàng Rể sẽ sinh ra làn sóng biệt lập bản thân để kiêng ăn và cầu nguyện một cách thụ động. Đó không phải là mục tiêu của việc đánh thức sự khao khát Chàng Rể. Mà ngược lại sẽ tạo ra một cam kết mới quyết liệt hơn để hoàn thành công tác truyền giáo thế giới, cho dù giá phải trả như thế nào. Kiêng ăn không phải là hy vọng sẽ được sống ôn hòa trong chỗ biệt lập, mà là vũ khí đáng sợ của giáo sĩ trong cuộc chiến đức tin.

Lý do để tôi nói ra điều này rất là đơn giản. Nếu chúng ta thực sự trông đợi Đấng Christ tái lâm và nước Cha được đến, thì chúng ta sẽ dốc sức hoàn thành điều tiên quyết nhất trước khi Chúa tái lâm, đó là Ma-thi-ơ 24:14 chép rằng: "Tin Lành nầy về nước Đức Chúa Trời sẽ được giảng ra khắp đất, để làm chứng cho muôn dân. Bấy giờ sự cuối cùng sẽ đến". Sự cuối cùng sẽ không xảy ra cho đến khi muôn dân (= mọi dân tộc)[2] tiếp nhận lời làm chứng về Phúc Âm của Đấng Christ. "Chúng ta phải khiêm tốn thừa nhận rằng chỉ có Đức Chúa Trời mới biết khi nào công tác này sẽ được hoàn thành".[3] Công tác này sẽ được hoàn thành hay không tùy vào Đấng phán rằng: "Trời đất sẽ qua, nhưng lời ta nói chẳng bao giờ qua đi" (Ma-thi-ơ 24:35).

Chúa sẽ không đến trước khi công việc được hoàn thành

George Ladd là một trong những giáo sư trong chủng viện thần học, thật ngạc nhiên là có vài điều đã khiến ông bị tác động nhiều hơn sự thất bại của Hội thánh trong việc nhìn thấy mối liên hệ giữa công tác truyền giáo thế giới và sự tái lâm của Chúa.

Chỉ có Đức Chúa Trời, là Đấng đã phán cùng chúng ta rằng Phúc Âm này về nước Đức Chúa Trời sẽ được giảng ra khắp đất để làm chứng cho muôn dân, mới biết rõ khi nào mục tiêu này sẽ được hoàn thành. Nhưng tôi không cần biết. Tôi chỉ biết một điều: Đấng Christ vẫn chưa tái lâm; vì thế, sứ mạng vẫn chưa hoàn thành. Khi đã hoàn thành sứ mạng, thì Đấng Christ sẽ tái lâm. Trách nhiệm của chúng ta không chỉ là định nghĩa sứ mạng của mình; trách nhiệm của chúng ta là hoàn thành sứ mạng. Hễ chừng nào Đấng Christ chưa tái lâm, thì chúng ta vẫn chưa làm xong công việc. Hãy bận rộn mà hoàn thành sứ mạng của mình. Chúng ta có yêu mến sự hiện đến của Chúa không? Vậy, chúng ta sẽ dốc sức rao truyền Phúc Âm khắp thế giới. Chúng ta có yêu mến sự hiện đến của Chúa không? Tôi thấy buồn bực vì Lời Chúa đã dạy rõ ràng, Đại Mạng Lịnh được Chúa giao phó cho chúng ta (Ma-thi-ơ 28:18-20), vậy mà chúng ta chẳng có sự nghiêm túc. Vì vương quốc thuộc về Ngài; Chúa làm Vua trên trời và Chúa bày tỏ quyền tể trị của Ngài ở trên đất thông qua Hội thánh của Ngài. Khi chúng ta làm xong công tác truyền giáo, Chúa sẽ tái lâm và thiết lập vương quốc của Ngài trong vinh hiển. Chúng ta không chỉ chờ đợi mà còn phải vội vàng đến ngày của Đức Chúa Trời nữa (2 Phi-e-rơ 3:12).[4]

Nói cách khác, có một sự tương quan giữa việc yêu mến sự hiện đến của Chúa và dốc sức cho công tác truyền giáo thế giới. Điều này làm sâu sắc thêm mối tương quan giữa sự kiêng ăn và sự tái lâm của Đấng Christ. Chúng ta sẽ thấy chương năm nói về sự kiêng ăn đã xoay chuyển lịch sử thế giới như thế nào khi phóng thích phong trào sai phái giáo sĩ rất lớn lần đầu tiên ở trong Công-vụ 13:1–4. Đây cũng là điều Chúa Jêsus phán các môn đồ của Ngài sẽ kiêng ăn trông đợi Chàng Rể. Vì Chàng Rể sẽ không trở lại cho đến khi Phúc Âm được rao giảng cho muôn dân, còn các dân tộc được chinh phục nhờ có những đột phá thuộc linh đến từ sự kiêng ăn và cầu nguyện.

Sự cầu nguyện và giảng luận, được củng cố bởi sự kiêng ăn

Vậy, có ít nhất hai cách để Hội thánh – Nàng dâu – bày tỏ sự trông đợi Chàng Rể của mình: trước tiên là cầu nguyện ("Xin nước Cha được đến . . . Ma-ra-na-tha . . . Lạy Chúa Jêsus, xin hãy đến!") và thứ hai là công tác truyền giáo thế giới ("Phúc Âm nầy sẽ được giảng ra cho muôn dân . . . thì sự cuối cùng [Chúa!] sẽ đến"). Vì Chúa Jêsus đã phán rằng: "Nhưng đến ngày nào chàng rể sẽ bị đem đi khỏi họ, thì [họ] mới kiêng ăn", nên chẳng có gì phải ngạc nhiên khi sự kiêng ăn được thêu dệt cách chắc chắn cùng với hai điều này ở trong Tân Ước: cầu nguyện (Lu-ca 2:37; Ma-thi-ơ 6:6–18) và công tác truyền giáo thế giới (Công-vụ 13:1–4). Kiêng ăn là dấu chấm than nằm ở cuối câu "Ma-ra-na-tha, Lạy Chúa, xin hãy đến!" Đó là sự tình nguyện, hạ mình tiếp nhận giá phải trả để hoàn thành Đại Mạng Lịnh: đau đớn. Nhờ đó mà chúng ta ra đi – hoặc dự phần với người nào sẽ ra đi – mà nói rằng: "Xin hãy khiến tôi trở thành công cụ của Chúa để chinh phục muôn dân và cho sự tái lâm của Ngài!"

Chúng ta hãy khao khát Chúa và tìm kiếm Ngài tha thiết hơn cả An-ne và Si-mê-ôn. Chúng ta sẽ có tinh thần kém hơn các thánh đồ đã từng sống trước thời đại Cơ Đốc giáo hay sao? Chúng ta đã ngắm xem sự vinh hiển của Ngài. Thật như vinh hiển của Con một đến từ nơi Cha. Chúng ta có đói khát về sự tái lâm của Ngài không? Chúng ta bằng lòng sống thoải mái trong thế gian đến nỗi kiêng ăn vì sự cuối cùng của lịch sử đã trở thành sự rồ dại rồi sao?

Hãy làm điều này vì Đức Vua!

Còn những người lớn tuổi thì sao? Chúng ta có thể nếm biết sự hiện diện đầy vinh hiển của Đức Vua tốt hơn vì ở gần hơn chăng? Chúng ta có làm cho mùi vị ấy trở thành sự kiêng ăn vì sự tái lâm của Đấng Christ chưa? Còn những người trẻ tuổi thì sao? Chúng ta có yêu mến Chúa Jêsus đến nỗi sự tái lâm của Ngài đã trở thành điều vĩ đại nhất ở trong đời sống của mình chưa? Hay Chúa vẫn là một chủ đề tôn giáo được đề cập vào cuối tuần để xử lý lương tâm xấu xa của chúng ta, chứ chúng ta không muốn Ngài can thiệp vào đời sống của mình phải không? Thế còn những người đang ở độ tuổi trung niên thì sao? Chúng ta cảm thấy thế nào khi nghe nói rằng: kiêng ăn vì sự tái lâm của Đức Vua sẽ phơi bày mức độ trông đợi Chàng Rể trở lại của chúng ta? Chúng ta có đang mong chờ được nghỉ hưu nhiều hơn cả sự tái lâm của Đấng Christ chăng? Lòng khao khát của An-ne muốn gặp Đấng Mê-si có thu hút chúng ta không? Chúng ta có muốn gặp Chúa Jêsus hơn cả ước muốn hoàn thành sự nghiệp và kế hoạch gia đình không? Hoặc là hơn cả bữa ăn tiếp theo?

Không phải chúng ta nên kiêng ăn vì sự tái lâm của Đức Vua sao? Đây không phải là bài tập tĩnh nguyện mới mẻ nào cả đâu. Đây là cách chúng ta nói ra sự đói khát của mình: Lạy Chúa, chúng con rất muốn ý định của Ngài được thành tựu và nước Ngài được đến. Lạy Chúa, chúng con rất muốn Ngài trở lại!

Trong Hội thánh tại thành An-ti-ốt có mấy người tiên tri và mấy thầy giáo sư, tức là: Ba-na-ba, Si-mê-ôn gọi là Ni-giê, Lu-si-út người Sy-ren, Ma-na-hem là người đồng dưỡng với vua chư hầu Hê-rốt, cùng Sau-lơ. Đương khi môn đồ thờ phượng Chúa và kiêng ăn, thì Đức Thánh Linh phán rằng: Hãy để riêng Ba-na-ba và Sau-lơ đặng làm công việc ta đã gọi làm. Đã kiêng ăn và cầu nguyện xong, môn đồ bèn đặt tay trên hai người, rồi để cho đi.

Công-vụ 13:1–3

Dấu hiệu của thời gian đòi hỏi phải được đầy dẫy Đức Thánh Linh trong sự hầu việc Chúa, còn chúng ta phải hy sinh hết mình cho đến khi đạt được điều đó. Để [làm] được điều này, tôi nghĩ là người hầu việc Chúa, đặc biệt hơn mọi người, phải giữ mình trong sự cầu nguyện và kiêng ăn một cách riêng tư, cũng phải cầu nguyện và kiêng ăn với nhau nữa. Đối với tôi, vì cớ hoàn cảnh hiện tại của ngày nay, những người hầu việc Chúa ở gần nhau nên thường xuyên gặp gỡ và dành ra nhiều ngày để kiêng ăn và cầu nguyện khẩn thiết, sốt sắng tìm kiếm sự tiếp trợ siêu nhiên đầy ân điển từ trời, đó mới là điều chúng ta cần ngày hôm nay.

Jonathan Edwards
Suy tư về sự phục hưng[1]

5
KIÊNG ĂN VÀ LỊCH SỬ

Thật nguy hiểm khi nhìn vào một cá nhân hoặc mục vụ hoặc Hội thánh để làm gương về sự kiêng ăn. Khi chúng ta bắt đầu có xu hướng này, thì sự thất vọng sẽ xảy ra. Sự ngưỡng mộ ngây thơ thường đi kèm với sự vỡ mộng. Không gì trên đời này mà không có tội lỗi, còn tất cả thắng lợi của chúng ta đều pha trộn với sự bất toàn. Chúng ta biết bình tĩnh tự trọng để nhận ra có những thiếu sót không nhìn thấy được trong từng thánh đồ, còn chiến thắng của hôm nay không đảm bảo cho sự thánh khiết của ngày mai. Chúng ta không thể đọc được tấm lòng đằng sau chiến thắng của ngày hôm nay. Kể cả tấm lòng của người khác và của chính mình (1 Cô-rinh-tô 4:4). Còn gì nữa, những câu chuyện lôi cuốn mà chúng ta nghe về sự kiêng ăn thường bị lọc qua rất nhiều tâm trí và môi miệng dễ mắc sai lầm như chúng ta.

Hãy vui mừng về Lời của Đức Chúa Trời

Tôi nói ra hết những điều này để chúng ta tiếp tục lấy làm vui về Lời của Đức Chúa Trời đã được viết ra trong lịch sử, chứ đừng tìm kiếm niềm vui từ những báo cáo về công tác của Đức Chúa Trời ngày hôm nay. Chỉ có Đức Chúa Trời mới không bao giờ thay đổi, còn ơn phước Chúa đổ ra và tuôn tràn một cách mầu nhiệm đến nỗi tâm trí nhỏ bé của chúng ta không thể nào biết được. Vừa lúc chúng ta tưởng rằng có sự công bình, thì tội lỗi đã len lỏi vào trong mọi sự rồi. Vừa khi chúng ta tưởng bóng tối trùm kín làm cho hết thảy đều bị hư mất, thì ai đó túm lấy sợi dây thừng rung chuông lên để kéo đến một đạo quân lấp lánh những ngọn đuốc sáng rực. Chúng ta chỉ duy trì được sự ổn định và không rúng động nếu tập chú vào Đức Chúa Trời là Đấng không bao giờ thay đổi và bắt lấy từng đợt thuỷ triều một cách khôn ngoan để hoàn thành ý định thiêng liêng của Ngài.

Tuy nhiên, Đức Chúa Trời đã chép trong Lời của Ngài rằng chúng ta phải có tấm lòng giống như các tiền nhân hiểu biết ân điển của Đức Chúa Trời. "[Không] trễ nải, nhưng cứ học đòi những kẻ bởi đức tin và lòng nhịn nhục mà được hưởng lời hứa. Hãy nhớ những người dắt dẫn mình, là người đã truyền giảng lời Đức Chúa Trời cho mình. Hãy xét xem kết quả cuộc đời họ và bắt chước đức tin họ" (Hê-bơ-rơ 6:12; 13:7). Chúng ta sẽ trở nên kiêu ngạo còn nhiều hơn tội lỗi ở trong họ nếu từ chối không chịu học hỏi và bắt chước các tiền nhân đã sống trong ơn phước lạ lùng. Đối với sự kiêng ăn cũng vậy. Kinh Thánh và lịch sử về Hội thánh chứa đựng nhiều câu chuyện thuật lại những việc lạ lùng mà Đức Chúa Trời làm ra trong ân điển để đáp lời cầu nguyện và sự kiêng ăn của dân sự Ngài. Đó là những câu chuyện phải được ghi nhớ. Chúng không phải là liều thuốc chữa trị từng giai đoạn hâm hẩm trong đời sống bước đi bằng đức tin. Chúng ta thật là vội vàng xét đoán lòng thương xót của Đức Chúa Trời ở trên đời sống kiêng ăn của một thánh đồ, mà thói quen này là chìa khóa quan trọng cho đời sống thuộc linh nữa chứ!

Sự kiêng ăn và sự bất toàn của Finney

Thí dụ, nhiều người đọc câu chuyện cải đạo của Charles Finney (1792–1875) và trải nghiệm kiêng ăn của ông, rồi cho rằng đó là một quy chuẩn để duy trì trạng thái tỉnh thức.

Vì danh của Đức Chúa Trời mà tôi sẽ nói một chút về trải nghiệm của riêng mình ở trong vấn đề này. Tôi đã được cải đạo một cách quyền năng vào buổi sáng ngày 10 tháng 10. Chính đêm hôm ấy, cho đến sáng hôm sau, tôi được báp-tem bằng Đức Thánh Linh, Ngài đầy dẫy ở trong tôi, cả thể chất và tâm hồn. Tôi nhanh chóng nhận ra mình được mặc lấy quyền phép từ trên cao để nói ra vài lời không theo thứ tự cho những cá nhân, mà đó là phương tiện cho sự cải đạo của họ. Lời lẽ của tôi giống như những mũi tên xuyên thấu vào tâm hồn của mọi người. Chúng bén như một thanh gươm. Chúng làm tan nát tấm lòng giống như một cây búa. Vô số người có thể làm chứng cho điều này. Có lúc một từ nói ra, mà tôi không nhớ gì cả, lại có sự cáo trách, và kết quả thường là có người cải đạo gần như ngay lập tức. Đôi khi tôi thấy mình không có quyền phép gì cả. Tôi đi thăm viếng, rồi thấy mình chẳng cải đạo được người nào. Tôi khích lệ và cầu nguyện, cũng không có gì xảy ra cả. *Tôi bắt đầu biệt riêng một ngày để kiêng ăn và cầu nguyện một cách riêng tư, sợ rằng quyền phép ấy đã lìa khỏi tôi, rồi tự vấn bản thân một cách lo lắng khi có sự trống trải này. Sau khi đã hạ mình, kêu cầu Chúa vùa giúp, quyền phép ấy quay trở lại với tôi một cách tươi mới hơn. Đây là trải nghiệm ở trong đời của tôi.*[1]

Chúng ta sẽ làm gì trước lời làm chứng như thế này? Chúng

ta có nên kết luận rằng cầu nguyện và kiêng ăn nhiều ngày liên tục là chìa khóa để duy trì sự phục hưng không? Chúng ta có nên coi thường câu chuyện này vì đó chỉ là trải nghiệm độc nhất của một người với Đức Chúa Trời không? Chắc chắn là đâu đó ở giữa hai thái cực này là câu trả lời khiêm tốn và đúng đắn. Chúng ta làm sao đủ sự khôn ngoan và kinh nghiệm để hiểu hết những điều thuộc về Đức Chúa Trời mà mình không thể học được từ cuộc chiến bằng đức tin của người khác. Đức Chúa Trời có thể muốn chúng ta biệt riêng một ngày kiêng ăn khi đọc xong chỗ này, Ngài có thể gặp gỡ chúng ta bằng quyền năng phục hưng rất lớn. Nhưng Chúa cũng không cần phải làm vậy. Những người khác tìm kiếm sự phục hưng mà không cần phải kiêng ăn. Cũng có người kiêng ăn và cầu nguyện từ hai, ba, bốn hoặc nhiều tuần hơn nữa mới có được sự đột phá. Thật sai lầm khi nghĩ rằng đường lối của Đức Chúa Trời dành cho một con cái Chúa sẽ là đường lối dành cho tất cả con cái Chúa.

Một sai lầm khác mà chúng ta mắc phải khi ngưỡng mộ công tác của Đức Chúa Trời ở trong đời sống kiêng ăn của những thánh đồ là cho rằng khi Đức Chúa Trời ban phước tức là Ngài chấp thuận hành vi và giáo lý của họ. Nhưng đây không phải là điều cần đề cập đến làm gì. Chúng ta thấy khó hình dung tại sao Đức Chúa Trời lại ban phước cho mục vụ của một người có giáo lý sai trật và thường phạm tội. Nhưng, thí dụ, Đức Chúa Trời vẫn dùng A-pô-lô là người "hiểu Kinh Thánh", nhưng lại là người mà Bê-rít-sin và A-qui-la phải "[giải bày] đạo Đức Chúa Trời cho càng kỹ lưỡng hơn nữa" (Công-vụ 18:24–26). Còn Chúa Jêsus cảnh báo rằng trong ngày đoán xét sẽ có vài người nói rằng: "Chúng tôi chẳng từng nhân danh Chúa mà nói tiên tri sao? nhân danh Chúa mà trừ quỉ sao? và lại nhân danh Chúa mà làm nhiều phép lạ sao?" Nhưng Chúa sẽ phán cùng họ rằng: "Ta chẳng biết các ngươi bao giờ" (Ma-thi-ơ 7:22–23). Nói cách khác, bài kiểm tra chân lý và sự công bình không nằm ở quyền phép có trong mục vụ của ai cả.

Thí dụ, Charles Finney có một thần học hoàn toàn kỳ quặc với Asahel Nettleton theo chủ nghĩa Calvin đương thời (1812–1844). Nhưng cả hai đều được Chúa dùng trong công tác truyền giáo.[2] Tương tư, John Wesley (theo chủ nghĩa Arminius) và George Whitefield (theo chủ nghĩa Calvin) đều được Chúa dùng để đem hàng ngàn người vào vương quốc của Đấng Christ. Vì vậy, không nên kết luận rằng giáo lý là một vấn đề không quan trọng. Sự thiệt hại lâu dài từ góc nhìn sai trật về Đức Chúa Trời và sự cứu rỗi không được giải quyết bằng những chứng cớ ngắn hạn về ơn phước mà Đức Chúa Trời ban cho những kẻ chẳng xứng đáng đâu. Đối với trường hợp của Finney, đã có bằng chứng rõ ràng cho thấy chính ông đã hối hận về một vài chiến lược thuộc linh của mình, chứ chưa nói tới góc nhìn méo mó của ông về quyền tể trị của Đức Chúa Trời.[3] Một dữ kiện đáng chú ý đó là Đức Chúa Trời đã có ý định khôn ngoan và tối cao khi sử dụng những kẻ bất toàn và thần học méo mó để cứu rỗi tội nhân. Đây không phải là trong cái dở có cái hay, mà là trong mọi sự luôn có ân điển. Ngọn cờ tung bay trong từng phước hạnh mà Đức Chúa Trời ban cho đời sống bất toàn và giáo lý méo mó là Rô-ma 2:4 chép rằng: "Hay là ngươi khinh dể sự dư dật của lòng nhân từ, nhịn nhục, khoan dung Ngài, mà không nhận biết lòng nhân từ của Đức Chúa Trời đem ngươi đến sự ăn năn sao?"

Vì thế, không có trải nghiệm kiêng ăn nào là đủ cả để chúng ta bắt chước theo mà không xem xét đến những điều khác nữa. Chúng ta sẽ đo lường mọi thứ bằng Kinh Thánh. Chúng ta sẽ không bị cuốn theo "thành công" hay "phước hạnh" đang cặp theo một thói quen thuộc linh nào đó. Chúng ta sẽ nhận ra Đức Chúa Trời đang tể trị qua việc bày tỏ lòng thương xót của Ngài: "Ta sẽ làm ơn cho ai Ta muốn làm ơn và thương xót ai Ta muốn thương xót" (Xuất Ê-díp-tô-ký 33:19). Chúng ta sẽ khiêm tốn học hỏi từ kinh nghiệm của những người khác, ngay cả khi chúng ta không đồng ý với họ, vì Đức Chúa Trời có lòng thương xót và chỉ dạy trong chỗ không ai ngờ.

Kiêng ăn và lịch sử của Hàn Quốc

Dựa vào lời cảnh báo này, chúng ta hãy để ý, mà không sợ bị cuốn theo, rằng lịch sử bị thay đổi liên tục thông qua sự kiêng ăn và cầu nguyện. Rất nhiều thí dụ có thể được đưa ra. Vào những năm cuối của thế kỷ 20, sự kiêng ăn và cầu nguyện gần như trở nên đồng nghĩa đối với các Hội thánh ở Hàn Quốc. Có một lý do rất hay. Hội thánh Tin Lành đầu tiên được thành lập ở Hàn Quốc vào năm 1884. Một trăm năm sau có đến 30,000 Hội thánh. Như vậy, trung bình có khoảng 300 Hội thánh mới được thành lập mỗi năm trong vòng 100 năm. Vào cuối thế kỷ 20, giới Tin Lành chiếm khoảng 30% dân số. Đức Chúa Trời đã dùng nhiều công cụ để làm ra công tác vĩ đại này. Một trong số đó là khôi phục lại sự sốt sắng cầu nguyện, nhưng không phải sự kiêng ăn cầu nguyện. Thí dụ, chỉ trong các Hội thánh OMS (Hội Truyền giáo Hải ngoại) không thôi đã có hơn 20,000 người đã hoàn thành 40 ngày kiêng ăn – thường là tại một trong các "nhà cầu nguyện" ở trên núi.[4]

Đối với người nào yêu mến uy quyền tối thượng của Đức Chúa Trời, thì câu chuyện như thế không thể không đánh thức những khao khát mãnh liệt ở trong lòng. Còn vào cuối thế kỷ 20 thì hầu hết các hệ phái ở Hoa Kỳ đều bị đình đốn, thiếu ảnh hưởng đến văn hóa vô tín mà chúng ta hằng mong mỏi. Ở châu Âu, các quốc gia đã từng thấp sáng cuộc Cải Chánh hiện được xem là "hậu Cơ Đốc giáo" và từ chối Tin Lành cứu rỗi một cách lạnh lùng. Làm sao chúng ta không thấy khó chịu mà đặt câu hỏi rằng: có phải Chúa đang muốn có một giai đoạn kiêng ăn và cầu nguyện để thúc đẩy công việc ngày hôm nay không?

Kiêng ăn và tiếng phán lịch sử tại An-ti-ốt

Một trong những lời khích lệ rõ ràng nhất từ Kinh Thánh về sự kiêng ăn là hành động đã uốn nắn lịch sử ở trong Công-vụ 13:1-3 chép rằng:

Trong Hội Thánh tại An-ti-ốt có các nhà tiên tri và giáo sư: Ba-na-ba, Si-mê-ôn gọi là Ni-giê, Lu-si-út người Sy-ren, Ma-na-hem là em nuôi vua Hê-rốt, và Sau-lơ. Đang khi họ thờ phượng Chúa và kiêng ăn thì Đức Thánh Linh phán: "Hãy biệt riêng Ba-na-ba và Sau-lơ cho công tác Ta đã kêu gọi họ". Sau khi kiêng ăn và cầu nguyện, họ đặt tay trên hai người và sai đi.

Hoàn cảnh lúc bấy giờ là Sau-lơ (sứ đồ Phao-lô) và Ba-na-ba cùng các lãnh đạo khác của Hội thánh tại An-ti-ốt đang thờ phượng và kiêng ăn (câu 2). Sau những gì đã xảy ra, tôi nghĩ gánh nặng mà ban lãnh đạo trong Hội thánh đang có lúc bấy giờ là: "Hội thánh sẽ làm gì tiếp theo đây?" Họ đang kiêng ăn để tìm kiếm sự dẫn dắt của Đức Thánh Linh cho công tác truyền giáo. Kết quả còn kinh ngạc hơn bất kỳ kế hoạch xuất sắc nào đó mà Hội thánh từng làm.

Họ đang đói khát sự dẫn dắt của Đức Chúa Trời đến nỗi phải bày tỏ bằng cả thể chất, chứ không chỉ có tấm lòng mà thôi. "Chúng con muốn có Ngài và chúng con muốn Ngài dẫn dắt, Chúa ơi! Hỡi Đức Thánh Linh, ý muốn của Ngài ở trên công tác truyền giáo của Hội thánh là gì? Chúng con muốn thấy Ngài và đi theo Ngài còn hơn cả việc ăn uống".

Những thắc mắc Kinh Thánh không trả lời

Một trong những điều khiến đầu óc tôi ngần ngại về kế hoạch của Hội thánh địa phương mà tôi đã phục vụ hơn mười bảy năm đó là rất nhiều thắc mắc chúng tôi cần phải trả lời mà không tìm thấy câu trả lời trong Kinh Thánh, ít ra là không có câu trả lời trực tiếp nào cả. Tôi nghĩ chúng là những thắc mắc mà các lãnh đạo tại An-ti-ốt ngày xưa đã đối diện: "Lạy Chúa, chúng con có nên bắt đầu công tác truyền giáo thế giới không? Bây giờ được không? Chúng con có nên sai phái một vài giáo sư làm giáo sĩ đầu tiên không? Có phải là Sau-lơ hay Simeon hay Niger hay Lucius hay Ba-na-ba không? Chúng con nên sai phái hai hay ba hay bốn người đi? Chúng con nên sai họ đi thế nào: bằng đường bộ hay đường biển? Chúng con có nên tiếp trợ tài chính cho họ hoàn toàn chăng, hay là họ phải làm việc để tồn tại, hay là hy vọng sẽ có 'người bình an' ở tại đó sẽ chăm sóc họ? Các Hội thánh khác có nên dự phần với chúng con không?" . . .

Hầu hết những câu hỏi mà các đội mở mang Hội thánh phải trả lời đều là những thắc mắc đại loại như thế. Chúng ta sẽ tìm câu trả lời ở đâu đây? Tôi không đánh giá thấp sự dạy dỗ cơ bản và đúng đắn của Kinh Thánh đối với việc chúng ta nên "biến hóa bởi sự đổi mới của tâm thần [mình], để thử cho biết ý muốn tốt lành, đẹp lòng và trọn vẹn của Đức Chúa Trời là thể nào" (Rô-ma 12:2). Nhưng phân biện ý muốn của Đức Chúa Trời trong những việc chẳng liên quan đến đạo đức (chúng ta có nên sai Sau-lơ và Ba-na-ba hay là Lucius và Simeon đây?) không phải là vấn đề máy móc. Sứ đồ Phao-lô đã cầu nguyện khẩn thiết rằng người tin Chúa sẽ "đầy dẫy sự hiểu biết về ý muốn của Ngài, với mọi thứ khôn ngoan và hiểu biết thiêng liêng . . . nẩy ra đủ các việc lành" (Cô-lô-se 1:9–10). Phân biện việc lành nào, trong số 10,000 công việc, là nằm trong số "các việc lành" thuộc về đời sống và Hội thánh của mình là vấn đề thuộc linh. Ai trong chúng ta có thể nói rằng mình là người có thể phân biện đâu là quyết định tốt nhất cho mục vụ? Thế là, tôi hỏi một cách khẩn thiết rằng: Chúng ta có học được điều gì từ các tiên tri và giáo sư thuộc linh đáng kính này đã thờ phượng và kiêng ăn để tìm kiếm sự dẫn dắt của Chúa không?

Hãy suy xét bốn quan sát đơn giản từ câu chuyện ở trong Công-vụ 13:1–4. Thứ nhất, sự kiêng ăn này xảy ra sau khi Đấng Christ đã đến. Tôi chỉ ra điều này nếu không thì sẽ có người nói rằng kiêng ăn là một thói quen thuộc linh trong Cựu Ước, chứ không phải là thói quen thuộc linh trong Tân Ước. Chúng ta đã tranh luận từ Ma-thi-ơ 9:15 ở trong chương một rằng Chúa Jêsus đã vốn biết các môn đồ của Ngài sẽ kiêng ăn sau khi Chúa thăng thiên về trời. Chẳng có gì phải ngạc nhiên khi họ làm điều đó. Bằng chứng là Sau-lơ và Ba-na-ba cùng những người khác tại An-ti-ốt không tin rằng sự kiêng ăn đã qua rồi như bầu da cũ, mà thay thế bằng Phúc Âm và công tác của Đức Thánh Linh ở trong giao ước mới.

Thứ hai, sự kiêng ăn ở trong Công-vụ 13 là kiêng ăn tập thể. Ít ra có năm người được hiệp một để kiêng ăn ở trước mặt Chúa. Tôi đề cập điều này vì một lo ngại khác về sự kiêng ăn đó là Chúa Jêsus đã cảnh báo nghịch lại sự kiêng ăn để mọi người thấy. Chúa đã phán rằng: "Song khi ngươi kiêng ăn, hãy xức dầu trên đầu, và rửa mặt, hầu cho người ta không xem thấy ngươi đang kiêng ăn, nhưng chỉ Cha ngươi là Đấng ở nơi kín nhiệm xem thấy mà thôi; và Cha ngươi thấy trong chỗ kín nhiệm sẽ thưởng cho ngươi" (Ma-thi-ơ 6:17–18). Không thể nào kiêng ăn tập thể mà không bị mọi người nhìn thấy. Vậy, câu hỏi là kiêng ăn tập thể có nghịch lại với lời dạy dỗ của Chúa Jêsus chăng! Tôi đã tranh luận ở trong chương ba là không. Điều này đã được khẳng định thêm lần nữa qua cách sứ đồ và các giáo sư của Hội thánh đã làm. Sau-lơ và Ba-na-ba rõ ràng không dẫn lời của Chúa Jêsus để nói rằng kiêng ăn tập thể là sai. Vấn đề quan trọng không phải mọi người có biết chúng ta kiêng ăn hay không, mà chúng ta có muốn họ biết để được đắm mình trong sự ngưỡng mộ của họ hay không.

Thứ ba, sự kiêng ăn trong Công-vụ 13 đã chứng minh sự dẫn dắt đặc biệt rất hiếm hoi của Đức Thánh Linh. Câu 2 và 3 nói rằng: "Đương khi môn đồ thờ phượng Chúa và kiêng ăn, thì Đức Thánh Linh phán rằng: Hãy để riêng Ba-na-ba và Sau-lơ đặng làm công việc ta đã gọi làm. Đã kiêng ăn và cầu nguyện xong, môn đồ bèn đặt tay trên hai người, rồi để cho đi". Khi thuật lại sự việc này như thế, Lu-ca rõ ràng muốn chúng ta thấy mối liên hệ giữa sự thờ phượng, sự cầu nguyện và sự kiêng ăn là một mặt và sự dẫn dắt rất dứt khoát của Đức Thánh Linh là mặt còn lại: "Đương khi môn đồ . . . kiêng ăn, thì Đức Thánh Linh phán . . ." Đây là một tiền lệ đáng chú ý trong Kinh Thánh về sự thờ phượng – kiêng ăn – cầu nguyện để tìm kiếm ý muốn của Đức Chúa Trời cho đời sống của chúng ta và sự sống của Hội thánh.

Thứ tư, sự kiêng ăn trong Công-vụ 13 đã thay đổi lịch sử. Không thể nào nhấn mạnh thêm nữa tầm quan trọng của giờ phút lịch sử ấy ở trong lịch sử của thế giới. Trước khi Đức Thánh Linh phán, dường như Hội thánh chưa có một công tác truyền giáo rõ ràng ngoài khu vực ven biển phía Đông của Địa Trung Hải. Trước đó, sứ đồ Phao-lô chưa thực hiện bất kỳ hành trình truyền giáo nào ở phía Tây đến Tiểu Á, Hy Lạp, La Mã hay Tây Ban Nha. Trước đó nữa, sứ đồ Phao-lô cũng chưa viết một thư tín nào, mà đó là kết quả của các chuyến đi truyền giáo bắt đầu từ chỗ này.

Giờ phút cầu nguyện và kiêng ăn đã sinh ra phong trào truyền giáo này là bệ phóng cho Cơ Đốc giáo từ chỗ mờ mịt cho đến khi trở thành quốc giáo của Đế chế La Mã trong vòng 2 thế kỷ rưỡi, khiến 1,3 triệu người gia nhập Cơ Đốc giáo ngày hôm nay, bằng lời làm chứng của Cơ Đốc nhân ở hầu như mọi quốc gia trên thế giới. Mười ba thư tín trong số hai mươi bảy sách của Tân Ước (các thư tín của sứ đồ Phao-lô) là kết quả từ chức vụ đã được khởi xướng từ giờ phút lịch sử của sự cầu nguyện và kiêng ăn đó.

Vậy, tôi nghĩ công bằng mà nói Đức Chúa Trời đã vui lòng khiến sự thờ phượng, cầu nguyện và kiêng ăn làm bệ phóng cho một công tác truyền giáo đã thay đổi toàn bộ lịch sử thế giới. Chúng ta có học được gì ở chỗ này không?

Đức Chúa Trời đã hành động qua sự kiêng ăn nhiều lần trước đây

Điều này đã xảy ra trước đây rồi và sẽ lặp lại hết lần này đến lần khác nữa ở trong lịch sử. Thí dụ, trong 2 Sử ký 20, dân Mô-áp, dân Am-môn và Mao-nít hiệp lại đặng đánh giặc với Giô-sa-phát, vua của dân Giu-đa. Đó là một lũ hung hăn đến đánh trận với dân sự của Đức Giê-hô-va. Dân sự phải làm gì đây? Họ phải đi đường nào? Câu 3–4 nói rằng: "Giô-sa-phát sợ hãi, rắp lòng tìm cầu Đức Giê-hô-va, và rao khắp xứ Giu-đa phải kiêng ăn một ngày. Giu-đa nhóm lại đặng cầu Đức Giê-hô-va cứu giúp; người ta ở các thành Giu-đa đều đến đặng tìm cầu Đức Giê-hô-va".

Thế là, một kỳ kiêng ăn khắp cả nước đã diễn ra để tìm kiếm sự dẫn dắt và giải cứu từ thiên thượng. Trong kỳ kiêng ăn, theo câu 14–15 chép rằng: "Thần Đức Giê-hô-va cảm động Gia-ha-xi-ên [thầy tế lễ] . . . mà phán rằng: 'Hỡi các người Giu-đa và dân cư thành Giê-ru-sa-lem cùng vua Giô-sa-phát, hãy nghe! Đức Giê-hô-va phán cho các ngươi như vầy: Chớ sợ, chớ kinh hãi bởi cớ đám quân đông đảo này: Vì trận giặc nầy chẳng phải của các ngươi đâu, bèn là của Đức Chúa Trời'". Ngày hôm sau, khi dân Giu-đa đi ra, họ thấy dân Mô-áp và Am-môn đã tiêu diệt lẫn nhau, còn dân Giu-đa phải mất đến ba ngày để thu lượm chiến lợi phẩm.

Lịch sử bị thay đổi bởi sự kiêng ăn của dân sự Đức Chúa

Trời. Có rất nhiều câu chuyện thuật lại ân điển lớn lao của Đức Chúa Trời. Chúng ta có thể nói tới câu chuyện Môi-se ở trên núi Si-nai đã kiêng ăn bốn mươi ngày để tiếp nhận Luật pháp của Đức Chúa Trời không chỉ để dẫn dắt dân Y-sơ-ra-ên hơn 3,000 năm, mà còn trở thành nền tảng cho văn hóa Tây phương ngày hôm nay nữa (Xuất Ê-díp-tô-ký 24:18; 34:28). Hay là chúng ta có thể nhắc tới cách người Do Thái đã kiêng ăn cầu nguyện cho Ê-xơ-tê khi bà đã mạo hiểm cả mạng sống của mình để vào gặp vua A-suê-ru và đổ hết mọi âm mưu hãm hại dân Y-sơ-ra-ên lên đầu của Ha-man (Ê-xơ-tê 4:16). Hay là chúng ta có thể nói tới câu chuyện kiêng ăn của Nê-hê-mi vì cớ dân sự và thành của Đức Chúa Trời đã bị hủy phá, hầu cho vua Ạt-ta-xét-xe ban cho ông mọi sự tiếp trợ cần thiết để ông trở về và xây dựng lại các bức tường của thành Giê-ru-sa-lem (Nê-hê-mi 1:4). Lịch sử đã bị đảo lộn vì nhiều yếu tố khác nhau bên cạnh sự kiêng ăn. Tôi không hề đưa ra bất kỳ lời công bố rất đặc thù nào dành cho thói quen thuộc linh này. Tôi chỉ thấy Đức Chúa Trời, hết lần này đến lần khác, đã dùng sự kiêng ăn làm công cụ để thay đổi các sự kiện vì ích lợi của dân sự Ngài.

Nước Anh kiêng ăn toàn quốc cầu xin sự giải cứu

Sự kiêng ăn tiếp tục xảy ra sau thời kỳ của Kinh Thánh. John Wesley cho chúng ta biết trong nhật ký về một kiểu giải cứu tương tự "Kinh Thánh" đã xảy ra vào năm 1756. Vua của nước Anh đã kêu gọi một ngày cầu nguyện và kiêng ăn trọng thể vì sự xâm lược đáng sợ của người Pháp. Wesley đã viết rằng:

Ngày kiêng ăn thật là tuyệt vời vì rất hiếm khi xảy ra ở Luân Đôn kể từ thời kỳ Khôi phục chế độ quân chủ. Mỗi Hội thánh trong thành phố đầy ắp người dân đến dự lễ,

sự nghiêm túc hiện rõ trên gương mặt của mọi người.
Chắc chắn Đức Chúa Trời đã lắng nghe lời cầu nguyện và
sẽ có một thời kỳ thái bình thật lâu dài.

Sau đó, ông đã nói thêm trong phần chú thích ở chân trang rằng: "Sự hạ mình đã biến thành niềm vui khắp cả nước vì lời đe dọa xâm lược của người Pháp đã bị chặn đứng".[5]

Tái khám phá sự kiêng ăn trong thời đại của chúng ta

Trong thời đại của chính chúng ta, có một cảm nhận đang gia tăng giữa vòng rất nhiều người cho rằng kiêng ăn, là sự ăn năn ở trong lòng muốn cầu xin Đức Chúa Trời phục hưng có thể là công cụ mà Chúa dùng để tỉnh thức và cải cách Hội thánh của Ngài. Vài người thấy trong Công-vụ 13:1–4 có ba hoạt động xảy ra: các giáo sư và các tiên tri đang thờ phượng, cầu nguyện và kiêng ăn. Trong ba hoạt động này, có hai điều đang được sống lại ở rất nhiều nơi trên thế giới của chúng ta ngày nay.

Khi nhìn vào thế giới vào cuối thế kỷ 20, chúng ta thấy sự thờ phượng được đánh thức. Không phải tất cả đều đồng ý rằng khía cạnh âm nhạc trong sự tỉnh thức là một phước hạnh nguyên chất về chất lượng của lời bài hát hay sự xuất sắc của giai điệu. Tuy nhiên, ai có thể phủ nhận có đến hàng ngàn Hội thánh và rất nhiều phong trào ngợi khen Chúa tập chú vào Đức Chúa Trời mà 25 năm trước không hề có hiện tượng nào giống như vậy? Không chỉ thế thôi đâu, ngày nay còn có một phong trào cầu nguyện rất tuyệt vời đang xảy ra nữa. David Bryant thuật lại phong trào này trong quyển Hy vọng Gần kề, để cho thấy hàng tá minh họa về việc "Đức Chúa Trời đang dứt dấy dân sự của Ngài cầu nguyện một cách cụ thể, nhiều hơn và bền đỗ hơn vì sự phục hưng toàn cầu".[6]

Nhưng ba hoạt động được chép trong Công-vụ 13:1-4 (thờ phượng, cầu nguyện và kiêng ăn), thì kiêng ăn chưa có sự hồi sinh như thế, ngoại trừ có lẽ là vài nơi giống như Hàn Quốc. Điều này làm cho vài người hỏi rằng: Có phải Đức Chúa Trời không ban phước cho Hội thánh khi chúng ta cầu nguyện kiêng ăn? Sự cầu nguyện dốc đổ như thế là sự kiêng ăn. Đó là một dấu chấm than thực tế nằm ở cuối câu nói: "Chúng con đói khát Chúa đến nỗi muốn ở trong sự cầu nguyện". Thể chất đang kêu xin, chứ không chỉ tâm hồn: "Con thực sự cần Ngài, Chúa ơi! Con thực sự đói khát Chúa. Con muốn thấy Chúa bày tỏ chính Ngài còn hơn cả đồ ăn".

Lời kêu gọi kiêng ăn của Jonathan Edwards trong cuộc Đại Tỉnh Thức đầu tiên

Sự đói khát Đức Chúa Trời khiến mọi người muốn kiêng ăn không phải là điều mới mẻ đến nỗi gây ngạc nhiên. Việc này đã xảy ra trước đây rất nhiều lần rồi. Khi ngọn gió của cuộc *Đại Tỉnh Thức* tại Hoa Kỳ vẫn còn thổi rất mạnh vào năm 1742, Jonathan Edwards, là người bênh vực và phân tích sâu sắc nhất, đã trông đợi Chúa tiếp tục chúc phước và gia tăng điều này khắp toàn cầu. Một trong những công cụ mà ông đã khuyến khích là sự kiêng ăn:

Dấu hiệu của thời gian đòi hỏi phải được đầy dẫy Đức Thánh Linh trong sự hầu việc Chúa, còn chúng ta phải hy sinh hết mình cho đến khi đạt được điều đó. Để [làm] được điều này, tôi nghĩ là người hầu việc Chúa, đặc biệt hơn mọi người, phải giữ mình trong sự cầu nguyện và kiêng ăn một cách riêng tư, cũng phải cầu nguyện và kiêng ăn với nhau nữa. Đối với tôi, vì cớ hoàn cảnh hiện tại của ngày nay, những người hầu việc Chúa ở gần nhau nên thường xuyên gặp gỡ và dành ra nhiều ngày để kiêng ăn và cầu nguyện khẩn thiết, sốt sắng tìm kiếm sự tiếp trợ siêu nhiên đầy ân điển từ trời, đó mới là điều chúng ta cần ngày hôm nay.[7]

Tôi còn muốn đề cập thêm một điều về sự kiêng ăn và cầu nguyện, tôi nghĩ những người hầu việc Chúa đã phớt lờ điều này; mặc dù họ có khuyên lơn và nhất định về sự cầu nguyện cá nhân trong bài giảng; nhưng lại không đề cập nhiều về sự kiêng ăn cá nhân. Chính Đấng Cứu Thế đã phán điều này với các môn đồ của Ngài, giống như Ngài đã phán về sự cầu nguyện cá nhân. Tôi không cho rằng sự kiêng ăn cá nhân phải được thực hành đều đặn như sự cầu nguyện cá nhân, nhưng đối với tôi thì đây là một nghĩa vụ mà Cơ Đốc nhân phải làm, cũng như nên làm thường xuyên. Có nhiều trường hợp đòi hỏi phải phù hợp cả về thuộc linh và thể chất; và có nhiều hoàn cảnh mà chúng ta muốn bản thân hoặc bạn bè tìm kiếm Chúa.[8]

Tôi thiết nghĩ dân sự của Đức Chúa Trời ở trên mảnh đất này, vào giai đoạn như thế này, nên cầu nguyện và kiêng ăn gấp ba lần thói quen mà họ thường làm.[9]

Trong thời đại ngày nay, nhiều người đã cất lên lời kêu gọi kiêng ăn và cầu nguyện vì sự phục hưng. Nhưng không phải ai cũng suy nghĩ và có sự cẩn thận làm theo Lời Chúa giống như Edwards khi ông tranh chiến với nhiều thực trạng của sự phục hưng, nhiều bài học trong lịch sử, sự tự do và quyền tể trị của Đức Chúa Trời, và thẩm quyền của Kinh Thánh đối với những cảm tưởng chủ quan.

Sự thận trọng của Edwards đối với lời kêu gọi ăn năn ngày nay

Edwards đã hy vọng rằng cuộc *Đại Tỉnh Thức* là phong trào vĩ đại cuối cùng của Đức Thánh Linh ở khắp nơi trên thế giới để báo hiệu thời kỳ hoàng kim của Phúc Âm trước khi Đấng Christ tái lâm. Ông nói rằng: "Đây là hành động hiếm hoi của Đức Thánh Linh, một tia sáng hy vọng thật phi thường và tuyệt vời, hoặc ít ra là khúc dạo đầu, cho công tác vinh hiển của Đức Chúa Trời đã được tiên báo ở trong Kinh Thánh, vẫn còn tiếp diễn, sẽ làm mới lại thế giới của loài người".[10] Không phải đâu. Edwards đã mắc sai lầm. Nhưng góc nhìn về sự tự do và quyền tể trị của Đức Chúa Trời từ Edwards đã không cho phép ông dự đoán được chiều kích của sự phục hưng, cũng như là ngày bắt đầu và quy mô toàn cầu của nó. Nhưng sự phục hưng đã kết thúc không như ông hy vọng chẳng hề khiến ông vỡ mộng hoặc thoái lui ở trong lẽ thật.

Có những người đã vượt quá kỳ vọng và sự thận trọng mà ông đưa ra ở trong chính thời đại ấy. Họ đã chia sẻ những mặc khải cá nhân và những cảm tưởng chủ quan về Đức Thánh Linh. Đối với những cảm tưởng về sự phục hưng, Edwards đã gióng lên lời cảnh báo vẫn còn hiệu lực cho ngày nay.

Tôi nài xin dân sự của Đức Chúa Trời phải cẩn trọng về cách họ tiếp thu những điều như thế. Tôi đã thấy người ta sa ngã trong rất nhiều việc; còn số trải nghiệm ra từ những cảm tưởng có năng quyền nào đó, đột nhiên xuất hiện trong tâm trí của các thánh đồ thật, những thánh đồ nổi tiếng; hiện vẫn còn thực hành đời sống trong ân điển diệu kỳ và mối thông công ngọt ngào với Chúa, còn trích dẫn Kinh Thánh xuất hiện trong tâm trí nữa, chưa hẳn là những dấu hiệu được mặc khải từ trên cao: vì tôi có biết những cảm tưởng đó dẫn tới thất vọng, chẳng có ích lợi gì cả, trong vài trường hợp tất cả mọi điều kể trên đã xảy ra.[11]

Lời cảnh báo này có tầm quan trọng không chỉ những cảm tưởng chủ quan vẫn còn thịnh hành ngày hôm nay khi nói về sự phục hưng hầu đến, nhưng Công-vụ 13:1–4 dường như cũng cho chúng ta thấy một kiểu mẫu tìm kiếm sự dẫn dắt của Đức Chúa Trời có cả những cảm tưởng chủ quan nữa. Quay lại câu 2 chép rằng: "Đương khi môn đồ thờ phượng Chúa và kiêng ăn, thì Đức Thánh Linh phán rằng: Hãy để riêng Ba-na-ba và Sau-lơ đặng làm công việc ta đã gọi làm". Làm thế nào Đức Thánh Linh "phán" như vậy? Chúng ta không biết. Nhưng ấy không phải là trường hợp duy nhất ở trong Công-vụ để cập về sự dẫn dắt đặc biệt từ Đức Thánh Linh. Thí dụ, trong Công-vụ 8:29–30 chúng ta thấy "Đức Thánh Linh phán cùng Phi-líp rằng: Hãy lại gần và theo kịp xe đó". Công-vụ 10:19–20 chép rằng: "Phi-e-rơ còn đương ngẫm nghĩ về sự hiện thấy đó, thì Đức Thánh Linh phán cùng người rằng: Kìa, có ba người đương tìm ngươi. Vậy, hãy đứng dậy, xuống mà đi với họ".

Những chỉ dẫn trong Tân Ước có giúp chúng ta phân biện một lời tuyên bố nào đó từ Đức Thánh Linh ngày hôm nay có thực sự đến từ Chúa không? Đây không phải là một câu hỏi đơn giản để nhận biết ai đó đang có quan điểm của phong trào ân tứ hay không. Ngay cả các nhà Tin Lành thuần túy cũng tuyên bố là "có cảm tưởng từ Thánh Linh" hoặc "cảm thấy Chúa hướng dẫn" hoặc nghĩ rằng "Chúa đặt để trong lòng" để làm một việc nào đó. Câu hỏi là chúng ta kiểm tra những lời tuyên bố ấy thế nào, đặc biệt là khi có sự dự đoán về một cơn phục hưng hầu đến hay là lời kêu gọi kiêng ăn ở trong Hội thánh?

Chúng ta kiểm tra những cảm tưởng chủ quan như thế nào?

Tôi muốn đưa ra vài chỉ dẫn. Thứ nhất, chúng ta thấy trong Công-vụ 13:2, Đức Thánh Linh phán với năm vị giáo sư và tiên tri ở trong nhóm. Tất nhiên, Đức Thánh Linh có thể phán với một cá nhân. Nhưng sẽ khôn ngoan hơn khi nói, có nhiều người nhận được tiếng phán từ Đức Thánh Linh. Dường như đường lối của Đức Thánh Linh ở trong Tân Ước không hề ràng buộc lương tâm của Cơ Đốc nhân thông qua những cảm tưởng chủ quan đến từ những người khác. Thẩm quyền của chức sứ đồ ràng buộc lương tâm của chúng ta để đầu phục cách hoàn toàn (Ga-la-ti 1:12; 1 Cô-rinh-tô 14:37–38; 2 Cô-rinh-tô 10:8; 13:10; 1 Tê-sa-lô-ni-ca 2:13; 2 Tê-sa-lô-ni-ca 3:6; 2 Phi-e-rơ 3:1–2, 15–16). Nhưng các lời tuyên bố cho rằng được Chúa dẫn dắt đều phải được xem xét kỹ (1 Tê-sa-lô-ni-ca 5:21). Lời kêu gọi phải có sự tra xét phù hợp với việc có nhiều người nhận được sự hướng dẫn. Đây không phải là vấn đề một cá nhân bị cả thân thể của Đấng Christ ép buộc.

Thứ hai, sự chỉ dẫn tiêu chuẩn trong Tân Ước tuân theo Rô-ma 12:2 chép rằng: "Đừng làm theo đời nầy, nhưng hãy biến hóa bởi sự đổi mới của tâm thần mình, để thử cho biết ý muốn tốt lành, đẹp lòng và trọn vẹn của Đức Chúa Trời là thể nào". Điều này không cần phải bị thôi thúc và có những cảm tưởng bất thường đến từ Chúa, nhưng cũng nói rằng phải có "tâm trí của Đấng Christ" (1 Cô-rinh-tô 2:16), được uốn nắn bởi lời của Đấng Christ, được đầy dẫy Thánh Linh của Đấng Christ, sẽ chi phối tác động của sự cảm tưởng chủ quan với sự suy gẫm thuộc linh.

Thứ ba, lời tuyên bố cho rằng có cảm tưởng nào đó từ Chúa cần phải tuân theo sự dạy dỗ của Kinh Thánh, cho dù nhận được một câu Kinh Thánh tức thời, hay là có khuynh hướng nào đó đi nữa.

Thứ tư, sử dụng sai Kinh Thánh để bổ trợ cho những cảm

tưởng chủ quan nào đó sẽ cản trở sự tỉnh thức của Cơ Đốc nhân. Đôi khi sự mặc khải cá nhân mà được tuyên bố là sự kêu gọi cụ thể của Đức Chúa Trời dành cho Hội thánh thì không hề đúng với Kinh Thánh, mà đó không phải là cách sử dụng Kinh Thánh. Đây không phải là điều Đức Thánh Linh làm. Chúa đã hà hơi vào Kinh Thánh và Lời Chúa phải được sử dụng đúng với ý nghĩa mà Ngài đã bày tỏ từ ban đầu. Do đó, khi có lời tuyên bố nói rằng Đức Thánh Linh đã bày tỏ một câu Kinh Thánh nào đó trong tâm trí mà lại sử dụng sai, thì đó chưa hẳn là sự dẫn dắt của Đức Thánh Linh.

Thứ năm, lịch sử của người nói ra lời tuyên bố có đáng tin cậy không. Người đó đã phân biện những cảm tưởng như vậy trước đây có chính xác và hữu ích không? Kinh nghiệm trong quá khứ có cho thấy Đức Chúa Trời đã bày tỏ trước cho người này những điều cần làm hay không? Người này có sự ổn định và đáng tin cậy không? Người này có bất kỳ giáo lý nào đáng lo ngại mà tập thể cần phải xem xét không?

Xem xét cách dùng 2 Sử ký 7:14

Đây là nỗ lực của tôi để lắng nghe lời khuyên của Edwards rằng chúng ta "phải cẩn trọng" trước những cảm tưởng chủ quan của ngày nay. Thí dụ, chúng ta phải cẩn thận với những lời tiên đoán của ngày nay về vấn đề Hoa Kỳ sẽ có một sự tỉnh thức thuộc linh lớn vào một ngày cụ thể nào đó. Chính sự tiên đoán đại loại như thế, rất thường xuyên lặp lại trong lịch sử của Hội thánh, có thể dẫn tới sự vỡ mộng nếu Đức Chúa Trời có kế hoạch khác. Một thực tế khác nữa làm cho chúng ta thấy lo ngại ngày hôm nay là mối nguy hiểm mà những cảm tưởng chủ quan sẽ lèo lái Hội thánh đi theo một thói quen thuộc linh nào đó, như sự kiêng ăn, là chìa khóa cho sự phục hưng. Edwards đã cảnh báo chúng ta rằng "những bản văn Kinh Thánh đã nhấn mạnh lên tâm trí" của "các thánh đồ nổi tiếng" không phải là cách dùng bản văn đúng đắn.

Một trong những bản văn được trích dẫn nhiều nhất với hy vọng sẽ có một sự phục hưng xảy ra là 2 Sử ký 7:14 chép rằng: "Nhược bằng dân sự ta, là dân gọi bằng danh ta, hạ mình xuống, cầu nguyện, tìm kiếm mặt ta, và trở lại, bỏ con đường tà, thì ta ở trên trời sẽ nghe, tha thứ tội chúng nó, và cứu xứ họ khỏi tai vạ". Sử dụng sai câu Kinh Thánh này khiến chúng ta mất lòng tin vào những lời tiên đoán mà một vài người đang tuyên bố về sự phục hưng hầu đến.

Thứ nhất, bối cảnh của câu Kinh Thánh này là Đức Chúa Trời đang phán cùng Sa-lô-môn, cụm từ "dân sự ta" ám chỉ dân Y-sơ-ra-ên, cho nên cụm từ "xứ họ" ám chỉ vùng đất thực sự là của "họ" vì Đức Chúa Trời đã hứa ban cho họ, tức là đất nước Y-sơ-ra-ên. Nhưng khi chúng ta áp dụng câu Kinh Thánh này vào bối cảnh đương thời của mình, thì "dân sự ta" sẽ ám chỉ Hội thánh Cơ Đốc giáo là những người không thể, cho dù ở bất kỳ quốc gia nào, nói rằng đất nước của họ là "xứ họ". Hội thánh không có lãnh thổ giống như dân Y-sơ-ra-ên đã từng có một lãnh thổ. Hội thánh Cơ Đốc giáo là những người tha hương. Chúng ta là khách lạ và kẻ tha hương (1 Phi-e-rơ 2:11). Do đó, cách áp dụng 2 Sử ký 7:14 đúng hơn nên là: nếu Hội thánh hạ mình xuống, cầu nguyện và tìm kiếm mặt Chúa, từ bỏ con đường tà, thì Đức Chúa Trời sẽ chữa lành cho Hội thánh. Nhưng chúng ta sẽ vượt quá ý nghĩa của bản văn nếu nói rằng bất kỳ quốc gia nào có Hội thánh Cơ Đốc giáo hạ mình xuống thì sẽ kinh nghiệm được sự thức tỉnh lớn.

Một sai lầm khác là đề cao thói quen thuộc linh nào đó trở thành chìa khóa quyết định cho sự thức tỉnh. Tiền lệ trong Kinh Thánh và lịch sử khuyến khích chúng ta tìm kiếm sự phục hưng, sự thức tỉnh và sự cải chánh bằng sự cầu nguyện và kiêng ăn.

Nhưng cũng chính tiền lệ đó sẽ khiến chúng ta vỡ mộng vì đã làm cho một thói quen thuộc linh trở thành chìa khóa của sự thức tỉnh khi tìm kiếm sự phục hưng. Đặc biệt là sẽ bị lầm lạc hơn khi cho rằng sự kiêng ăn, thí dụ ở trong 2 Sử ký 7:14, là con đường chắc chắn để làm ứng nghiệm câu Kinh Thánh này – vì ít nhất là ba lý do.

Lý do thứ nhất, 2 Sử ký 7:14 không hề đề cập sự kiêng ăn. Lý do thứ hai, các địa chỉ Kinh Thánh khác trong 2 Sử ký nói về việc Đức Chúa Trời ban phước cho người nào hạ mình giống như 2 Sử ký 7:14 cũng không hề đề cập sự kiêng ăn (12:6–7, 12; 32:26; 33:12–13, 19; 34:27). Kinh Thánh không hề phủ nhận sự kiêng ăn là một cách để chúng ta hạ mình ở trước mặt Chúa, mà đơn giản chỉ là Kinh Thánh không hề nhấn mạnh sự kiêng ăn trong câu Kinh Thánh này. Lý do thứ ba, 2 Sử ký 7:14 không hề nhấn mạnh về sự kiêng ăn rằng chúng ta có thể kiêng ăn mà không hạ mình, cầu nguyện, tìm kiếm Chúa và từ bỏ điều ác. Điều này cũng được nhắc lại trong rất nhiều câu Kinh Thánh khác. Thí dụ:

Khi chúng nó kiêng ăn, ta sẽ chẳng nghe lời khấn nguyện của chúng nó; khi chúng nó dâng của lễ thiêu và của lễ chay, ta chẳng nhậm đâu; nhưng ta sẽ diệt chúng nó bởi gươm dao, đói kém, và ôn dịch (Giê-rê-mi 14:12).

Hãy nói cùng cả dân sự trong đất và cùng các thầy tế lễ mà rằng: Các ngươi kiêng ăn và khóc lóc trong tháng năm tháng bảy đã bảy mươi năm nay, có phải các ngươi vì ta, thật là vì ta, mà giữ lễ kiêng ăn đó chăng? (Xa-cha-ri 7:5)

Sao chúng tôi kiêng ăn mà Chúa chẳng đoái xem? sao chúng tôi chịu dằn lòng mà Chúa chẳng biết đến? Nầy, trong ngày các ngươi kiêng ăn, cũng cứ tìm sự đẹp ý mình, và làm khổ cho kẻ làm thuê (Ê-sai 58:3)

Ý nghĩa mơ hồ của sự kiêng ăn

Tất cả phân đoạn Kinh Thánh này đều có ý cảnh báo chúng ta không nên đề cao bất kỳ hoạt động thuộc linh, như kiêng ăn, đến mức trở thành chìa khóa cho sự phục hưng. Đức Chúa Trời là Đấng có quyền làm ra sự phục hưng cho dù chúng ta có kiêng ăn hay không. Jonathan Edwards cũng đã trông đợi sự phục hưng giống như biết bao người, ông đã kêu gọi mọi người cầu nguyện và kiêng ăn một cách lớn tiếng và rõ ràng. Nhưng ông cũng biết một điều chắc chắn về quyền tể trị của Đức Chúa Trời. Ông đã viết rằng:

> Chúng ta thường nhạo báng Đức Chúa Trời bằng những hành động hạ mình rất giả hình, như là ngày kiêng ăn toàn quốc và những hoạt động khác nữa, thay vì có sự cải cách thì chúng ta càng ngày càng tồi tệ hơn; sự chết chóc xảy ra khắp nơi trước khi mấy hoạt động thuộc linh này xuất hiện. Khi xem xét các việc đó, chúng ta sẽ là những kẻ vô ơn ngu xuẩn nhất nếu không nhận ra sự thăm viếng của Đức Chúa Trời là tự ý và bởi quyền tể trị của Ngài nên mới có sự đắc thắng vinh hiển dường ấy.[12]

Ý của ông là sự kiêng ăn được thực hiện một cách công khai và những hoạt động khắc khổ khác đã xảy ra từ lâu rồi, nhưng chỉ toàn sự giả hình và chết chóc mà thôi. Người ta không hề "bỏ con đường tà" khi họ kiêng ăn. Họ không "tìm kiếm mặt ta" bằng cả tấm lòng khi kiêng ăn. Nhưng đột nhiên, giống như gió muốn thổi đâu thì thổi (Giăng 3:8), sự phục hưng xuất hiện. Sau khi nói như thế, Edwards kết luận rằng sự phục hưng là "tự ý và bởi quyền tể trị của Ngài nên mới có sự đắc thắng vinh hiển dường ấy". Đó là điều đã xảy ra, mà cũng là điều sẽ xảy ra khi và nếu sự việc xảy ra lần nữa. Cầu xin Đức Chúa Trời cho phép điều này xảy ra!

Tấm lòng của Edwards và Brainerd

Đối với tất cả lời cảnh báo của Jonathan Edwards về việc lợi dụng những cảm tưởng chủ quan để khuyến khích sự kiêng ăn (hoặc bất kỳ điều gì khác), ông không hề do dự khi đề cao tầm quan trọng của sự kiêng ăn trong công tác truyền giáo và mục vụ của Hội thánh. Bên cạnh lời kêu gọi cầu nguyện và kiêng ăn đã đề cập trước đó, có một câu chuyện dài vô cùng đau đớn về người bạn của ông, một giáo sĩ trẻ giữa vòng người da đỏ, tên là David Brainerd.

David Brainerd sinh ngày 20 tháng 4 năm 1718, ở Haddam, tiểu bang Connecticut. Đúng vào năm John Wesley và Jonathan Edwards được 14 tuổi. Benjamin Franklin được 12 tuổi và George Whitefield được 3 tuổi. Cuộc Đại Tỉnh Thức vừa mới ló dạng từ đằng xa, còn Brainerd đã có thể chứng kiến cả hai làn sóng từ lúc 30 tuổi hơn cho đến những năm đầu của độ tuổi tứ tuần, nhưng ông đã qua đời vì bệnh lao ở trong nhà của Jonathan Edwards lúc 29 tuổi vào ngày 9 tháng 10 năm 1747. Jonathan đã quý trọng người bạn trẻ này đến nỗi đã chịu khó bảo quản và biên soạn lại các quyển nhật ký và sách báo của anh ta. Đây là chỗ mà chúng ta thấy góc nhìn của Brainerd và Edwards về tầm quan trọng của sự kiêng ăn.

Thí dụ, khi suy luận Công-vụ 13:1–4, Brainerd tìm kiếm sự dẫn dắt của Chúa cho mục vụ của mình thông qua những lần kiêng ăn.

Thứ hai, ngày 19 tháng 4. Tôi biệt riêng ngày hôm nay để kiêng ăn và cầu nguyện xin Chúa ban ân điển, đặc biệt là để chuẩn bị mình cho sự hầu việc, ban cho tôi sự tiếp trợ và sự dẫn dắt khi chuẩn bị cho công tác lớn lao này, và xin Chúa "sai tôi vào cánh đồng truyền giáo" tùy vào thời điểm của Ngài. Thế là, cả buổi sáng, ra sức nài xin Chúa hiện diện. Đến chiều, tôi được thôi thúc cầu thay cho những linh hồn quý báu, cho vương quốc của Chúa và Cứu Chúa yêu dấu được tấn tới trong thế gian; đồng thời, cũng xin Chúa ban cho sự nhịn nhục, thậm chí là sự yên ủi và niềm vui khi phải chịu khổ, bị khốn cùng và ngay cả chịu chết để rao truyền Phúc Âm; và đặc biệt nài xin Chúa soi sáng và cải đạo những kẻ ngoại đạo tội nghiệp.[13]

Đối với Edwards, sử dụng sự kiêng ăn như thế không chỉ là một việc đáng khen dành cho những giáo sĩ như Brainerd, mà còn dành cho "những người hầu việc Chúa và Cơ Đốc nhân thầm lặng". Thật ra, đó là công cụ tiếp tục mang lại phước hạnh ở trong đời sống của Brainerd và có thể xảy ra ở trong đời sống của chính chúng ta nữa.

Khi nói đến việc làm gương và thực hiện thành công một thói quen của ông là điều vô cùng khích lệ cho cả những người hầu việc Chúa và Cơ Đốc nhân thầm lặng; ý tôi là thói quen kiêng ăn riêng tư. Độc giả đã thấy ngài Brainerd khuyên dùng thói quen này và chính ông đã thực hành thói quen này thường xuyên ra sao; thật không thể nào tả hết được lòng biết ơn và phước hạnh mà ông đã nhận được từ thói quen này cho chính linh hồn của mình. Trong số rất nhiều ngày kiêng ăn và cầu nguyện riêng tư mà ông đã ghi lại trong quyển nhật ký, ngoài một lần rất hiếm hoi thì lúc nào cũng xảy ra trong lúc kiêng ăn hoặc sau đó là phước hạnh tuyệt vời rất rõ ràng về sự tiếp trợ tài chính rất đặc biệt và sự yên ủi của Đức Thánh Linh; điều này xảy ra rất thường xuyên trước khi một ngày kết thúc.[14]

Đây là lý do vì sao Edwards đã nài xin các mục sư và tín hữu trong thời của ông nên hết mình chăm chỉ gấp ba lần (xem ở trên) thực hiện thói quen cầu nguyện và kiêng ăn. Brainerd và hàng trăm người khác đã chứng kiến điều này trong lịch sử của Hội thánh rằng đây là một công cụ mang lại "phước hạnh tuyệt vời . . . về sự tiếp trợ tài chính rất đặc biệt và sự yên ủi của Đức Thánh Linh". Nói cách khác, sự kiêng ăn đã chứng tỏ là con đường để đạt được sự tỉnh thức và sự phục hưng.

Lời nài xin cho các mục sư từ Shepard người Thanh Giáo

Một minh họa khác về sự kiêng ăn là con đường dẫn tới Cơ Đốc giáo sống động đến từ thế kỷ trước thời của Jonathan Edwards ở Tân Anh. Thomas Shepard sinh ra ở Anh vào năm 1605 và đến Hoa Kỳ vào năm 1635. Khi làm mục sư ở Tân Anh, ông đã rao giảng một loạt sứ điệp đã được xuất bản thành quyển *Dụ ngôn về Mười người Nữ đồng trinh*, đây là tác phẩm đáng chú ý vì Jonathan Edwards đã trích dẫn quyển sách này nhiều hơn bất kỳ tác phẩm nào khác để viết ra một tác phẩm lớn gọi là *Luận về lòng mộ đạo*. Cotton Mather, sống từ năm 1663 đến 1727, đã bảo quản rất nhiều câu chuyện của các mục sư mới đến Tân Anh, trong đó có cả cuộc đời của Thomas Shepard. Các tập hồi ký của ông cho thấy vài gốc tích về sự tận tâm của Edwards dành cho việc kiêng ăn là một phần ở trong đời sống làm mục sư và là con đường dẫn tới sự phục hưng. Mather mời chúng ta bước vào nghiên cứu của Thomas Shepard:

Nếu chúng ta theo ông vào sự nghiên cứu, thì chúng ta sẽ thấy ông đã có một đời sống đáng chú ý và xuất sắc trong sự thánh khiết. Bên cạnh những lời nài xin mỗi ngày, ông còn làm một việc đã nâng đỡ đời sống tâm linh của ông luôn được khoẻ mạnh, cường tráng, phong phú và nhận được nhiều phước hạnh từ Đức Chúa Trời cho tất cả mọi gánh nặng mà ông phải giải quyết bằng chính tay của mình; vấn đề là không có điều này thì ông nghĩ rằng mình không thể nào là một Cơ Đốc nhân luôn tỉnh thức hay một người hầu việc Chúa hữu dụng; *chính vì thế mà ông hiếm khi cho phép một tháng trôi qua mà không dành ít nhất một ngày để kiêng ăn riêng tư trước mặt Chúa.* Thật đáng chú ý khi cả ba người nổi bật trong quyển sách của Đức Chúa Trời về việc kiêng ăn một cách lạ lùng [Môi-se, Ê-li, Chúa Jêsus], đều được Đức Chúa Trời dùng để làm phép lạ nuôi sống nhiều người khác. [Mục sư] *Shepard của chúng ta nghĩ rằng ông không bao giờ làm được việc lớn nào để nuôi nấng bầy chiên của mình nếu không kiêng ăn.*[15]

Chính Mather rõ ràng cũng đồng ý với sự kiêng ăn này và trông đợi sẽ có một cơn đại tỉnh thức trong thời đại của mình. Điều thú vị là lai thế học của Mather khác với của Edwards, nhưng cả hai đều kỳ vọng, cầu nguyện và kiêng ăn vì sự tỉnh thức. Edwards tin vào thuyết hậu thiên hy niên, còn Mather tin vào thuyết tiền thiên hy niên. Edwards cầu nguyện sẽ có cơn đại tỉnh thức xảy ra vào thời kỳ hoàng kim của Cơ Đốc giáo trước khi Đấng Christ tái lâm. "Mather tin rằng sự tái lâm của Đấng Christ sẽ xảy ra cả trước khi sự tỉnh thức thuộc linh chấm dứt mà ông đã thấy ở Tân Anh và đạo Tin Lành ở châu Âu, và khi sự tuôn đổ Đức Thánh Linh sản sinh ra các cuộc phục hưng và nhiều công tác truyền giáo thế giới, đặc biệt là sự trở về của những người Do Thái đã cải đạo".[16]

Đây là điều rất đáng mừng cho ngày hôm nay. Câu chuyện này đã bỏ qua những khác biệt rất nhỏ về giáo lý mà hướng đến sự hiệp một trong việc kiêng ăn và cầu nguyện vì sự phục hưng và sự cải cách ở trong dân sự của Đức Chúa Trời và sự thức tỉnh thuộc linh đã chết ở khắp Hoa Kỳ. Câu chuyện còn cho thấy niềm hy vọng trong sự cầu nguyện, ngay cả khi chúng ta không đồng ý về sự kiện xảy ra trong ngày cuối cùng.

Sự khích lệ lớn nhất

Có lẽ niềm hy vọng lớn nhất là: Cotton Mather đã qua đời vào năm 1727 trước khi cơn gió của *Cuộc thức tỉnh lớn* ở Hoa Kỳ sắp xuất hiện. Richard Lovelace chỉ ra rằng Mather hy vọng sẽ có sự thức tỉnh lan rộng vào cuối đời của ông.[17] Giá như ông có thể thấy một thập kỷ sau đó nữa thì hay biết mấy! Cầu xin Chúa làm vững chắc lòng đam mê của chúng ta về uy quyền tối thượng của Đức Chúa Trời ở trong mọi sự vì sự vui mừng của muôn dân, nhưng chỉ tăng trưởng và gia tăng dữ dội qua sự kiêng ăn và cầu nguyện mà thôi. Cầu xin Đức Chúa Trời cũng dấy lên hàng triệu người thực sự đói khát Ngài đến nỗi phải kêu xin bằng thể chất lẫn tâm hồn rằng: "Lạy Chúa, chúng con trông đợi Ngài ở trong Hội thánh và sự vinh hiển của Ngài khắp thế gian!"

Sự kiêng ăn mà ta chọn lựa, há chẳng phải là bẻ những xiềng hung ác, mở những trói của ách, thả cho kẻ bị ức hiếp được tự do, bẻ gãy mọi ách, hay sao? Há chẳng phải là chia bánh cho kẻ đói, đem những kẻ nghèo khổ đã bị đuổi đi về nhà mình, khi thấy kẻ trần truồng thì mặc cho, và chớ hề trớ trinh những kẻ cốt nhục mình, hay sao? Bấy giờ sự sáng ngươi sẽ hừng lên như sự ban mai, ngươi sẽ được chữa lành lập tức; sự công bình ngươi đi trước mặt ngươi, sự vinh hiển của Đức Giê-hô-va sẽ gìn giữ sau ngươi.

(Ê-sai 58:6–8)

Khoảng một tỷ người đang sống trong tình trạng nghèo khổ vô cùng mà không có những điều cơ bản cho cuộc sống như đồ ăn, quần áo, nhà cửa, hoặc thuốc men. Có 400 triệu người bị suy dinh dưỡng, trong đó có hơn 200 triệu trẻ em.

Larry Libby
Lời cầu xin của kẻ nghèo[1]

6

TÌM KIẾM CHÚA TRONG
ĐAU KHỔ

Một trong các nhà truyền đạo vĩ đại nhất trong năm ngàn năm đầu tiên của Hội thánh Cơ Đốc giáo là John Chrysostom, giám mục của Constantinople vào thế kỷ thứ 4. Ông đã để lại cho chúng ta một trong những lời tuyên bố mạnh mẽ nhất mà tôi biết về giá trị của sự kiêng ăn. Ông nổi tiếng là người sống khổ hạnh vào thời kỳ xa xỉ ở Constantinople. Lối sống của ông đã làm cho hoàng đế Arcadius và vợ của vua là Eudoxia cảm thấy rất bực mình đến nỗi ông đã bị trục xuất và qua đời vào năm 407 S.C. Vì thế, Chrysostom dường như đã đón nhận không chỉ thói quen kiêng ăn mà còn cam kết sống thánh khiết, chúng ta sẽ thấy ngay sau đây, là một sự kiêng ăn còn lớn hơn cả việc nhịn ăn.

Kiêng ăn, giống như nhiều sự dối trá ở trong chúng ta, là bắt chước các thiên sứ, coi thường các vật hiện nay, trường cầu nguyện, bồi dưỡng tâm linh, cầm giữ cái miệng, từ bỏ những tư dục: làm dịu cơn giận, giữ bình tĩnh, làm rõ lý do, làm rõ tâm trí, cất đi gánh nặng của thể xác, xua đi tăm tối, bớt đau đầu. Khi kiêng ăn, con người có cách cư xử bình tĩnh, không phát biểu linh tinh, tâm trí nhận thức đúng đắn.[1]

Tôi hiểu ý của Chrysostom là kiêng ăn có những tác động tích cực đối với ông và nhiều người khác, không phải lúc nào cũng vậy, mà cũng không giúp mọi người có được tất cả lợi ích đó đâu. Thí dụ, đối với vài người thì sự kiêng ăn sẽ (ít ra là tạm thời) gây đau đầu hơn là bớt đau đầu. Tuy nhiên, hàng ngàn người đã nghe Lời Chúa trong Ma-thi-ơ 9:15 là "đến ngày nào chàng rể sẽ bị đem đi khỏi họ, thì họ mới kiêng ăn" và họ đã chứng tỏ được giá trị thuộc linh bao la ấy. Càng đọc về lịch sử của sự kiêng ăn, chúng ta càng thấy nhiều bằng chứng về những ích lợi của sự kiêng ăn. (Xem Phụ lục: "Sự kiêng ăn: Những trích dẫn và trải nghiệm").

Những nguy hiểm của sự kiêng ăn

Tuy nhiên, những gì chúng ta đã thấy và bây giờ sẽ thấy nữa, đó là có sự nguy hiểm trong sự kiêng ăn. Tôi không ám chỉ mối nguy hiểm về thể chất. Chúng ta có thể tránh được nếu làm theo những chỉ dẫn.[2] Tôi đang ám chỉ những nguy hiểm thuộc linh. Chúng ta có thể thực hành sự kiêng ăn không đẹp lòng Chúa và tự làm hại chính tâm linh của mình.

Thí dụ, nếu chúng ta kiêng ăn để mọi người thấy, Chúa Jêsus đã phán, thì chúng ta đã được phần thưởng rồi, nên chúng ta sẽ không nhận được câu trả lời nào từ Cha trên trời (Ma-thi-ơ 6:16). Để tra xét động cơ, ông nói rằng chúng ta nên làm từng bước không cho mọi người thấy, mà chỉ Đức Chúa Trời thấy: hãy chải tóc, rửa mặt và không được có vẻ mặt quá nghiêm túc. Sau đó – nếu động cơ của mình là trong sạch – thì Cha trên trời là Đấng thấy trong chỗ kín nhiệm sẽ thưởng cho chúng ta.

Kiêng ăn và đau khổ của cả thành phố

Nhưng đó không phải là lời cảnh báo duy nhất về sự kiêng ăn trong Kinh Thánh. Tiên tri Ê-sai nói ra một từ mạnh mẽ vẫn còn phù hợp cho ngày hôm nay. Đối với tôi, cũng như rất nhiều người khác, đây là một từ rất cá nhân. Tôi đang sống và hầu việc Chúa trong một thành phố. Xung quanh tôi có đủ mọi hạng người đang gặp nan đề chồng chất tại các đô thị trung tâm. Tôi vẫn sống với một thắc mắc làm thế nào đức tin của tôi – bao gồm cả sự kiêng ăn – giải quyết những thực trạng này. Ê-sai 58 đã làm cho tôi và nhiều người khác trong Hội thánh có một đam mê muốn chia sẻ và cần được chia sẻ vì ích lợi của những người đang gặp cảnh khốn cùng. Niềm đam mê này đã nâng đỡ Hội thánh khi chúng tôi suy gẫm làm thế nào để rao truyền đam mê về uy quyền tối thượng của Đức Chúa Trời ở trong mọi sự tại trung tâm của thành phố.

Hãy kêu to lên, đừng dứt; hãy cất tiếng lên như cái loa; rao bảo tội lỗi dân ta cho nó, và rao bảo sự gian ác nhà Gia-cốp cho nhà ấy! Ngày ngày họ tìm kiếm ta và muốn biết đường lối ta; như dân đã theo sự công bình và chưa từng bỏ luật pháp của Đức Chúa Trời mình! Họ cầu hỏi ta sự đoán xét công bình; và vui lòng gần gũi Đức Chúa Trời, mà rằng: sao chúng tôi kiêng ăn mà Chúa chẳng đoái xem? sao chúng tôi chịu dằn lòng mà Chúa chẳng biết đến? Nầy, trong ngày các ngươi kiêng ăn, cũng cứ tìm sự đẹp ý mình, và làm khổ cho kẻ làm thuê. Thật, các ngươi kiêng ăn để tìm sự cãi cọ tranh cạnh, đến nỗi nắm tay đánh nhau cộc cần; các ngươi kiêng ăn trong ngày như vậy, thì tiếng các ngươi chẳng được nghe thấu nơi cao.

Đó há phải là sự kiêng ăn mà ta chọn lựa, há phải là ngày người ta dằn lòng mình đâu? Cúi đầu như cây sậy, nằm trên bao gai và trên tro, đó há phải điều ngươi gọi là kiêng ăn, là ngày đẹp lòng Đức Giê-hô-va sao? Sự kiêng ăn mà ta chọn lựa, há chẳng phải là bẻ những xiềng hung ác, mở những trói của ách, thả cho kẻ bị ức hiếp được tự do, bẻ gãy mọi ách, hay sao? Há chẳng phải là chia bánh cho kẻ đói, đem những kẻ nghèo khổ đã bị đuổi đi về nhà mình, khi thấy kẻ trần truồng thì mặc cho, và chớ hề trớ trinh những kẻ cốt nhục mình, hay sao?

Bấy giờ sự sáng ngươi sẽ hừng lên như sự ban mai, ngươi sẽ được chữa lành lập tức; sự công bình ngươi đi trước mặt ngươi, sự vinh hiển của Đức Giê-hô-va sẽ gìn giữ sau ngươi. Bấy giờ ngươi cầu, Đức Giê-hô-va sẽ ứng; ngươi kêu, Ngài sẽ phán rằng: Có ta đây! Nếu ngươi cất bỏ cái ách khỏi giữa ngươi, không chỉ tay và không nói bậy; nếu ngươi mở lòng cho kẻ đói, và làm no kẻ khốn khổ, thì sự sáng ngươi sẽ sáng ra trong tối tăm, và sự tối tăm ngươi sẽ như ban trưa. Đức Giê-hô-va sẽ cứ dắt đưa ngươi; làm cho ngươi no lòng giữa nơi khô hạn lớn; làm cho cứng mạnh các xương ngươi, ngươi sẽ như vườn năng tưới, như nước suối chẳng hề khô vậy. Những kẻ ra từ ngươi sẽ dựng lại nơi đổ nát ngày xưa; ngươi sẽ lập lại các nền của nhiều đời trước. Người ta sẽ xưng ngươi là Kẻ tu bổ sự hư hoại, và Kẻ sửa đường lại cho người ở (câu 1–12)

Bill Leslie phát hiện ra vườn năng tưới

Mấy người trong Hội thánh của tôi không chỉ là những kẻ duy nhất đã nghe Lời Chúa chép trong Ê-sai 58. Tôi còn nhớ một lời chứng từ Bill Leslie, một mục sư tiền nhiệm của Hội thánh Đường LaSalle ở Chicago, là người đã có một mục vụ lâu dài và đáng chú ý ở trong thành phố, không giống như được mô tả trong Ê-sai 58. Ông đã đến tiểu bang Minneapolis một lần kể lại chuyện bị suy sụp của mình và một cố vấn thuộc linh đã chỉ ông tìm đọc chương này. Ông nói chính câu 10 và 11 đã cứu ông thoát khỏi tình trạng bị kiệt sức.

Nếu ngươi mở lòng cho kẻ đói, và làm no kẻ khốn khổ, thì sự sáng ngươi sẽ sáng ra trong tối tăm, và sự tối tăm ngươi sẽ như ban trưa. Đức Giê-hô-va sẽ cứ dắt đưa ngươi; làm cho ngươi no lòng giữa nơi khô hạn lớn; làm cho cứng mạnh các xương ngươi, ngươi sẽ như vườn năng tưới, như nước suối chẳng hề khô vậy (Ê-sai 58:10–11)

Mục sư Leslie bị tác động mạnh bởi vì Đức Chúa Trời hứa sẽ khiến chúng ta như vườn năng tưới (không chỉ là một mục vụ cung cấp nước, mà là một nguồn nước). Tức là, chúng ta sẽ tiếp nhận nguồn nước cần thiết để làm tươi mới bản thân, rồi trở thành một nguồn nước không hề khô cạn – cho người khác – dẫu cho mục vụ có nhiều đòi hỏi, vắt kiệt sức và khô cạn đến nỗi phải phục vụ quên mình. Câu Kinh Thánh này đã giúp ông vượt qua thời kỳ khủng hoảng và khiến ông tiếp tục thêm nhiều năm nữa. Điều lạ lùng mà chúng ta cần phải thấy là Ê-sai gọi kinh nghiệm vườn năng tưới là một loại kiêng ăn.

Hãy chia bánh cho kẻ đói ngay cả khi chúng ta mắc bệnh ung thư ít ra là một trải nghiệm nữa mà tôi đã tìm được sự nâng đỡ từ câu Kinh Thánh này. Doug Nichols hiện là chủ tịch của Mục vụ Hành động Quốc tế, một tổ chức truyền giáo đặc biệt tập trung vào hàng triệu trẻ em đường phố trong các thành phố lớn trên thế giới. Ông là người kêu gọi nhân sự Hội thánh của chúng tôi qua điện thoại trong suốt thời kỳ khủng hoảng quốc tế và gợi ý với chúng tôi đi thuê một chiếc máy bay phản lực cỡ lớn đem vài trăm người đến Rwanda giúp chôn cất người chết để các bác sĩ và y tá có thể thực hiện tốt công việc mà họ được gửi tới để làm. Ông tập trung không ngừng vào việc từ bỏ mạng sống mình để giúp đỡ kẻ khó khăn đang cần Đấng Christ.

Thí dụ, ông thỉnh thoảng viết thư cho tôi, hầu như lúc nào cũng có mấy nhát dao đâm giống như một phần tái bút ở cuối thư ghi rằng: "Đúng 'một phút' cuối cùng khi ông đọc xong lá thư này, thì đang có 28 trẻ em chết vì suy dinh dưỡng và bệnh tật có thể chữa được mỗi ngày. 1,667 người chết mỗi giờ, 40,000 trẻ em chết mỗi ngày! Xin hãy cầu nguyện và HÀNH ĐỘNG để có nhiều giáo sĩ nữa đem Phúc Âm đến với những đứa trẻ này".

Doug bị phát hiện mắc bệnh ung thư đường ruột vào tháng 4 năm 1993. Các bác sĩ đã cho ông thêm 30% cơ hội sống sau khi phẫu thuật, làm hậu môn giả và xạ trị. Trong suốt cuộc nội chiến giữa người Hutus và người Tutsis, ông đã lên máy bay đến Rwanda cùng một đội, gồm có vài người từ Hội thánh của chúng tôi. Bác sĩ chuyên khoa ung thư chưa tin Chúa nói rằng ông sẽ chết ở Rwanda. Doug nói rằng không sao vì ông sẽ về thiên quốc. Vị bác sĩ chuyên khoa ung thư lo lắng nên đã gọi bác sĩ phẫu thuật của Doug khuyên can ông đừng đi đến Rwanda. Bác sĩ phẫu thuật này là một người tin Chúa nói rằng Doug đã sẵn sàng ra đi để trở về thiên quốc.

Khi chúng tôi nhận được tin Doug đang đi máy bay – cùng với căn bệnh ung thư và hậu môn giả – đến Rwanda, vài người trong chúng tôi đã vào phòng cầu nguyện để hiệp lòng cầu thay cho ông. Tôi nhớ lúc đó được dẫn dắt đến Ê-sai 58:7–8 để cầu thay cho Doug.

Há chẳng phải là chia bánh cho kẻ đói, đem những kẻ nghèo khổ đã bị đuổi đi về nhà mình, khi thấy kẻ trần truồng thì mặc cho, và chớ hề trớ trinh những kẻ cốt nhục mình, hay sao? Bấy giờ sự sáng ngươi sẽ hừng lên như sự ban mai, ngươi sẽ được chữa lành lập tức; sự công bình ngươi đi trước mặt ngươi, sự vinh hiển của Đức Giê-hô-va sẽ gìn giữ sau ngươi.

Chúng tôi cầu nguyện rất cụ thể rằng kẻ đói được no nê và người vô gia cư được vào nhà ở Rwanda sẽ không giết chết Doug Nichols, nhưng sẽ chữa lành ông. Từ Rwanda, Doug đã gọi cho bác sĩ chuyên khoa ung thư để nói rằng ông vẫn chưa chết. Khi trở về, ông phải trải qua một loạt các xét nghiệm với kết quả không có dấu hiệu mắc bệnh. Chỉ có Đức Chúa Trời mới nắm giữ tương lai của Doug Nichols cũng như đức tin và mục vụ đặc biệt của ông, còn bây giờ thì Ê-sai 58 đang hành động cách sống động ở trong đời sống của Doug khi ông từ bỏ mạng sống mình vì những đứa trẻ đó.

Vậy, chúng ta có thể thấy Ê-sai 58 có những mối liên hệ quan trọng ở trong đời sống của tôi. Sự kiêng ăn mà đoạn Kinh Thánh này kêu gọi không hề tầm thường. Còn tôi đang cầu nguyện rằng những câu chuyện về quyền phép thay đổi đời sống sẽ được nhân rộng ra từ quyển sách này.

Chúa Jêsus đã yêu thương tiên tri này

Ê-sai 58 dường như có một vị trí nào đó ở trong tấm lòng của Chúa Jêsus. Chúng ta có thể nghe thấy phân đoạn này qua lời lẽ của Chúa Jêsus ở trong Lu-ca 4:18 ("Thần của Chúa ngự trên ta; vì Ngài đã xức dầu cho ta đặng truyền Tin Lành cho kẻ nghèo; Ngài đã sai ta để rao cho kẻ bị cầm được tha, kẻ mù được sáng, kẻ bị hà hiếp được tự do") và trong Ma-thi-ơ 25:35–36 ("Vì ta đói, các ngươi đã cho ta ăn; ta khát, các ngươi đã cho ta uống; ta là khách lạ, các ngươi tiếp rước ta; ta trần truồng, các ngươi mặc cho ta; ta đau, các ngươi thăm ta; ta bị tù, các ngươi viếng ta") và Giăng 7:38 ("Kẻ nào tin ta thì sông nước hằng sống sẽ chảy từ trong lòng mình, y như Kinh thánh đã chép vậy"). Gánh nặng của Ê-sai 58 lan tỏa khắp chức vụ của Chúa Jêsus – và đoạn Kinh Thánh cũng sẽ lan tràn khắp mục vụ của chúng ta nhiều hơn nữa.

Kiêng ăn là lớp vỏ trụy lạc

Trong ba câu đầu tiên, Đức Chúa Trời lên án nghịch cùng dân sự của Ngài. Chúa phán với Ê-sai hãy kêu to lên và rao bảo tội lỗi của nhà Gia-cốp. Nhưng tội lỗi của họ được che giấu bằng lớp vỏ nhiệt tình của tôn giáo rất tuyệt vời. Đây là điều chúng ta cần phải dè chừng với tư cách là những người có đạo và thực hành những thói quen tôn giáo như kiêng ăn. Hãy lắng nghe lời lên án: "Ngày ngày họ tìm kiếm ta và muốn biết đường lối ta; như dân đã theo sự công bình và chưa từng bỏ luật pháp của Đức Chúa Trời mình!" (câu 2). Nói cách khác, họ cư xử như dân theo sự công bình và làm theo luật pháp. Họ tự thuyết phục bản thân là ưa muốn Đức Chúa Trời và đường lối của Ngài. Đây là một lối sống ảo tưởng đáng sợ.

Chúa còn phán tiếp trong câu 2 rằng: "Họ cầu hỏi ta sự đoán xét công bình; và vui lòng gần gũi Đức Chúa Trời". Nhưng họ không thành thật. Họ muốn Đức Chúa Trời xét xử công bình cho họ, vì cuộc sống gặp khó khăn, chúng ta sẽ thấy ngay sau đây. Nhưng họ không thấy được nan đề thật. Họ thích thờ phượng. Họ dùng thứ ngôn ngữ có vẻ gần gũi Đức Chúa Trời. Họ còn ra sức dùng những trải nghiệm tôn giáo và sự vô tín để tiếp cận Chúa. Nhưng có sự bất ổn.

Hãy dè chừng thói yêu thích sự yêu mến Chúa hơn là thật lòng yêu mến Chúa

Đây là lời cảnh báo có lý dành cho chúng ta trong thời đại đang khôi phục lại sự thờ phượng. Rất nhiều người tìm thấy niềm vui trong sự gặp gỡ Chúa bằng cách kéo dài cảm xúc qua việc hát ngợi khen Chúa. Cá nhân tôi thấy những giai đoạn được ở thật lâu trước mặt Chúa là một sự thông công ngọt ngào với Ngài. Nhưng tôi cũng thấy có sự nguy hiểm. Mối nguy hiểm đó là chúng ta sẽ vô tình thay thế sự yêu mến Chúa trong những giây phút ấy bằng việc yêu thích cảm giác yêu mến Chúa. Đó là một lối nói mà tôi tiếp thu từ một cộng sự gần đây. Nói cách khác, chúng ta bắt đầu không còn say mê sự vinh hiển của Đức Chúa Trời nữa, mà đổi thành say mê bầu không khí của sự thờ phượng. Khi điều này xảy ra, chúng ta trở thành kẻ giả hình. Đằng sau lớp vỏ sốt sắng của tôn giáo ấy là những hành động không nhất quán nguy hiểm đến chết người có thể sinh sôi ở trong đời sống của chúng ta.

Tất cả thật là hay

Có sự sai trật về sự thờ phượng trong Ê-sai 58. Dân sự bày tỏ nỗi thất vọng trong câu 3, nhưng họ không biết nan đề là gì. Họ thưa với Chúa rằng: "Sao chúng tôi kiêng ăn mà Chúa chẳng đoái xem? Sao chúng tôi chịu dằn lòng mà Chúa chẳng biết đến?" Thật ra, câu 2 và 3 đề cập đến năm hoạt động tôn giáo mà họ đang làm một cách vô ích. Câu 2 nói (1) họ tìm kiếm Chúa; (2) họ muốn biết đường lối của Chúa; (3) họ cầu hỏi Chúa sự đoán xét công bình; và (4) họ vui lòng gần gũi Chúa. Sau đó, trong câu 3, họ (5) kiêng ăn và dằn lòng mình. Nhưng, mặc kệ tất cả, Đức

Chúa Trời phán với Ê-sai rằng: "Hãy kêu to lên [không phải nhỏ nhẹ, bình thản, mà rất to]; rao bảo tội lỗi dân ta cho nó" (câu 1).

Họ đang kiêng ăn. Họ đang tìm kiếm mặt Chúa. Họ đang cầu nguyện. Họ đang có bề ngoài hạ mình. Tất cả nghe giống như những điều chúng ta cần phải làm, theo như 2 Sử ký 7:14. Tuy nhiên, sự kiêng ăn và thờ phượng này không làm đẹp lòng Chúa. Đây là loại kiêng ăn và thờ phượng mà chúng ta không muốn làm. Nhưng chúng ta thắc mắc là tìm kiếm Chúa thì có gì sai, muốn biết đường lối của Ngài thì sai chỗ nào, cầu xin Chúa đoán xét công bình thì sai gì chứ, vui thích ở gần Chúa là sai hả, kiêng ăn và hạ mình xuống trước mặt Ngài là sai hay sao? Vấn đề là gì? Nghe có vẻ như chúng ta cho rằng đó là cách tốt nhất để thờ phượng! Không phải như vậy là tỉnh thức sao? Bấy nhiêu không làm chúng ta thấy run rẩy sao? Chẳng phải những điều đó làm cho chúng ta thành thật với Chúa đến nỗi không thể là những kẻ giả hình ở trước mặt Chúa bằng những thói quen tôn giáo sốt sắng và những ước muốn bị phơi bày hay sao?

Sự thờ phượng của họ có gì sai? Đức Chúa Trời đáp rằng:

"Sao chúng tôi kiêng ăn mà Chúa chẳng đoái xem? sao chúng tôi chịu dằn lòng mà Chúa chẳng biết đến? Nầy, trong ngày các ngươi kiêng ăn, cũng cứ tìm sự đẹp ý mình, và làm khổ cho kẻ làm thuê. Thật, các ngươi kiêng ăn để tìm sự cãi cọ tranh cạnh, đến nỗi nắm tay đánh nhau cộc cằn; các ngươi kiêng ăn trong ngày như vậy, thì tiếng các ngươi chẳng được nghe thấu nơi cao. Đó há phải là sự kiêng ăn mà ta chọn lựa, há phải là ngày người ta dằn lòng mình đâu? Cúi đầu như cây sậy, nằm trên bao gai và trên tro, đó há phải điều ngươi gọi là kiêng ăn, là ngày đẹp lòng Đức Giê-hô-va sao? (câu 3–5)

Vấn đề là đây. Các vấn đề phụ đi kèm với sự kiêng ăn như

đạo đức, thực hành và mối quan hệ là bài kiểm tra thực sự cho sự kiêng ăn thật. Đức Chúa Trời cho biết những biểu hiện tôn giáo của sự kiêng ăn: hạ mình hoặc dằn lòng (không ăn), cúi đầu như cây sậy, nằm trên bao gai và trên tro. Rồi, Chúa còn cho biết những vấn đề phi đạo đức đi kèm với sự kiêng ăn: tìm sự đẹp ý mình (ngoài việc nhịn ăn ra còn làm điều khác nữa), làm khổ cho kẻ làm thuê; chúng ta trở nên cộc cằn hay cãi cọ và có xung đột; thậm chí còn đánh nhau nữa. Nhưng Đức Chúa Trời phán rằng: "Đó há phải là sự kiêng ăn mà ta chọn lựa?" Câu trả lời là Không phải.

Nghịch lý của sự kiêng ăn nuông chiều bản thân

Vậy, chúng ta đang có một bài kiểm tra khác để nhận ra sự kiêng ăn thật. Chúa Jêsus phán rằng: Nếu chúng ta kiêng ăn để mọi người thấy thì chúng ta đã được phần thưởng rồi. Tiên tri Ê-sai nói rằng: Nếu sự kiêng ăn làm cho chúng ta nuông chiều những khía cạnh khác của bản thân, gây khổ sở cho người làm công, cộc cằn và cãi cọ, thì sự kiêng ăn của chúng ta không đẹp lòng Chúa đâu. Cho nên, Đức Chúa Trời đã nhân từ cảnh báo chúng ta về việc thay thế đời sống công bình bằng những thói quen tôn giáo.

Ôi, chúng ta cần phải suy gẫm về những điều này! Sự giả hình gây tai hại rất kinh khủng cho sự thờ phượng Đức Chúa Trời. Chúng ta hãy ghi nhớ những ngụ ý lâu dài về sự thờ phượng ở trong đời sống và Hội thánh của chúng ta. Không có sự thờ phượng nào – tức là không có bài giảng, không có bài thánh ca, không có sự cầu nguyện, không có sự kiêng ăn, dù có tuyệt vời đến mấy – khiến chúng ta gây khổ cực cho người làm công vào thứ hai, hay là cãi cọ với người phối ngẫu ở nhà, hay là nuông chiều bản thân trong các lĩnh vực khác của đời sống, hay là giận đến nỗi đánh người khác, lại là sự thờ phượng thật đẹp lòng Chúa cả.

Đừng mắc sai lầm ở chỗ này: sự kiêng ăn thật có thể là công cụ phước hạnh của Đức Chúa Trời để thắng hơn tính cộc cằn tại nơi làm việc, sự cãi cọ ở nhà, sự nuông chiều bản thân và sự tức giận. Nhưng nếu sự kiêng ăn trở thành lớp vỏ tôn giáo để coi nhẹ những điều kia và cho phép chúng tiếp tục xảy ra, thì đó là sự giả hình và điều sỉ nhục đối với Đức Chúa Trời.

Thái độ làm việc vào ngày thứ hai chứng tỏ sự thờ phượng vào ngày Chúa Nhật

Chúng ta đối xử với người khác vào ngày thứ hai như thế nào là bài kiểm tra cho sự kiêng ăn thật của chúng ta vào ngày Chúa Nhật. Sự kiêng ăn vẫn còn khiến chúng ta miệt mài trong tội lỗi sẽ là trò cười cho Đức Chúa Trời: "Đó há phải là sự kiêng ăn mà ta chọn lựa . . . Cúi đầu như cây sậy" (câu 5). Nói cách khác, những điệu bộ kiêng ăn như thế không thuộc linh hơn cây sậy gập đầu nơi đầm lầy tí nào đâu.

Đáng rủa sả thay cho sự kiêng ăn không muốn chúng ta đụng đến tội lỗi ở trong đời sống của mình. Sự kiêng ăn thật duy nhất là kiêng ăn có cả chiến trận thuộc linh nghịch cùng tội lỗi của chúng ta. Sự kiêng ăn của chúng ta có thực sự là đói khát Đức Chúa Trời không? Chúng ta thử cho biết mình có đang đói khát sống thánh khiết chăng! Muốn đến gần chúng ta tức là ghét bỏ tội lỗi. Vì Chúa là thánh, nên chúng ta không thể yêu Chúa mà vẫn còn yêu tội lỗi. Kiêng ăn mà không bỏ đói tội lỗi để dự tiệc của Đức Chúa Trời là lừa bịp bản thân. Chúng ta không hề đói khát Chúa khi kiêng ăn như thế. Cơn đói trong sự kiêng ăn là đói khát Đức Chúa Trời, còn bài kiểm tra cho sự đói khát này là để cho thấy chúng ta có đói khát sự thánh khiết chăng.

Kiêng ăn là bỏ đói tội lỗi, không phải chúng ta

Nếu có một túi tội lỗi chưa được giải quyết ở trong đời sống của mình và chúng ta đang kiêng ăn vì mục đích nào khác, thì Đức Chúa Trời sẽ phán cùng chúng ta rằng: "Sự kiêng ăn mà ta chọn lựa là bỏ đói tội lỗi đó tới chết". Chúa làm điều này ở trong Ê-sai 58 rất mạnh mẽ. Tiên tri Ê-sai nói trong câu 5 rằng họ đang kiêng ăn và "dằn lòng". Cụm từ "dằn lòng" cũng có nghĩa là "hạ mình". Vậy, họ đang dằn lòng mình trong sự đói khát. Nhưng Đức Chúa Trời phán rằng đó không phải là sự kiêng ăn mà Ngài chọn lựa. Sau đó, trong câu 10, Chúa dùng chính những cụm từ "hạ mình" và "dằn lòng" mà phán rằng Chúa có quan tâm đến những kẻ hạ mình và bị khổ sở, là những kẻ không còn lựa chọn nào khác nên mới chịu đói khát và khổ sở, vì những kẻ kiêng ăn nào đó đang áp bức họ thay vì cho họ ăn.

Nếu ngươi mở lòng cho kẻ đói, và làm no kẻ khốn khổ . . .

Nói cách khác, Đức Chúa Trời phán rằng sự kiêng ăn và dằn lòng của chúng ta không phải là để tiêu diệt tội bất công và cứng lòng. Nếu có thì hành động của chúng ta phải là xoa dịu kẻ đói và sự khốn khổ của người làm công. Có một sự mỉa mai lớn mà Đức Chúa Trời muốn chúng ta nhìn thấy. Câu 10 nói rằng người nghèo bị bỏ đói và làm khổ. Những kẻ sùng bái tôn giáo cũng nhịn đói và chịu khổ bằng cách kiêng ăn. Nhưng họ kiêng ăn vì điều gì? Có phải sự kiêng ăn của họ trước tiên là để nghịch cùng tội lỗi mà chính họ đã gây khổ sở cho những người làm công của mình chăng? Tội lỗi mà chính họ đã chất gánh nặng trên lưng của người nghèo? Tội lỗi mà chính họ đã không cấp dưỡng quần áo và nhà cửa cho người khác? Không. Họ không hề kiêng ăn để thay đổi những điều đó. Chính hành động của họ đã lên án họ.

Vậy, Đức Chúa Trời mới phán cùng họ rằng: Sự kiêng ăn mà ta chọn lựa không phải là các ngươi tự làm khổ bản thân và nhịn đói đâu, mà đúng ra các ngươi phải cho kẻ đói và khốn khổ được no nê. Nếu các ngươi muốn trừ bỏ tội lỗi bằng cách không lấy bánh bỏ vào miệng của mình, vậy thì hãy lấy bánh bỏ vào miệng của người nghèo đi. Rồi chúng ta sẽ thấy ngươi có thực sự kiêng ăn vì cớ sự công bình hay không.

Khi chúng ta còn miệt mài trong tội lỗi, thì sự kiêng ăn mà Chúa lựa chọn không phải là lớp vỏ công bình, mà là một cuộc tấn công trực diện. Đối với hạng người này, thì sự kiêng ăn không phải là nghịch cùng tội lỗi trong đời sống của họ; kiêng ăn chỉ là sự ngụy trang mà thôi. Nếu họ tự nhịn đói một chút và làm khổ bản thân một chút, thì sự thờ ơ với kẻ đói và sự khổ sở của người nghèo sẽ chẳng có gì là to tát. Cho nên, Đức Chúa Trời mới phán rằng: Ta thử lòng của các ngươi. Hãy phát bánh cho người nghèo. Đó là sự kiêng ăn mà ta lựa chọn.

Chủ nghĩa tiêu thụ và trẻ em Hoa Kỳ tại phố cổ

Sự kiêng ăn ở Hoa Kỳ và các quốc gia phát triển ở phương Tây hầu như không hiểu vì sao chúng ta bị tẩy não bởi văn hóa tiêu thụ. Chúng ta được dạy là tiêu thụ sẽ làm cho cuộc sống tốt hơn, chứ không từ bỏ sự tiêu thụ. Như Rodney Clapp nói: "Sự tiêu thụ đã được dạy trong sự tham lam vô độ. Người tiêu thụ được dạy rằng con người vốn có nhiều nhu cầu không được thỏa mãn đến nỗi chỉ có vật chất và trải nghiệm mới khỏa lấp được. Theo đó, người tiêu thụ nên trước tiên và trên hết nghĩ cho bản thân và đáp ứng nhu cầu của bản thân đã".[3] Ban cho có phước hơn nhận lãnh (Công-vụ 20:35) hầu như rất khó hiểu. Do đó, kiêng ăn là một ngoại lệ tối thiểu để giảm cân hoặc là một hoạt động tăng cường sự tâm trung của phong trào Thời Đại Mới – cả hai đều được lồng vào trong văn hóa tiêu thụ.

Sự lan tràn của chủ nghĩa tiêu thụ được thể hiện rõ rệt khi chúng ta thấy điều này xảy ra trong tất cả tầng lớp của xã hội, ngay cả những người không đủ điều kiện để tiêu thụ cũng vậy. Dấu hiệu của văn hóa tiêu thụ là hạ thấp "con người" vì "của cải". Sự suy giảm này được truyền hình vô tuyến nói đi nói lại mỗi ngày. Thậm chí trong khu phố cổ giữa vòng người nghèo không có điều kiện là rất nhiều, thiếu niên

là những tay sành sỏi văn hóa nhạc bình dân, bị cuốn theo những vần điệu và hình ảnh bừa bãi trên truyền hình. Phát biểu của họ chứa đầy sự tạp nham từ các kênh truyền hình. Ở ngoài đường, điều trớ trêu đó là trở thành một người có "vật chất" lại được coi là đang có một hình ảnh nào đó. [Một cậu thiếu niên] nhanh chóng từ bỏ công việc may túi vải vào mùa hè cho các cửa hàng tạp hóa sau khi nhận ra công việc làm mất hình ảnh của mình. Cậu ta chi hết 75 đô-la kiếm được từ một công việc khác để mua máy nhắn tin, chỉ vì cậu muốn ra vẻ như một kẻ bán ma tuý [ngay cả khi cậu] chẳng dính líu gì đến ma tuý. [Cậu ta] cũng thường mang theo một cây súng và bán dạo những thứ ăn cắp được: mấy hành động ấy chứng tỏ cậu không phải là "kẻ xấu" mà chỉ là một tên có "vật chất". [Cậu ta] và bạn bè tự gọi mình là "LoLifes" (viết tắt của "Polo Lifes") vì họ chỉ mặc đồ hiệu nam giới Polo, hầu hết đều trộm từ các cửa hàng tại khu kinh doanh. [Cậu ta] tin rằng "quần áo ra dáng đàn ông". Đáng buồn thay, đối với trường hợp của chàng trai này thì câu nói ấy đúng thật. Khi cởi bỏ hết quần áo đi, thì chúng ta không còn thấy vật chất gì nữa ngoài hình dáng con người. [Cậu ta] chỉ còn là một kẻ thu lượm hàng hóa và tiêu thụ sản phẩm mà thôi . . . [Cậu ta và bạn bè] "tin vào những gì được dạy về hình ảnh, địa vị, ganh đua, thứ bậc và chủ yếu là sự thỏa mãn bản thân. Niềm tin ấy là thứ gây chết người, mà hầu hết là chính họ".[4]

Cậu bé đô thị cổ và bạn bè là một chân dung hoàn hảo cho xu hướng ở Hoa Kỳ, trừ ra những tác động còn quá nhẹ của sự giàu có.

Rất nhiều người Mỹ chiều theo xu hướng sùng bái chủ nghĩa vật chất, nhưng bị nhào trộn bởi những cơ hội mà họ kiếm được (giáo dục và nghề nghiệp) để xây dựng danh tính của mình dựa vào một điều gì đó không phải là con người thật của họ. Trong khi họ cũng là những kẻ tiêu thụ, thì lại có nhiều cơ hội để đi xa hơn thế nữa. Ngược lại, [cậu bé đô thị cổ] và bạn bè không thể hoặc sẽ không có được những cơ hội đó. Vậy thì, "ý nghĩa" không có mặt trong thế giới của họ nữa mà được thay bằng "hình ảnh". Trong sự tồn tại nhỏ bé như thế, trẻ con sẽ giết lẫn nhau vì dây chuyền vàng và áo vét da. Niềm tin mù quáng của chúng ở trong chủ nghĩa tiêu thụ là thứ chết người.[5]

Nghịch lại bức bình phông của chủ nghĩa tiêu thụ Hoa Kỳ hiện đại đang lan tràn khắp nơi, thì sự kiêng ăn trong Ê-sai 58 bắt đầu có được mũi nhọn. Một lối sống phục vụ người nghèo hơn là tiêu thụ một sự tiện nghi nào đó nên được gọi là "kiêng ăn", điều này chẳng có gì lạ lẫm. Hầu hết cuộc sống của chúng ta đều xoay quanh việc thèm muốn cái này đến cái khác. Bất kỳ điều gì thay đổi thói quen này để phục vụ đều là "kiêng ăn", đây là hành động làm đẹp lòng Chúa hơn là nhịn hàng trăm bữa trưa để ăn một chầu thịnh soạn tại siêu thị.

Quyết tâm sống kiêng ăn vì tình yêu thương

Điều Chúa làm bây giờ trong Ê-sai 58:6–12 là mô tả những điều cần làm để sống kiêng ăn và những phần thưởng cụ thể khi sống như vậy là gì – nghĩa là ban cho có phước hơn nhận lãnh bằng nhiều cách mà chúng ta không thể hình dung được khi vẫn còn ở trong thói quen tiêu thụ của mình. Chúng ta còn nhớ Chúa Jêsus đã phán rằng: Cha ngươi, là Đấng thấy trong chỗ kín nhiệm, sẽ thưởng cho ngươi" (Ma-thi-ơ 6:4). Đây là một vài điều Chúa hứa với ai kiêng ăn như thế.

Đầu tiên, hãy nhìn vào mô tả về sự kiêng ăn. Sau đó, chúng ta sẽ nhìn vào những lời hứa mà Chúa ban cho người nào sống theo như vậy. Đừng mắc sai lầm khi nghĩ rằng đây là bản mô tả công việc mà Đức Chúa Trời muốn dân sự biết cách nhận lãnh tiền công từ nơi Chúa. Không hề có chuyện tìm kiếm vật chất ở đây. Đức Chúa Trời của tiên tri Ê-sai không phải là Đấng thương lượng đâu. Chúa là Đấng tể trị, có quyền tự do và ban phát ân điển cho người nào tin cậy Ngài. Ê-sai 30:15 chép rằng: "Vả, Chúa Giê-hô-va, là Đấng Thánh của Y-sơ-ra-ên, có phán như vầy; các ngươi sẽ được rỗi, là tại trở lại và yên nghỉ; các ngươi sẽ được sức mạnh, là tại yên lặng và trông cậy". Sức mạnh để làm những điều Chúa muốn chúng ta làm không đến từ chúng ta. Mà đến từ Đức Chúa Trời và từ việc tin cậy Ngài.

Kiêng ăn như thế là toa thuốc của Bác sĩ

Khi Đức Chúa Trời phán với dân sự những việc phải làm, thì đây không phải là bản mô tả công việc, mà là toa thuốc của bác sĩ. Chúa không phán với chúng ta làm việc để được chủ phát lương, mà Ngài muốn chúng ta được chữa lành khi tin cậy Bác sĩ. Chúng ta có thể thấy trong Ê-sai 58:8 chép rằng: nếu làm theo lời Chúa thì "ngươi sẽ được chữa lành lập tức". Nếu tin cậy bác sĩ và chứng minh lòng tin cậy bằng cách làm theo lời của Ngài, thì chúng ta sẽ được chữa lành khỏi bệnh tật gây ra bởi tội lỗi của mình. Cho nên, đừng nghĩ rằng chúng ta sẽ kiếm được điều gì từ Chúa. Đó là điều bất khả thi mà còn chết người nữa. Hãy tin cậy vào ân điển tối cao của Ngài và làm theo điều Chúa dạy, thì chúng ta sẽ được phước cách dư dật. Nhưng không nên nghĩ rằng chúng ta sẽ kiếm được hoặc đạt được điều gì từ Chúa.

Hãy nhìn vào toa thuốc của Đức Chúa Trời – tức là sự kiêng ăn mà Chúa lựa chọn:

> Sự kiêng ăn mà ta chọn lựa, há chẳng phải là bẻ những xiềng hung ác, mở những trói của ách, thả cho kẻ bị ức hiếp được tự do, bẻ gãy mọi ách, hay sao? Há chẳng phải là chia bánh cho kẻ đói, đem những kẻ nghèo khổ đã bị đuổi đi về nhà mình, khi thấy kẻ trần truồng thì mặc cho, và chớ hề trớ trinh những kẻ cốt nhục mình, hay sao? (câu 6–7)

Sau đó, trong câu 8 và 9a là những lời hứa cho tương lai nếu chúng ta tin cậy vào toa thuốc của bác sĩ về cách kiêng ăn. Nhưng hãy đi qua chỗ này một chút để nhìn thấy hết phần còn lại của toa thuốc trong câu 9b–10a.

> Nếu ngươi cất bỏ cái ách khỏi giữa ngươi, không chỉ tay và không nói bậy; nếu ngươi mở lòng cho kẻ đói, và làm no kẻ khốn khổ . . .

Đó là toa thuốc của bác sĩ. Đó là sự kiêng ăn mà bác sĩ kê toa cho bệnh nhân Y-sơ-ra-ên, là những kẻ mắc bệnh giả hình và cứng lòng – và cho Hoa Kỳ đang sống trong sự thịnh vượng ngày hôm nay, họ cũng đang bị nghiện chủ nghĩa tiêu thụ.

Có mười ba thành phần, nhưng chúng dường như rơi vào bảy hạng mục. Tôi lấy từng điều một ra để áp dụng cho chính đời sống của mình và cũng uỷ thác điều này cho Hội thánh nữa. Đây là sự kiêng ăn mà tôi phải học cách sống với nó. Đây là toa thuốc dành cho vô số lựa chọn tiện nghi của sự tự do giả tạo ngày nay đang cản trở tấm lòng tôi bằng những thứ như 30,000 sản phẩm tại siêu thị bình dân vào năm 1996 so với 9,000 sản phẩm vào năm 1975, hoặc mỗi ngày có một sản phẩm mới trong một năm, hoặc ba mươi kênh truyền hình vô tuyến để chọn lựa vào mỗi tối.[6]

Thứ nhất, toa thuốc của Đức Chúa Trời là chúng ta trả tự do cho người khác.

Sự kiêng ăn mà ta chọn lựa, há chẳng phải là bẻ những xiềng hung ác, mở những trói của ách, thả cho kẻ bị ức hiếp được tự do, bẻ gãy mọi ách, hay sao? (câu 6) Nếu ngươi cất bỏ cái ách khỏi giữa ngươi (câu 9).

Xiềng, trói, ức hiếp, ách. Trọng tâm là: chúng ta phải sống để trả tự do cho người khác, không phải thêm gánh nặng cho họ. Chúa Jêsus phán trong Lu-ca 11:46 rằng: "Khốn cho các ngươi nữa, là thầy dạy luật, vì các ngươi chất cho người ta gánh nặng khó mang, mà tự mình thì không động ngón tay đến!" Có một gánh nặng và một cái ách mà chúng ta nên cho mọi người biết, nhưng đó là gánh nhẹ nhàng và ách dễ chịu. Chúa Jêsus phán: "Hỡi những kẻ mệt mỏi và gánh nặng, hãy đến cùng ta, ta sẽ cho các ngươi được yên nghỉ. Ta có lòng nhu mì, khiêm nhường; nên hãy gánh lấy ách của ta, và học theo ta; thì linh hồn các ngươi sẽ được yên nghỉ. Vì ách ta dễ chịu và gánh ta nhẹ nhàng" (Ma-thi-ơ 11:28–30). Chúa Jêsus kêu gọi chúng ta cùng với Ngài trả tự do cho mọi người thoát khỏi gánh nặng và ách khó chịu.

Gánh của Ngài là nhẹ nhàng vì sự tái sinh thay đổi điều chúng ta thích làm từ trong ra ngoài, giống như 1 Giăng 5:3–4 chép rằng: "Vì nầy là sự yêu mến Đức Chúa Trời, tức là chúng ta vâng giữ điều răn Ngài. Điều răn của Ngài chẳng phải là nặng nề, vì hễ sự gì sanh bởi Đức Chúa Trời, thì thắng hơn thế gian". Vì hễ sự gì sanh bởi Đức Chúa Trời thì thắng hơn thế gian, tức là những điều làm cho mạng lịnh của Đức Chúa Trời trở nên nặng nề. Như vậy, sự kiêng ăn theo toa thuốc bắt đầu bằng sự tái sinh và quy phục các giá trị và khao khát mới để kết quả ở trong sự tự do và niềm vui. Đây là sự kiêng ăn mà Đức Chúa Trời muốn.

Tôi nhận được thư điện tử từ một người bạn làm giáo sĩ ở một đất nước rất khó xâm nhập, anh đang làm công tác "hỗ trợ nhân đạo" tại đó. Nhưng anh đang tận mắt kinh nghiệm được rằng phải có sự biến đổi thuộc linh xảy ra trước khi có công tác nhân đạo. Anh viết rằng:

Tóm lại, [chính quyền] đã quyết định cắt giảm tất cả gói viện trợ tài chính cho trung tâm và dốc hết nguồn viện trợ vào "trại mồ côi". Nghe có vẻ tuyệt vời ngoại trừ một điều. Gói viện trợ tài chính cho trại mồ côi còn tùy thuộc vào việc thay đổi khách hàng của trại trẻ mồ côi. Họ yêu cầu trường không chỉ dành cho trẻ mồ côi, mà phải là trường tiếng Anh cho trẻ mồ côi và phải có một vài sinh viên "tài năng" không phải là trẻ mồ côi. Tất nhiên, họ muốn "các tình nguyện viên" Hoa Kỳ đến dạy trong trường. Một vài sinh viên "tài năng" sẽ là con cái của các viên chức nhà nước đang viện trợ tài chính cho trại mồ côi! Thật là buồn quá, phải không? Đây chính là lý do vì sao phải bắt đầu từ khía cạnh thuộc linh (mở Hội thánh) thì mới cải cách được văn hóa, chứ không phải bắt đầu với "hỗ trợ nhân đạo".

Thứ hai, toa thuốc của Đức Chúa Trời là chúng ta cho kẻ đói được no nê.

Há chẳng phải [kiêng ăn] là chia bánh cho kẻ đói (câu 7a)

Sự kiêng ăn của chúng ta không chỉ từ bỏ chính mình mà còn tiếp trợ nhu cầu của người khác nữa. Hiện nay đang có khoảng 40,000 trẻ em chết mỗi ngày vì đói và các chứng bệnh có thể phòng ngừa. "Khoảng một tỷ người trên thế giới đang sống trong tình trạng nghè khổ tột cùng mà không có những nhu cầu căn bản – tức là không có đồ ăn đủ dùng, quần áo, nhà cửa, hoặc chăm sóc y tế. Khoảng 400 triệu người bị suy dinh dưỡng trầm trọng – bao gồm hơn 200 triệu trẻ em".[7]

Các dữ kiện này, cộng với những người đang sống ở trước cửa nhà của tôi, là những điều rất hợp lý để tôi phải kiêng ăn. Đức Chúa Trời sẽ không cho phép tôi thỏa lòng với thói quen thuộc linh nào đó mà không tấn công vào thực trạng đang bị bỏ bê ngay tại nơi đang có rất nhiều người thuộc tầng lớp trung lưu của Hoa Kỳ đang sinh sống. Chúa phán kiêng ăn có nghĩa là đánh thức chúng ta trước sự đói kém ở trong thế gian, chứ không phải sự đói khát của riêng chúng ta. Chúa còn phán lời kêu xin tận đáy lòng không chỉ say mê sự tốt lành của Đức Chúa Trời trong chỗ thoải mái của chúng ta, mà còn say mê tình yêu kỳ diệu của Ngài để sống vì người khác nữa.

Đừng bị tê liệt trước số liệu thống kê. Chúng ta chỉ chịu trách nhiệm cho những điều khả thi, chứ không phải những điều bất khả thi. Có đến hàng trăm điều có thể làm dành cho người nào nghiêm túc kiêng ăn. Một thí dụ đơn giản là từ Manila. "Smokey Mountain" là thành phố nổi tiếng về rác thải mà đủ thứ rác rến từ Manila đổ về, đây cũng là nơi có 15,000 người cùng gia đình của họ đến lập nghiệp bằng cách tận dụng những đồ thừa thải từ thành phố.

Các nhân sự chăm sóc sức khoẻ của Thanh Niên Với Sứ Mạng (YWAM) đã bắt đầu làm việc tại Smokey Mountain vào năm 1985 và điều đáng buồn là họ đã phát hiện các gia đình có con cái chết vì bệnh sởi. Sau khi làm việc với những người chịu trách nhiệm về sức khỏe tại địa phương, thì một bệnh viện miễn dịch được mở ra tại Smokey Mountain vào năm 1986. Ngày thứ Tư đầu tiên của mỗi tháng đã trở thành ngày miễn dịch trẻ em tại cơ sở đa nhiệm của YWAM. Trẻ em đã tiếp nhận tiêm ngừa bệnh uốn ván, bệnh thương hàn, bệnh ho gà, bệnh bại liệt, bệnh sởi và bệnh lao miễn phí. Các gia đình nhóm lại bên ngoài tòa nhà màu xanh được xây bằng gạch than xỉ khi nhân sự lấy cân nặng cho các em, tiêm chủng và cho uống thuốc. Họ đang tạo nên sự khác biệt. Vào năm 1986, các nhân sự chăm sóc sức khoẻ tổng quát ghi lại có hơn 45 trẻ em chết vì bệnh sởi. Vào năm 1987, chỉ có 18 cái chết được ghi nhận. Vào năm 1988, không có ghi nhận cái chết vì bệnh sởi, bệnh lây nhiễm, hoặc các biến chứng khác. Tiêm chủng rõ ràng đã tạo nên sự khác biệt và mang lại hy vọng cho cộng đồng đến lập nghiệp.[8]

Thứ ba, toa thuốc của Đức Chúa Trời là chúng ta cho người vô gia cư có nhà cửa.

đem những kẻ nghèo khổ đã bị đuổi đi về nhà mình (câu 7b)

Chúng ta thường bị cản trở không thể giúp đỡ người vô gia cư vì sợ hãi và tư duy cho rằng chính quyền có những chương trình cho hạng người này. Những lời hứa của Đức Chúa Trời (chúng ta sẽ thấy ngay sau đây) sẽ phá tan nỗi sợ hãi. Còn sự thật về chính quyền sẵn sàng giúp đỡ không nên kiểm soát công tác yêu thương của chúng ta. Có nhiều cách tự phát và có trật tự để giúp đỡ người nghèo. Sự tự phát sẽ khiến chúng ta phải chịu rủi ro và những hậu quả lâu dài là rất nhỏ nên đừng quá lo lắng. Tình yêu thương không tính toán như thế. Người Sa-ma-ri nhân lành không nói rằng: "Một ngày làm việc lành sẽ chẳng thay đổi được tình trạng bạo lực kinh niên trong khu vực này".

Người đó đã thấy nhu cầu của người khác và đã hành động. Cũng vậy, đối với rất nhiều người đang nhìn thấy kẻ vô gia cư và thực hành sự kiêng ăn của họ.

Tháng 12 là giai đoạn lạnh thấu xương ở Oregon. Một cơn gió đông thổi mạnh vào cư dân ở Portland đang hối hả từ các tòa cao ốc trở về nhà bằng những chiếc xe hơi cho kịp bữa tối. Nhưng Les và Kathy không ngừng để ý đến những người đàn ông và phụ nữ không có mái ấm – họ không có nhà . . . Những cái tấm bạt được dựng lên. Họ tự nghĩ trong đầu là có những tổ chức và đủ loại chương trình có thể giúp đỡ những người này. Họ là những "chuyên gia" . . . Nhưng "họ" không làm tốt công tác này. Vẫn còn nhiều người ở ngoài đường – theo góc nhìn toàn cảnh của Les và Kathy trên đường về nhà của họ – đang sống trong điều kiện thời tiết dưới mức đông giá. Người thật bị đau thật. Họ còn thấy một phụ nữ đi chân không . . . Kathy hồi tưởng rằng: "Chúng tôi trò chuyện về điều đó rồi nhận ra chúng tôi có đến ba túi ngủ, nhiều chăn mền hơn mức cần thiết và một học tủ đầy găng tay. Chúng tôi nói 'Mình có thể giúp họ', thế là chúng tôi làm thật. Chúng tôi đi xuống phố và tặng hết mấy thứ đó" . . . Họ có bán hết những gì mình có chăng? Không . . . Họ có đổi nghề và dành trọn thời gian cho những người vô gia cư ngoài đường không? Không . . . Họ chỉ nhìn thấy một nhu cầu ngay "trước cửa nhà", rồi nhận ra họ có thể giúp đỡ, rồi hành động.[9]

Tôi nhận thấy đó là điều Kinh Thánh nói: "đem những kẻ nghèo khổ đã bị đuổi đi về nhà mình". Tôi tin rằng hễ chúng ta càng quan tâm đến người nghèo chừng nào, thì tốt hơn chừng nấy. Nhưng thật là dại dột và không giống Chúa Jêsus khi nói rằng tất cả hành động đem người vô gia cư về nhà đều là giả hình. Trong một vài trường hợp thì đó là điều chúng ta đang làm, nhưng không phải lúc nào cũng vậy. Thông thường, thái độ tất-cả-hay-không-gì-cả làm tê liệt dân sự của Đức Chúa Trời.

Như tôi đã nói, có những cách trật tự hơn để thực hiện sự kiêng ăn vì người nghèo, cũng như có rất nhiều cách tự phát của cá nhân. Một minh họa chính xác nhất chỉ cách vài lô đất từ nhà của tôi, một mục vụ được gọi là Masterworks do Tim Glader thành lập để giúp đỡ những người mắc bệnh kinh niên không có việc làm ở trong cộng đồng nhằm phát triển những kỹ năng, thói quen và hy vọng bằng cách làm việc và gặp gỡ nhau trong môi trường môn đồ hóa thông qua mối quan hệ Cơ Đốc. Tim đã bán công ty cung cấp máy lạnh và máy sưởi ở ngoại ô để bắt đầu kinh doanh trong thành phố cổ vào năm 1991. Ông cùng với vợ con đã chuyển vào sống trong thành phố. Hội thánh của chúng tôi chuẩn bị tòa nhà, còn Tim làm hết mọi việc còn lại. Mục tiêu của ông là tán dương tình yêu thương và quyền phép của Đấng Christ bằng cách cung ứng công việc trọn thời gian cho người không có việc làm nhằm phát triển kỹ năng làm việc, đồng thời hỗ trợ công nhân từ phúc lợi cho đến tự túc khi cần. Công việc này không phải là "sự kiêng ăn" nhỏ nhoi đối với Tim và gia đình của ông. Một "bữa tiệc" sung túc thật là thoải mái, dễ dàng và an ninh nếu không cần phải lo cho sự sống của người nghèo.

Thứ tư, toa thuốc của Đức Chúa Trời là chúng ta mặc cho kẻ trần truồng.

. . . khi thấy kẻ trần truồng thì mặc cho (câu 7c)

Thứ năm, toa thuốc của Ngài là chúng ta biết thông cảm, tức là cảm biết điều người khác đang cảm nhận bởi vì chúng ta có cùng xác thịt giống như họ.

. . . chớ hề trở trinh những kẻ cốt nhục mình . . . (câu 7d)

Tư tưởng dường như rất giống với Hê-bơ-rơ 13:3 chép rằng: "Hãy nhớ những kẻ mắc vòng xiềng xích, như mình cùng phải xiềng xích với họ, lại cũng hãy nhớ những kẻ bị ngược đãi, vì mình cũng có thân thể giống như họ". Chúng ta có cùng một thân thể giống như họ. Vì vậy, hãy đặt mình vào vị trí của họ mà cảm biết điều họ đang cảm nhận. Một trong những ngụ ý cho việc làm này đó là chúng ta không đóng cửa lòng trước những vấn đề và cảnh khổ cực. Không thấy thường có nghĩa là không nghĩ đến. Không nghĩ đến thường có nghĩa là không có trong lòng. Hết thảy chúng ta biết rằng một chuyến thăm đường phố ở Calcutta sẽ thay đổi các giá trị và những ưu tiên hơn là các số liệu thống kê. Còn sống trong đô thị hoặc di chuyển đến gần chỗ của người nghèo sẽ giúp phơi bày nhu cầu còn nhiều hơn chỉ là một trải nghiệm ngắn ngủi nào đó của lòng thương xót. Không có gì là đảm bảo. Một người có thể trở nên chai sạn ở khắp mọi nơi. Còn người khác có thể làm tốt từ đẳng xa. Nhưng sự kiêng ăn ở trong toa thuốc của Đức Chúa Trời là thế này: đừng trốn tránh khi người khác đang có nhu cầu.

Thứ sáu, toa thuốc của Đức Chúa Trời là chúng ta hãy từ bỏ những điệu bộ và lời lẽ bày tỏ sự coi thường đối với người khác.

Nếu ngươi . . . không chỉ tay và không nói bậy . . . (câu 9)

Chính xác thì tiếng Hy-bá-lai có nghĩa là "đưa lên" ngón tay, có lẽ gần giống với hành động tục tĩu của chúng ta là "giơ ngón tay trước mặt người khác" chứ không đơn thuần là chỉ tay vào người khác. Vậy, đừng có những điệu bộ và cũng đừng nói ra những lời lẽ coi thường người khác. Bày tỏ thái độ chán ngấy đối với một người nghèo kiêu căng thật dễ dàng làm sao! Sự kiêng ăn theo toa thuốc của Đức Chúa Trời dành cho chúng ta là từ bỏ thái độ ấy mà hành động khác đi. Điều này không dễ dàng. Tôi từng nghĩ sống với người nghèo sẽ dễ cảm động trước nhu cầu và làm tan vỡ tấm lòng của chúng ta. Thật không dễ dàng như vậy. Mà còn xảy ra trái ngược hơn nữa. Làm vậy sẽ khiến chúng ta càng thêm cứng cỏi, cay độc và thành kiến. Niềm vui trong việc "ăn nuốt" những lời chỉ trích cay độc thật là ngọt ngào làm sao. Chúng ta phải kiêng ăn điều này. Cuối cùng, toa thuốc của Chúa là chúng ta không chỉ nhịn ăn, mà còn phải dâng chính mình – linh hồn của chúng ta – không chỉ giúp người nghèo được no bụng, mà linh hồn khổ sở của họ được cứu rỗi nữa.

nếu ngươi mở lòng [linh hồn] cho kẻ đói, và làm no [linh hồn] kẻ khốn khổ . . . (câu 10)

Mối liên hệ giữa việc dâng chính "linh hồn" của chúng ta và làm thỏa mãn "linh hồn" của người khốn khổ không chỉ xuất hiện trong bản dịch tiếng Việt. Nhưng tiếng Hy-bá-lai cũng dùng chính từ ngữ đó trong cả hai vế của câu. Sự phục vụ là từ linh hồn đến linh hồn. Một trong những nỗ lực mới của Hội thánh chúng tôi ở trong thành phố là cộng tác với một mục vụ thành thị gọi là InnerChange. Một trong những điều được nhấn mạnh rất nhiều đó là chúng tôi học được rằng phục vụ người nghèo không chỉ đơn thuần là ban phát đồ dùng cho họ. Mà là đến cùng họ. Chứ không chỉ cứu tế. Trong đó có mối quan hệ nữa. Đó là điều cốt lõi ở trong toa thuốc kiêng ăn của Đức Chúa Trời theo Ê-sai 58.

Những lời hứa toàn mãn của Đức Chúa Trời

Còn bây giờ, nếu chúng ta tin cậy Đức Chúa Trời, là Bác sĩ đại tài, đủ để theo Ngài thực hành bảy toa thuốc kiêng ăn, thì chuyện gì sẽ xảy ra ở trong đời sống của chúng ta và Hội thánh? Một lần nữa, có đến bảy hạng mục về những lời hứa – tức là Cha thấy sự kiêng ăn của chúng ta thì Ngài sẽ ban thưởng. Chúng không nhất thiết phải xảy ra tương ứng với các hạng mục toa thuốc được giải thích ở trên. Nhưng khi thực hiện cùng với nhau, chúng hình thành một đời sống mà nhiều người trong chúng ta hằng trông đợi. Hy vọng chúng ta sẽ không từ bỏ khi phát hiện ra một nghịch lý, đó là hy sinh cuộc đời của chúng ta là con đường dẫn tới cuộc sống trọn lành. Đức Chúa Trời đã ban chính Ngài cho chúng ta, nhưng Chúa còn cho chúng ta biết Ngài được thỏa mãn nhất khi hy sinh một cách tự nguyện nhất.

Lời hứa đầu tiên là sự tối tăm trong đời sống của chúng ta sẽ trở nên sáng lạng.

Bấy giờ sự sáng ngươi sẽ hừng lên như sự ban mai (câu 8). Sự sáng ngươi sẽ sáng ra trong tối tăm, và sự tối tăm ngươi sẽ như ban trưa (câu 10)

Đây là một trong rất nhiều nghịch lý của Đức Chúa Trời để cho thấy rằng sẽ có sự sáng soi trong nơi tối tăm của trần gian khi có người đi ra để phục vụ. Còn sự tối tăm sẽ thêm nhiều lên ở dưới bóng mát của người nào tìm cách né tránh. Chúa Jêsus là Sự Sáng của thế gian. Sống gần Chúa là ở trong sự chói sáng nhất của vũ trụ. Nếu muốn biết Ngài ở đâu, thì hãy đọc các sách Phúc Âm và làm theo đường lối của Ngài.

Sự buồn rầu ở trong đời sống của chúng ta như thế nào? Chúng ta có thấy bóng tối tăm chăng? Hội thánh của chúng ta có có sự ảm đạm không? Lớp trường Chúa Nhật của chúng ta có sự u sầu chăng? Nhóm nhỏ của chúng ta có đang ở dưới đám mây đen kịt nào không? Có lẽ chúng ta nên vùng lên mà nói rằng: "Nếu bóng tối tăm đang vây phủ chúng ta, thì hãy tìm một dự án vươn đến người nghèo đói". Đó là điều Kinh Thánh đang nói. Nếu chúng ta muốn dẹp tan đám mây đen kịt ấy, hãy hy sinh cuộc đời của mình vì người khác. Có lẽ chúng ta đã quá tập chú vào cá nhân, Hội thánh, nhóm nhỏ, gia đình của mình. Có thể gia đình của chúng ta đã quá tập chú vào cái tôi, không ai dám vươn ra. Chúng ta không biết đến hàng xóm. Không có mục vụ gia đình. Chúng ta thắc mắc vì sao có một đám mây vây phủ trên gia đình. Hãy nắm lấy lời hứa này, hãy chăm chỉ cầu nguyện để hiểu rõ sự tối tăm và sự sáng ở trong đời sống mình, rồi xem thử toa thuốc nào phù hợp với chúng ta – đây không phải là bản mô tả công việc để đạt được điều gì cả, mà là toa thuốc từ Bác sĩ là Đấng yêu thương và muốn chúng ta được thoát khỏi sự tối tăm ấy. Chúa muốn sự sáng soi trên chúng ta, Ngài biết con đường dẫn tới sự sáng ấy.

Thứ hai, Đức Chúa Trời hứa rằng Ngài sẽ thêm sức lực cho chúng ta.

> Ngươi sẽ được chữa lành lập tức (câu 8) [Đức Giê-hô-va] làm cho cứng mạnh các xương ngươi (câu 11).

Ai biết được sự yếu đuối của chúng ta nói riêng và Hội thánh nói chung như thế nào vì chúng ta không hy sinh để nâng đỡ sự yếu đuối của người khác? Chúng ta dành mỗi tối để xem truyền hình vì chúng ta quá mệt mỏi để làm việc khác. Có lẽ vậy. Tuy nhiên, Đức Chúa Trời hứa ban sức lực không chỉ những buổi tối được nghỉ ngơi, mà ngay cả khi kiêng ăn những thứ đại loại như truyền hình vô tuyến để phát đồ ăn cho một gia đình nào đó đang gặp khó khăn về sức khoẻ. Có một nguồn lực thuộc linh mà chúng ta không hiểu được cho đến khi đã trải qua. Chúng ta được tạo nên để gián tiếp bày tỏ sự vinh hiển của ân điển Đức Chúa Trời cho người khác. Bởi vì vẫn còn một sức lực khi chúng ta nghĩ rằng tất cả đều đã cạn kiệt.

Thứ ba, Đức Chúa Trời sẽ ở đằng trước, đằng sau, ở giữa chúng ta bằng sự công bình và vinh hiển.

> sự công bình ngươi đi trước mặt ngươi, sự vinh hiển của
> Đức Giê-hô-va sẽ gìn giữ sau ngươi (câu 8)

Vậy, Đức Chúa Trời sẽ đi trước mặt chúng ta bằng sự công bình và ở đằng sau chúng ta bằng sự vinh hiển của Ngài. Không những thế, Chúa còn lắng nghe tiếng kêu cầu của chúng ta nữa.

> Bấy giờ ngươi cầu, Đức Giê-hô-va sẽ ứng; ngươi kêu,
> Ngài sẽ phán rằng: Có ta đây! (câu 9)

Mỗi khi chúng ta kêu xin sự giúp đỡ, thì Đức Chúa Trời luôn phán rằng: "Có ta đây!" Khi chúng ta bận rộn làm việc mà Con Trời đã làm, tức là trở nên nghèo để người khác được giàu có (2 Cô-rinh-tô 8:9), thực hiện điều này "như nhờ sức Đức Chúa Trời ban" (1 Phi-e-rơ 4:11), thì Đức Chúa Trời hành động ở đằng sau chúng ta, đằng trước chúng ta và xung quanh chúng ta bằng tình yêu thương, sự vùa giúp, sự bảo vệ và sự chăm sóc vô hạn.

Trong nhiều năm, tôi đã tranh luận rằng sự cầu nguyện theo ý Chúa là một cuộc chiến bằng lời lẽ, chứ không phải là sự liên lạc ở trong gia đình. Đức Chúa Trời muốn chúng ta cầu xin sự vùa giúp của Ngài bởi vì chúng ta đang hy sinh cuộc đời của mình để rao truyền đam mê về uy quyền tối thượng của Ngài ở trong mọi sự vì sự vui mừng của muôn dân. Sự cầu nguyện không chỉ dâng lên những nan đề sẽ khiến chúng ta được sống thoải mái hơn, mà để Nước Chúa được tấn tới. Như Ê-sai 58:9 chép rằng: "Bấy giờ ngươi cầu, Đức Giê-hô-va sẽ ứng", "bấy giờ" ám chỉ ngược về câu 7. Khi nào? "Bấy giờ" – tức là khi chúng ta gia nhập lực lượng yêu thương để phục vụ những người không có đồ ăn, nhà cửa và quần áo. Đây là lúc Chúa sẽ lắng nghe lời cầu nguyện và đáp lời. Ngài có những tầng số rất đặc biệt được phân bổ ra các khu vực có tình yêu hy sinh.

Điều này không có nghĩa là chúng ta không thể cầu thay cho con cái hết bị đau họng hoặc cho xe hơi không bị hư hỏng. Nhưng có nghĩa là nếu chúng ta không có những lý do để tôn cao Đức Chúa Trời và nước Chúa được tấn tới trong lời cầu nguyện như thế, thì chúng ta chỉ đang nói như cái máy điện đàm bị trục trặc mà thôi. Cũng không có nghĩa là không thể cầu nguyện dài lê thê với Chúa để thông công và ngợi khen. Nhưng có nghĩa là niềm vui trong mối thông công với Chúa là niềm vui cần phải được chia sẻ với người khác. Còn sự ngợi khen mà không hướng tới việc bao gồm người khác sẽ hư đi.

Thứ tư, Đức Chúa Trời hứa tiếp tục dẫn dắt chúng ta.

Đức Giê-hô-va sẽ cứ dắt đưa ngươi (câu 11)

Ôi, lời hứa này thật quý báu trong lúc cuộc sống và mục vụ của chúng ta bị rối bời! Tôi không biết có bao nhiêu sự bối rối và bất định ở trong đời sống của chúng ta khi phớt lờ việc giúp đỡ người nghèo? Dường như Chúa ban cho sự dẫn dắt mật thiết nhất cho người nào sống hy sinh để giúp đỡ nhu cầu của người khác – đặc biệt là người nghèo. Sự dẫn dắt của Đức Chúa Trời không có nghĩa là mọi nẻo đường đều sáng sủa ở trong nơi dễ chịu, nhưng có cả những nơi đau thương tối tăm mà chúng ta không tìm được lời giải đáp. Khi còn làm mục sư, tôi đã phải đối diện với rất nhiều sự khủng hoảng, tôi vừa đi vừa nói rằng: "Chúa ơi, con không biết lời giải đáp cho vấn đề là gì. Xin giúp con. Xin ban cho con sự chỉ dẫn của Ngài. Xin bày tỏ ở trong tâm trí con giải pháp tốt nhất". Chúa đáp lời hết lần này đến lần khác. Hãy chuẩn bị mình, ngay cả những lúc vượt quá khả năng của chúng ta, "Đức Giê-hô-va sẽ cứ dắt đưa ngươi".

Thứ năm, Chúa sẽ làm thỏa mãn linh hồn của chúng ta.

> . . . [Ngài sẽ] làm cho ngươi no lòng [linh hồn] giữa nơi khô hạn (câu 11)

Linh hồn của chúng ta tồn tại để được thỏa mãn ở trong Đức Chúa Trời. Nhưng chúng ta biết rằng hết lần này đến lần khác sự thoả mãn ở trong Đức Chúa Trời đạt đến đỉnh điểm khi chúng ta chia sẻ sự thoả mãn ở trong Ngài cho người khác nữa. Sống hy sinh vì người nghèo là con đường để được thỏa mãn nhất. Hãy nhớ là điều này sẽ xảy ra ở trong "nơi khô hạn". Nói cách khác, khi phục vụ mọi người, linh hồn của chúng ta sẽ càng ít tìm kiếm sự thỏa mãn từ hoàn cảnh bên ngoài. Chúng ta sẽ cùng với trước giả của Thi thiên 73:25–26 mà nói rằng:

> Ở trên trời tôi có ai trừ ra Chúa? Còn dưới đất tôi chẳng ước ao người nào khác hơn Chúa. Thịt và lòng tôi bị tiêu hao; nhưng Đức Chúa Trời là sức lực của lòng tôi, và là phần tôi đến đời đời.

Thứ sáu, Đức Chúa Trời sẽ khiến chúng ta trở thành vườn năng tưới với nước suối không bao giờ cạn khô.

> ngươi sẽ như vườn năng tưới, như nước suối chẳng hề khô vậy (Ê-sai 58:11).

Đây là câu Kinh Thánh đã giúp Bill Leslie tỉnh thức trước "sự kiêng ăn" quý báu ở trong Ê-sai 58. Ông, cùng với rất nhiều mục sư, đang trải qua một giai đoạn khô hạn. Nhưng một câu Kinh Thánh là tất cả mọi sự chúng ta cần và ước muốn – vừa được tưới mát vừa có sức lực để tưới mát cho người khác nữa: "vườn năng tưới" và "nước suối". Đây là một nghịch lý ở trong Kinh Thánh: khi chúng ta hy sinh, thì chúng ta được đầy dẫy. Khi chúng ta ban cho, thì chúng ta nhận được nhiều hơn.

Nhưng có một giả thiết cho rằng giếng đã đào và luôn được mở ra. Chúng ta chỉ được tươi xanh và hữu dụng cho người khác nếu linh hồn của chúng ta đang có một dòng suối. Đó là gì? Lời hứa này được ứng nghiệm trong Tân Ước thông qua những điều Chúa Jêsus đã bày tỏ trong Giăng 7:38–39 chép rằng: "Kẻ nào tin ta thì sông nước hằng sống sẽ chảy từ trong lòng mình, y như Kinh thánh đã chép vậy. Ngài phán điều đó chỉ về Đức Thánh Linh mà người nào tin Ngài sẽ nhận lấy; bởi bấy giờ Đức Thánh Linh chưa ban xuống, vì Đức Chúa Jêsus chưa được vinh hiển". Nói cách khác, tin cậy Chúa Jêsus sẽ đáp ứng tất cả nhu cầu của chúng ta là mở cửa cho quyền phép của Đức Thánh Linh tuôn đổ ra. Chúa sẽ đổ đầy nhiều nhất khi chúng ta sống, bởi đức tin, hy sinh bày tỏ tình yêu thương vì cớ người nghèo khổ và người hư mất.

Cuối cùng, nếu chúng ta sống hy sinh vì người nghèo khổ, Đức Chúa Trời sẽ phục hồi những đổ nát trong thành phố của Ngài – và dân sự của Ngài nữa.

Những kẻ ra từ ngươi sẽ dựng lại nơi đổ nát ngày xưa; ngươi sẽ lập lại các nền của nhiều đời trước. Người ta sẽ xưng ngươi là Kẻ tu bổ sự hư hoại, và Kẻ sửa đường lại cho người ở (Ê-sai 58:12)

Có bao nhiêu thứ đổ nát sẽ được phục hồi khi dân sự của Đức Chúa Trời kiêng ăn vì cớ những người nghèo khổ đây! Ai biết được những khổ cực, hoạt động sai chức năng, sự tan vỡ, sự áp bức và khổ sở nào sẽ được chữa lành và phục hồi bằng sự kiêng ăn tuyệt vời ở trong Ê-sai 58! Phần của chúng ta không phải dự đoán xem thành phố hoặc Hội thánh hoặc gia đình hoặc xã hội sẽ trông như thế nào. Mà phần của chúng ta là tin cậy và vâng lời.

Vậy, chúng ta hãy tin cậy Bác sĩ đại tài, là Chúa, Đấng chữa lành của chúng ta. Chúng ta hãy đón nhận sự kiêng ăn mà Chúa đã kê toa cho chúng ta. Điều này có nghĩa là sự sáng, sự chữa lành, sự dẫn dắt, sự tươi mới, sự phục hồi và mọi kỹ năng – hết thảy mọi sự này cùng với chính Đức Chúa Trời ở đằng trước, đằng sau và ở giữa chúng ta. Vì những việc lành mà mọi người sẽ thấy sự sáng của chúng ta và tôn vinh hiển Cha trên trời của chúng ta (Ma-thi-ơ 5:16), thì sự kiêng ăn như thế này sẽ rao truyền Phúc Âm của vương quốc và mau chóng đến ngày Chúa tái lâm. Nếu chúng ta thực sự đói khát mọi sự đầy dẫy của Đức Chúa Trời, thì đây là sự kiêng ăn sẽ làm đầy dẫy mọi sự.

Tại đó, gần bên sông A-ha-va, ta truyền kiêng cữ ăn, để chúng ta
hạ mình xuống trước mặt Đức Chúa Trời chúng ta, và cầu xin
Ngài chỉ cho biết đường chính đáng chúng ta, con cái chúng ta,
và tài sản mình phải đi.
Ê-xơ-ra 8:21

Đừng chỉ trích Chúa khi chưa thấy rõ,
nhưng tin cậy Chúa vì ân điển Ngài,
Đằng sau ý thiên là Ngài mỉm cười rạng rỡ.
Ý định Chúa thành tựu, bày ra hàng giờ;
Tuy nụ có vị đắng, nhưng hoa ngọt lắm thay!
William Cowper
"Đức Chúa Trời hành động cách mầu nhiệm"[1]

7
KIÊNG ĂN VÌ TRẺ NHỎ

Sự đói khát Đức Chúa Trời thật quá ít. Điều này đúng không chỉ vì khả năng khao khát của chúng ta bị teo đi – giống như cơ bắp chỉ đủ sức nâng những sợi lông – mà cũng vì khả năng của chúng ta để nhìn thấy Chúa là Đấng đáng để khao khát không được rèn luyện bởi Lời Chúa.

Chúng ta rèn luyện cơ bắp của lòng khao khát như thế nào?

Chúng ta được tạo ra để khao khát Đấng Vĩ Đại bằng lòng khao khát to lớn.

Ở trên trời tôi có ai trừ ra Chúa? Còn dưới đất tôi chẳng ước ao người nào khác hơn Chúa. Thịt và lòng tôi bị tiêu hao; nhưng Đức Chúa Trời là sức lực của lòng tôi, và là phần tôi đến đời đời (Thi thiên 73:25–26).

Đức Chúa Trời ôi! linh hồn tôi mơ ước Chúa, như con nai cái thèm khát khe nước. Linh hồn tôi khát khao Đức Chúa Trời, là Đức Chúa Trời hằng sống (Thi thiên 42:1-2).

Hỡi Đức Chúa Trời, Chúa là Đức Chúa Trời tôi, vừa sáng tôi tìm cầu Chúa; trong một đất khô khan, cực nhọc, chẳng nước, linh hồn tôi khát khao Chúa, thân thể tôi mong mỏi về Chúa (Thi thiên 63:1).

Tôi cũng coi hết thảy mọi sự như là sự lỗ, vì sự nhận biết Đức Chúa Jêsus Christ là quí hơn hết, Ngài là Chúa tôi, và tôi vì Ngài mà liều bỏ mọi điều lợi đó. Thật, tôi xem những điều đó như rơm rác, hầu cho được Đấng Christ (Phi-líp 3:8).

Nhưng chúng ta khao khát các vật hèn mọn hơn là Đức Chúa Trời. Vì thế mà sự khao khát thật quá ít.

Các vì sao nhỏ bé to cỡ nào?

Chúng ta không thường xuyên nhìn vào Lời Chúa để biết rằng những thứ lấp lánh nhỏ bé ở trên trời vào buổi tối là những kỳ quan khổng lồ không thể tả nổi. Chúng ta có thường cầu nguyện với trước giả Thi thiên rằng: "Xin Chúa mở mắt tôi, để tôi thấy sự lạ lùng trong luật pháp của Chúa" (Thi thiên 119:18) không? Còn nếu chúng ta không thấy Ngài thật vĩ đại, thì chúng ta sẽ không khao khát Chúa một cách hết lòng.

Say mê sự vinh hiển của Đức Chúa Trời không chỉ là một trải nghiệm riêng tư ở trên núi khi Ngài đi qua. Mà còn là một trải nghiệm công khai khi Chúa làm ra dịch bệnh trong xứ Ê-díp-tô, rẽ Biển Đỏ, đất há miệng nuốt gia đình Cô-rê, biến nước thành rượu, khiến kẻ chết sống lại, làm cho các ngư phủ phải từ bỏ mạng sống mình vì tình yêu thương, thay đổi tấm lòng của các vua để hướng về Lẽ Thật. Có một sự đói khát Đức Chúa Trời vượt xa hơn cả việc muốn có một trải nghiệm riêng tư nào đó. Sự đói khát ấy muốn bày tỏ vinh hiển của Ngài cho cả thế giới. Sự đói khát ấy muốn những kẻ không tôn kính Đức Chúa Trời phải thay đổi. Sự đói khát ấy không chỉ mong được Ngài cứu rỗi ở trong chỗ riêng tư, dù có ngọt ngào đến dường nào. Mà còn muốn nhìn thấy sự đắc thắng của chân lý và sự công bình của Đức Chúa Trời – trong các đại học, tòa án, các công ty quảng cáo, các cuộc tranh luận về chính trị, tất cả phương tiện truyền thông như truyền hình vô tuyến, đài phát thanh, báo chí, tạp chí, phim ảnh và Internet. Sự đói khát ấy được lèo lái bởi đam mê về uy quyền tối thượng của Đức Chúa Trời ở trong mọi sự vì sự vui mừng của muôn dân.

Kiêng ăn vì sự vinh hiển của Đức Chúa Trời

Nếu kiêng ăn là dấu chấm than ở cuối câu "Lạy Chúa, xin cho chúng con thấy vinh hiển của Ngài!" thì kiêng ăn không chỉ là vấn đề riêng tư. Mà tấm lòng của chúng ta khao khát rằng sự vinh hiển của Đức Chúa Trời sẽ được bày tỏ một cách công khai, được ghi nhận trong lịch sử, được tuyên truyền trong văn hóa, được lan rộng trên toàn cầu. Đó là những gì được bàn đến ở trong chương này. Hãy lấy một vấn đề vô tín rất nghiêm trọng ở trong văn hóa của chúng ta là nạn phá thai để xem thử chúng ta phải sống, cầu nguyện và kiêng ăn như thế nào?

Lời bào chữa của Francis Schaeffer

Francis Schaeffer qua đời vào ngày 5 tháng 5 năm 1984. Mười ba năm sau, Christianity Today đã đăng ảnh của ông trên bìa tạp chí với phụ đề là "Thánh Francis của chúng ta". Qua bài tiểu luận của Michael Hamilton, chúng ta đọc thấy mấy lời bày tỏ lòng kính trọng nói rằng trong vòng 20 năm cuối đời của ông,

> hình như chẳng có mấy ai trí tuệ, ngoài C. S. Lewis ra, đã tác động lên tư tuy của giới Tin Lành một cách sâu sắc hơn rất nhiều; hình như không có lãnh đạo nào, ngoài Billy Graham ra, đã để lại một dấu ấn sâu sắc cho cả phong trào [Tin Lành ở Hoa Kỳ] nói chung. Cả gia đình Schaeffers đã phổ biến ý tưởng về một cộng đồng Cơ Đốc có chủ đích, thúc đẩy giới Tin Lành ra khỏi văn hóa biệt lập của họ, truyền cảm hứng cho một đạo quân Tin Lành trở thành các học giả nghiêm túc, khuyến khích phụ nữ nào đã lựa chọn vai trò làm mẹ và xây dựng tổ ấm, cố vấn cho các lãnh đạo của Tân Quyền lợi Cơ Đốc và củng cố sự phản đối phổ biến của Tin Lành về nạn phá thai.[1]

Gần hai mươi năm qua kể từ khi Schaeffer, cùng với C. Everett Koop, đã khai triển tên lửa của họ nhằm chống lại nạn phá thai, *Chuyện gì đã xảy ra cho loài người? (1979)* – một quyển sách, phim bộ và một chuyến đi truyền đạo lưu động. Điều tuyệt vời ngày hôm nay vào cuối thế kỷ 20 đó là nội dung này vẫn còn hợp thời và lời dự đoán vẫn còn chứng tỏ là đúng. Vào năm 1997, Michael Hamilton công nhận điều này trong bài viết rằng: "một vài nhà phê bình mới vừa công nhận bức tranh lớn [của Schaeffer] là lâu bền nhất. Cụ thể hơn thì ông đã nói tiên tri về vấn nạn của loài người".[2]

Khi tôi quay lại với mấy lời đã trải qua hai thập kỷ của Schaeffer, chúng vẫn còng gióng lên chân lý và sự lâu bền của lời tiên tri.

Trong làn sóng vô nhân đạo trong thời đại của chúng ta – từ nạn phá thai theo yêu cầu cho đến tội giết trẻ con và cái chết không đau đớn – điều duy nhất có thể chấm dứt trào lưu này là phải tin chắc vào giá trị và sự độc nhất tuyệt đối của con người. Điều duy nhất mà chúng ta đã biết đó là con người được tạo nên theo ảnh tượng của Đức Chúa Trời. Chúng ta không còn cứu cánh nào khác đâu. Cách duy nhất để chúng ta biết con người được tạo nên theo ảnh tượng của Đức Chúa Trời là qua Kinh Thánh và sự nhập thể của Đấng Christ, tức là điều chúng ta nhận biết từ Kinh Thánh.

Nếu con người không được tạo nên theo ảnh tượng của Đức Chúa Trời, thì những kẻ theo chủ nghĩa nhân văn đầy bi quan và giàu tính hiện thực đang nói đúng rằng: loài người là một cái mụn cóc bất thường xuất hiện trên gương mặt láng mịn ở trong một vũ trụ vô nghĩa và câm nín. Như vậy thì sự phá thai, giết trẻ con và cái chết không đau đớn (bao gồm cả việc giết chết những tội phạm mắc bệnh điên, người bị tàn tật nặng, hoặc người lớn tuổi tạo thêm gánh nặng kinh tế) là hoàn toàn hợp lý. Không có Kinh Thánh và không có sự mặc khải về Đấng Christ (chỉ có Kinh Thánh nói với chúng ta mà thôi) thì không gì cản trở chúng ta, con cái của chúng ta và cuối cùng là một thời đại vô nhân tính kỳ quái.[3]

Michael Hamilton nói rằng "khải tượng ảm đạm của Schaeffer bây giờ đã trở thành tin tức mỗi ngày".

"Cadaver Jack" Kevorkian đã giết nhiều người hơn cả Ted Bundy, nhưng tiểu bang Michigan không thể không triệu tập đủ ý chí chính trị để ngăn cản ông ta. Một toà án liêng bang đã cấm tiểu bang Washington thông qua những điều luật cấm các bác sĩ giết bệnh nhân của họ, trong khi Đại học Washington được phép truy tìm và bán các chi thể của hàng ngàn trẻ em bị phá thai mỗi năm.[4]

Nền dân chủ cho phép nạn phá thai nhiều nhất trên thế giới

Francis Schaeffer chắc cũng không ngạc nhiên khi Hoa Kỳ trở thành một xã hội có nền dân chủ cho phép phá thai nhiều nhất trên thế giới ngày hôm nay.

Mary Ann Glendon của Trường Luật Harvard là nơi có thẩm quyền về luật phá thai trong thế giới Tây phương. Bà nhấn mạnh rằng, trong tất cả xã hội có nền dân chủ, thì Hoa Kỳ là đất nước cho phép nạn phá thai đi xa và nhiều nhất . . . Theo bà thì nước Đức đã bắt nhịp theo luật phá thai mới để cung ứng những bảo vệ quan trọng nhất cho thai nhi. Trong từng nền dân chủ ngoại trừ Hoa Kỳ, thì đạo luật được đón nhận thông qua những quan điểm chính trị lập pháp. Nhưng Tòa án Tối cao đã tuyên bố rằng Hoa Kỳ, từng nghĩ mình là những giáo sư của cả thế giới bằng nhiều cách dân chủ, đặc biệt không thích hợp là chế độ tự trị.[5]

Quyền hạn kỳ lạ của Tòa án Tối cao đang tượng trưng hóa vị trí cứng đầu của Hoa Kỳ. Về mặt lô-gíc thì có 1,6 triệu người mỗi năm là

cái giá phải trả để không can thiệp vào lối sống giả định phá thai theo yêu cầu. Đó là phán quyết do sắc lệnh tư pháp áp đặt lên một xã hội trong đó 75% người dân nói rằng không nên cho phép phá thai vì lý do 95% ca phá thai trên thực tế được thực hiện.[6]

Có một kiểu tuyệt vọng bắt đầu thu hút một dân không bị cai trị bởi những kẻ lập pháp, mà bởi các thẩm phán tuyên bố Hiếp Pháp tùy theo ý của họ. Sự tuyệt vọng này dẫn đến việc nói về các biện pháp tuyệt vọng. Chúng ta đã có những vụ giết người. Điều này cũng không làm cho Francis Schaeffer ngạc nhiên, chính ông "đã định nghĩa phá thai là vấn đề mấu chốt trong xã hội Hoa Kỳ, ông đã kêu gọi Cơ Đốc nhân chống lại luật pháp và thậm chí bắt đầu ý tưởng chống lại nhà nước bằng vũ lực".[7] Ông đã kết luận một trong các quyển sách cuối cùng có tựa đề *Tuyên ngôn Cơ Đốc* vào năm 1981 như sau: "Nếu không có chỗ cho việc chống lại luật pháp, thì nhà nước đã được lập ra để tự trị, như vậy là đã tự đặt mình ngồi vào vị trí của Đức Chúa Trời hằng sống".[8]

Chế độ Hoa Kỳ có hợp pháp không?

Một lần nữa, những lời cảnh báo của Schaeffer được ứng nghiệm, hiện đang có nhiều cuộc bàn luận công khai rất đáng chú ý về sự bất hợp pháp của chế độ tại Hoa Kỳ. Vào năm 1996 và 1997, một hội nghị chuyên đề của William Bennett, Robert Bork, Charles Colson, James Dobson và Richard John Neuhaus, cùng nhiều người khác, đã chỉ ra vấn đề. "Câu hỏi cần được giải quyết, bằng nhận thức đầy đủ về những hậu quả lâu dài, là chúng ta đã hay vẫn đang hướng tới việc những người còn có lương tâm ở Hoa Kỳ không thể nào đưa ra sự ủng hộ hợp lý về mặt đạo đức về chế độ hiện tại chăng".[9]

Không hề có lời xác nhận về tình trạng trừ bỏ những kẻ ủng hộ nạn phá thai ở trong sự kiện này. Nhưng có ý kiến tỉnh táo cho rằng:

"Một nền văn minh không thể khoan nhượng những hình thức tử hình một cách riêng tư, cũng như một nền văn minh không thể nào duy trì việc cho phép giết hại những người không cần đến trong xã hội".[10] Câu hỏi là bao lâu nữa. Richard Neuhaus nhìn nhận rằng: "những ảnh hưởng tiêu cực của việc thiếu tiêu chuẩn đạo đức và sự nóng giận là bằng chứng rõ ràng của luật pháp không phù hợp với nguyên văn của hiến pháp, lý lẽ đạo đức và quy trình dân chủ. Các mối ràng buộc mỏng manh bị tháo gỡ khi các hoạt động chính trị trở thành, theo lời giải thích của Clausewitz, chiến tranh được hình thành bằng những phương tiện khác. Luật pháp lộn xộn là mời gọi sự trái luật pháp".[11]

Nạn phá thai dạy dỗ một đất nước điều gì

Trong khi đó, giấy phép phá thai lấy mất điều quý báu này đến điều quý báu khác. Con cái là sự mất mát đầu tiên. Kế tiếp là chị em phụ nữ, bị mặc cảm, bị đau lòng, tổn hại cơ thể và rất nhiều triệu chứng hậu phá thai khác.[12] Sau đó, các ông bố thấy hối hận, tức giận và rất nhiều "hành vi tính dục mang tính lợi dụng và thiếu trách nhiệm" xảy ra bởi cho rằng có một giải pháp đơn giản khi có thai ngoài ý muốn. Thêm nữa là sự xói mòn về đạo đức là điều lệ thuộc rất nhiều vào đức hạnh, giá trị và sự cam kết vượt xa tính đơn thuần của sự tự do cá nhân.

Vào tháng 2 năm 1995, trước mặt Tổng thống Hoa Kỳ tại chương trình Kiêng ăn Cầu nguyện Toàn quốc, Mẹ Teresa đã chia sẻ thật dũng cảm và trực diện về hậu quả hao mòn của sự phá thai.

Tôi cảm thấy kẻ hủy diệt thực sự của sự hòa bình ngày hôm nay là nạn phá thai, vì đó là cuộc chiến đang giết chết trẻ em – một cuộc tàn sát trẻ em vô tội – chính người mẹ sát hại con mình. Nếu chúng ta chấp nhận rằng một người mẹ có thể giết chính con mình, thì làm sao chúng ta có thể nói với người khác là đừng bắn giết lẫn nhau đây?

. . .

Khi phá thai, người mẹ không học cách yêu thương, mà sát hại chính con mình để giải quyết nhiều vấn đề của họ. Khi phá thai, người cha tự nói với bản thân là không phải chịu trách nhiệm gì cả cho đứa trẻ mà anh ta đã mang vào thế giới này. Người cha đó cũng đang làm cho nhiều phụ nữ khác rơi vào vấn đề tương tự. Vậy, một sự phá thai dẫn tới nhiều sự phá thai hơn. Bất kỳ quốc gia nào chấp nhận phá thai tức là không dạy dỗ dân sự biết yêu thương, mà lại dùng bạo lực để đạt được điều họ muốn. Đó là lý do vì sao kẻ hủy diệt tình yêu và hòa bình thực sự là nạn phá thai.[13]

Đó cũng là những gì Francis Schaeffer muốn nói khi viết rằng: "Lòng thương xót . . . bị phá hoại. Không chỉ trẻ em bị sát hại; mà nhân tính tức là thế giới quan về con người đang bị đánh bầm dập cho tới chết".[14]

Không thấy mọi thứ lặt vặt

Đây là điều Francis Schaeffer nói hay nhất – ở cấp độ thế giới quan. Đây chắc chắn là cấp độ mà những cuộc chiến lớn trong vũ trụ xảy ra. Schaeffer nói rằng: "vấn đề cơ bản của Cơ Đốc giáo ở trong đất nước này suốt khoảng tám mươi năm qua . . . là họ đã thấy nhiều thứ lặt vặt thay vì toàn bộ".[15] Ý của ông là thế giới quan đằng sau những điều lặt vặt – như nạn phá thai – vẫn chưa được hiểu thấu đáo và trừ bỏ. Ông đặt tên cho thế giới quan đang nâng đỡ phương Tây hiện đại khi còn có thể, bao gồm cả nạn phá thai, là "năng lượng vật chất, quan điểm may rủi về hiện thực sau cùng".

Chúng ta phải cố gắng làm giảm sức ảnh hưởng của những hậu quả từ thế giới quan toàn bộ đang cho rằng năng lượng vật chất, hình thành bởi sự may rủi, là hiện thực sau cùng. Chúng ta phải nhận ra quan điểm này sẽ chắc chắn mang lại những hậu quả không chỉ tương đối, không chỉ sai trật, mà sẽ là sự dã man, không chỉ đối với người khác, mà con đối với chính con cái và cháu chất của chúng ta, và con cái thuộc linh của chúng ta nữa. Quan điểm này sẽ luôn phơi bày sự dã man thực sự là gì, chính quan điểm sai trật về hiện thực toàn bộ của nó không chỉ không có căn bản về tính độc nhất và chân giá trị của một cá nhân, mà hoàn toàn bác bỏ ý nghĩa của con người là gì và con người là ai.[16]

Đức Chúa Trời, chứ không phải năng lượng vật chất, là Đấng phán quyết sau cùng. Chính Ngài, không phải sự may rủi, mới hình thành nên mọi sự. Phục hồi nền tảng này – uy quyền tối thượng của Đức Chúa Trời ở trong mọi sự – là thách thức lớn nhất cho phương Tây. Một thế giới quan được xây dựng trên vật chất và may rủi "không chừa chỗ cho ý nghĩa, mục đích, hay giá trị ở trong vũ trụ và không có cơ sở cho luật pháp. Khả năng kiểm soát sự nhất trí của nó đã thống trị hoàn toàn trong bốn mươi năm vừa qua".[17]

Chiến tranh thế giới quan về sự phá thai

Đây là bối cảnh để chúng ta chống lại sự phá thai. Vậy, Schaeffer không chỉ gợi ý để chúng ta chống lại "những điều lặt vặt" mà thậm chí là toàn bộ thế giới quan trong lời cầu nguyện, tranh chiến và hành động. "Chắc rằng mỗi Cơ Đốc nhân đều phải cầu nguyện và hành động để khai trừ luật phá thai kinh tởm. Nhưng khi chúng ta hành động và cầu nguyện, chúng ta không được chỉ nhớ đến vấn đề quan trọng này mà thôi. Hơn nữa, chúng ta nên tranh chiến và cầu nguyện rằng toàn bộ – tức là năng lượng vật chất, thế giới quan may rủi – có thể giảm bớt tất cả hậu quả của nó ở trong cuộc sống".[18]

Những nỗ lực đầy thuyết phục chống lại nạn phá thai ngày nay đều nắm lấy mục tiêu này. Khải tượng của David Reardon là một thí dụ điển hình đang liên kết với thế giới quan của Schaeffer một cách rất rõ ràng. Reardon, một chuyên gia y sinh, nhấn mạnh lo ngại của Schaeffer trong chiến lược của ông rằng:

> Mục tiêu chính trị làm cho sự phá thai trở thành việc làm bất hợp pháp không phải là một khải tượng hoàn chỉnh. Khao khát thực sự của chúng ta là muốn tạo ra một văn hóa không chỉ ủng hộ sự phá thai là bất hợp pháp, mà còn là thứ không tưởng nữa. Trong văn hóa đó, những nguy hiểm về thể chất, tâm lý và tâm linh của sự phá thai sẽ là sự hiểu biết phổ biến. Trong văn hóa đó, sự cam kết, lòng thương xót và nghĩa vụ để giúp đỡ và bảo vệ cả người mẹ và đứa con sẽ được phổ biến.[19]

Cụm từ quan trọng là "không tưởng". Chính Schaeffer, mười bảy năm về trước, đã nói rằng: "Có một thứ 'dễ hình dung' và một thứ 'không tưởng' trong mọi thời đại".[20] Đó là thế giới quan cơ bản đang chi phối điều dễ hình dung và không tưởng. Do đó, Reardon và Schaeffer, cùng hầu hết các nhà tư tưởng ngày nay, đều nhận ra cuộc chiến với nạn phá thai là một trận chiến cò chiều sâu đối với văn hóa và thế giới quan của nó.[21]

Vị thế của sự cầu nguyện và kiêng ăn

Chúng ta sẽ phản kháng và cải cách thế nào đây? Vào những năm cuối đời, Schaeffer hướng về chính trường nhiều hơn và bớt hứng thú với lòng mộ đạo quá hạn hẹp – "phần lớn trong Đa số Thầm lặng" là những kẻ có "hai giá trị suy đồi – đó là hòa bình cá nhân và sự giàu sang".[22] Sự nhấn mạnh của ông là một lời tiên tri và lời kêu gọi đúng lúc.

Nhưng tôi không biết rất nhiều học giả còn trẻ và các nhà hoạt động xã hội (bây giờ đã vào độ tuổi tứ tuần và ngũ tuần rồi!) mà ông đã truyền cảm hứng cho có cần lắng nghe một lời công bằng về sức mạnh của sự cầu nguyện và kiêng ăn, không phải thay thế cho tư tưởng và hành động, mà là nền tảng căn bản đang nói rằng: "Ngựa (của giới học giả và chính trị) sắm sửa về ngày tranh chiến; nhưng sự thắng trận thuộc về Đức Giê-hô-va" (xem Châm ngôn 21:31). Hãy lắng nghe các sách đang kêu gào phải có sự đổi mới theo Tin Lành và cải cách trong đời sống của tâm trí, khôi phục Chân Lý trong lĩnh vực kỹ thuật, phục hồi lòng thương xót xã hội của Hội thánh từ sự bất lực của chính quyền, có một cơ sở đạo đức cao quý vì môi trường và rất nhiều chiến dịch khác nữa. Trong từng lĩnh vực trên, có những vấn đề gốc rễ nào quá khó để thuyết phục loài người rằng sự kiêng ăn và sự cầu nguyện không chỉ là giải pháp phù hợp mà còn là điều vô cùng cần thiết không? Tôi cũng đang đưa ra lời kêu gọi như thế.

Sự kiêng ăn và sự cầu nguyện cho những đột phá về thế giới quan

Đây không chỉ là lời kêu gọi chủ yếu của Schaeffer vào cuối đời mình, còn đối với vài người ngày hôm nay thì đó không nằm trong tầm ngắm của họ – tức là sự kiêng ăn và sự cầu nguyện có thể mang lại những đột phá mà họ muốn viết ra và hành động một cách nhiệt tình. Schaeffer đã nói rằng: "Mỗi Cơ Đốc nhấn phải cầu nguyện và hành động để loại bỏ luật phá thai kinh tởm. Chúng ta nên tranh chiến và cầu nguyện rằng toàn bộ – năng lượng vật chất, thế giới quan may rủi – có thể bị đẩy lùi".[23] Tôi không biết các học giả và các nhà hoạt động xã hội có ghi nhớ điều này trong lòng không nữa. Tôi thừa nhận rằng chính lời cầu nguyện cho những đột phá về thế giới quan của riêng tôi cũng chưa đúng như mong đợi. Ôi, tôi thật dễ bỏ cuộc và nghĩ đến chuyện bỏ mặc cho số phận khi đối diện với những tư duy thế tục, các nền thần học còn khuyết điểm, sự mục nát của các cơ quan tổ chức, sự sai trật về triết lý và khuynh hướng văn hóa lan tràn.

Nhưng đây không phải lúc để bỏ cuộc hoặc bỏ mặc cho số phận. Đây là thời điểm để cầu nguyện thật quyết liệt và kiêng ăn đến cùng hầu cho toàn bộ tư tưởng, sách báo, hoạt động xã hội và công tác truyền giáo của chúng ta đều sẽ có mùi thơm của Đức Chúa Trời và mang trong mình một sức mạnh cải cách vượt xa bất kỳ công việc đơn thuần nào mà loài người đang làm. Hy vọng người ta sẽ nói, vượt xa kỳ vọng và khả năng của loài người, rằng: "Năm người trong các ngươi sẽ đuổi theo một trăm; một trăm trong các ngươi sẽ đuổi theo một muôn, và quân nghịch sẽ bị gươm sa ngã trước mặt các ngươi" (Lê-vi-ký 26:8).

Tránh xa tâm lý vây hãm ở Ba-by-lôn

Chúng ta sẽ có được lòng tin quyết và sự can đảm để kiêng ăn và cầu nguyện vì những lo ngại về thế giới quan này ở đâu?

Tôi nghĩ là chúng ta nên xem xét câu chuyện Kinh Thánh của Ê-xơ-ra, đặc biệt là Ê-xơ-ra 8:21–23. Để tôi cho chúng ta biết một vài bối cảnh đức tin cho phân đoạn này hầu cho chúng ta sẽ lắng nghe Ê-xơ-ra nói cùng đạo quân, cũng như nhiều lo ngại về thế giới quan của chúng ta ngày hôm nay nữa.

Dân Y-sơ-ra-ên đã bị lưu đày ở xứ Ba-by-lôn. Họ đã ở đó được nhiều thập kỷ rồi. Bấy giờ đã đến thời điểm, theo số ngày của Đức Giê-hô-va, họ phải được phục hồi. Nhưng điều này xảy ra như thế nào? Họ là một dân tộc thiểu số nhỏ bé và chẳng còn tiếng tăm trong đế quốc Ba-tư hùng mạnh. Câu trả lời là Đức Chúa Trời tể trị các đế chế. Khi thời điểm của dân sự Ngài đã đến, thì Chúa lay chuyển các đế chế. Đó là điểm mấu chốt trong tám chương đầu tiên của sách Ê-xơ-ra. Đó là niềm hy vọng rất lớn đối với dân sự của Đức Chúa Trời mỗi khi chúng ta rơi vào trạng thái tâm lý bị vây hãm.

Thứ nhất, hãy xem xét Ê-xơ-ra 1:1–2.

> Năm thứ nhất đời Si-ru, vua nước Phe-rơ-sơ trị vì, Đức Giê-hô-va muốn làm cho ứng nghiệm lời Ngài đã cậy miệng Giê-rê-mi mà phán ra, nên Ngài cảm động lòng Si-ru, vua Phe-rơ-sơ tuyên truyền trong khắp nước mình, và cũng ra sắc chỉ rằng: Si-ru, vua Phe-rơ-sơ, nói như vầy: Giê-hô-va Đức Chúa Trời đã ban các nước thế gian cho ta, và chính Ngài có biểu ta xây cất cho Ngài một đền thờ tại Giê-ru-sa-lem, trong xứ Giu-đa.

Đừng quên quyền tể trị tối cao của Đức Chúa Trời ở trên tâm trí và ý chí của Si-ru, là vị vua có quyền lực nhất trên thế giới. Đức Chúa Trời đã bởi Giê-rê-mi mà nói tiên tri rằng dân sự sẽ trở về quê hương của họ. "Vả, Đức Giê-hô-va phán như vầy: Khi bảy mươi năm sẽ mãn cho Ba-by-lôn, ta sẽ thăm viếng các ngươi, sẽ làm trọn lời tốt lành cho các ngươi, khiến các ngươi trở về đất này" (Giê-rê-mi 29:10). Đức Chúa Trời chưa bao giờ để cho các lời tiên tri treo lơ lửng một cách bất định ở trong ý chí của loài người. Chúa không chỉ phán trước mọi việc; Ngài còn hành động để làm ứng nghiệm lời tiên đoán ấy nữa. Đây là lý do vì sao những lời tiên đoán của Ngài vững chắc như chính Chúa là Đấng quyền năng vậy.

Kinh Thánh chép trong Ê-xơ-ra 1:1 rằng: "Ngài cảm động lòng Si-ru". Vua Si-ru không chỉ kinh nghiệm lời tiên tri được ứng nghiệm một cách lạ kỳ; ông còn kinh nghiệm Đức Chúa Trời hành động cách uy quyền để làm ứng nghiệm lời tiên tri đó. Có một câu trả lời. Khi Đức Chúa Trời sắp làm việc lớn trên thế giới, Ngài có thể làm được – dù phải dùng đến một vị vua xứ Ba-tư, hay một tiên tri, hay một quyển sách học thuật, hay một nhân sự Cơ Đốc phản đối việc phá thai. Điều quan trọng là quyền tể trị tối cao tuyệt đối của Đức Chúa Trời ở trên các đế chế của thế gian, tâm trí và ý chí của các vua, học giả, chính khách và hiệu trưởng đại học.

Thậm chí thoái lui là để được lợi lớn

Vấn đề xảy ra thế này. Một làn sóng người tị nạn từ Ba-by-lôn trở về xứ Y-sơ-ra-ên – có hơn 42,000 người. Họ bắt đầu dựng lại đền thờ. Nhưng kẻ thù của họ ở Giu-đa gây khó khăn và viết thư cho vua Ạt-ta-xét-xe để nói về một thành phố nổi loạn đang được xây dựng lại (4:12). Thế là, vua Ạt-ta-xét-xe cho dừng việc xây đền thờ, dường như kế hoạch của Đức Chúa Trời không thành. Đây thường là cách mọi thứ xảy ra – một phong trào to lớn đang đi đúng hướng trong Hội thánh hoặc trong một thành phố hoặc trong một nền văn hóa nói chung, thì bị lùi lại. Điều này làm cho những kẻ bi quan than vãn vì có góc nhìn nhỏ bé về Đức Chúa Trời. Nhưng câu chuyện này muốn chúng ta tiếp tục hy vọng.

Đức Chúa Trời có một kế hoạch khác tốt hơn cho dù có sự chống đối và thoái lui, nhưng kế hoạch của Ngài cũng bao gồm cả những điều đó nữa. Chúng ta hãy biết rằng những năm tháng lo âu phiền muộn là sự chuẩn bị cho ơn phước của Đức Chúa Trời! Không sớm thì muộn, Ngài sẽ khiến mọi sự thành ra ích lợi mà thôi! Ngài là Đức Chúa Trời. Trong trường hợp này thì đó chính là điều Chúa đang làm. Theo Ê-xơ-ra 5:1, Đức Chúa Trời sai hai tiên tri là A-ghê và Xa-cha-ri đến khuyên dân sự bắt đầu xây dựng lại.

Vậy bây giờ, Đức Giê-hô-va phán: Hỡi Xô-rô-ba-bên, ngươi khá can đảm; còn ngươi, Giê-hô-sua, con trai Giô-xa-đác, thầy tế lễ cả, cũng khá can đảm; Đức Giê-hô-va lại phán: Cả dân sự trong đất, các ngươi cũng khá can đảm, và hãy làm việc; vì ta ở cùng các ngươi. Bạc là của ta, vàng là của ta, Đức Giê-hô-va vạn quân phán vậy. Vinh quang sau rốt của nhà nầy sẽ lớn hơn vinh quang trước, Đức Giê-hô-va vạn quân phán (A-ghê 2:4, 8–9).

Nhưng, thường thì một sự trổi dậy mới đầy năng lượng và tiến bộ sẽ đi kèm với sự chống đối mới. Thế là kẻ thù dùng mưu kế như lần trước. Họ viết một lá thư gửi cho vua Đa-ri-út là hoàng đế mới lên ngôi với hy vọng sẽ dừng lại công việc xây thành Giê-ru-sa-lem. Nhưng kết quả trái ngược với mong đợi, chúng ta sẽ thấy tại sao Đức Chúa Trời cho phép cuộc xây dựng bị tạm dừng trong lần đầu tiên.

Vua Đa-ri-út đã tìm hiểu trước khi đáp lời những kẻ thù của dân Y-sơ-ra-ên. Ông tìm kiếm trong các tài liệu lưu trữ và thấy sắc lệnh từ vua Si-ru đã cho phép đền thờ được xây dựng lại. Thế là, trong Ê-xơ-ra 6:7–8 ông viết thư gửi lại gây ngạc nhiên – vượt xa những gì dân Y-sơ-ra-ên còn lắm lem bùn đất có thể tưởng tượng hoặc cầu xin. Vua Đa-ri-út nói với những kẻ thù trong xứ Giu-đa rằng:

Khá để cho quan cai của người Giu-đa và những người trưởng lão của chúng xây cất lại đền thờ của Đức Chúa Trời tại nơi cũ nó. Này ta ra lệnh, truyền các ngươi phải làm gì đối với các trưởng lão dân Giu-đa, đặng giúp việc cất lại cái đền của Đức Chúa Trời: Hãy lấy thuế khóa thâu ở bên kia sông, vội cấp phát các tiền chi phí cho những người đó, để công việc chẳng bị dứt chừng.

Tình thế bị đảo ngược đầy ngoạn mục! Đức Chúa Trời thật vĩ đại thay! Người Do Thái tưởng rằng kẻ thù sẽ giành phần thắng. Nhưng Đức Chúa Trời đang làm nên lịch sử hầu cho kẻ thù không chỉ cho phép đền thờ được tái xây dựng mà còn phải chi trả cho việc xây dựng nữa! Ê-xơ-ra 6:22 có nói một sự thật rằng: *"Đức Giê-hô-va . . . có cảm động lòng vua A-si-ri đoái xem chúng, đặng giúp đỡ trong cuộc xây cất đền của Đức Chúa Trời, tức là Đức Chúa Trời của Y-sơ-ra-ên"*. Đức Chúa Trời cai trị lòng các vua, hoàng đế, tổng thống, các nhà khoa học, các học giả, các thẩm phán, các thống đốc và thị tưởng. Đây là nền tảng to lớn để kiêng ăn và cầu nguyện cho những lo ngại về thế giới quan – Đức Chúa Trời có thể cải đạo mọi người và Ngài có thể uốn nắn tư tưởng của họ ngay cả khi họ không được cải đạo. Chúng ta có nhiều bài học áp dụng cho sự tranh chiến của mình, nhằm mang lại lẽ thật cho Hội thánh và văn hóa.

> *Đừng chỉ trích Chúa khi chưa thấy rõ,*
> *nhưng tin cậy Chúa vì ân điển Ngài,*
> *Đằng sau ý thiên là Ngài cười rạng rỡ.*[24]

Thật là có nhiều bài học cho chúng ta! Hãy kể ra sự nản lòng của chúng ta khi phải thoái lui – chuyện cá nhân, chính trường, học thuật, giáo hội, văn hóa, toàn cầu. Cơ Đốc nhân nào dám nói rằng Đức Chúa Trời không can thiệp vào những điều này để làm ích cho dân sự Ngài và sự vinh hiển của danh Ngài? Không thần nào khác ngoài Đức Chúa Trời của Ê-xơ-ra! Chúng ta nghĩ những lần thoái lui không hề có mục đích to lớn nào cả để sự công bình được làm ra nhiều hơn và vĩ đại hơn chúng ta có thể tưởng tượng sao?

Lòng của vua ở trong tay Đức Giê-hô-va khác nào dòng nước chảy

Sau đó, Ê-xơ-ra xuất hiện tiếp tục với cảnh hồi tưởng lại thời kỳ cai trị của vua Ạt-ta-xét-xe. Vua sai Ê-xơ-ra đi cùng một đoàn dân trở về Giê-su-ra-lem. Theo Ê-xơ-ra 7:6 thì nhà vua ban cho ông mọi thứ mà ông muốn dùng cho cả hành trình. Bây giờ, tại sao chính nhà vua đã cho đình công xây dựng đền thờ lại làm như vậy? Ê-xơ-ra trả lời qua lời cầu nguyện được chép trong 7:27: "Đáng ngợi khen thay Giê-hô-va Đức Chúa Trời của tổ phụ chúng tôi, vì đã cảm lòng vua toan trang điểm đền thờ của Đức Giê-hô-va tại Giê-ru-sa-lem". Đức Chúa Trời đã làm điều đó. Đức Chúa Trời đã đặt điều đó trong lòng vua.

Chúa đã làm điều đó với vua Si-ru (1:1); Chúa đã làm điều đó với vua Đa-ri-út (6:22); Ngài đã làm điều đó với vua Ạt-ta-xét-xe (7:27). "Lòng của vua ở trong tay Đức Giê-hô-va khác nào dòng nước chảy; Ngài làm nghiêng lệch nó bề nào tùy ý Ngài muốn" (Châm ngôn 21:1). Đức Chúa Trời đang tể trị cả thế giới. Ngài đang cai trị dòng lịch sử. "Ôi! sâu nhiệm thay là sự giàu có, khôn ngoan và thông biết của Đức Chúa Trời! Sự phán xét của Ngài nào ai thấu được, đường nẻo của Ngài nào ai hiểu được!" (Rô-ma 11:33). Chúng ta không thể hiểu được sự khôn ngoan vô cùng ở trong đường lối của Ngài. Phần của chúng ta là tin cậy, vâng lời và cầu nguyện – rồi chúng ta sẽ thấy, để kiêng ăn.

Kiêng ăn trước mặt Đức Chúa Trời tể trị cả thế giới

Điều này dẫn chúng ta đến với những điều Ê-xơ-ra đã làm khi ông thoát khỏi tình trạng lưu đày để trở về thành Giê-ru-sa-lem. Ông từ chối một đạo quân hộ tống mình để làm chứng với vua Ạt-ta-xét-xe về quyền năng và sự thành tín của Đức Chúa Trời sẽ bảo vệ dân sự của Ngài. Thay vì xin vua giúp thì ông xin Chúa giúp, ông đã làm điều này bằng sự kiêng ăn. Ê-xơ-ra 8:21–23 ký thuật lại rằng:

> Tại đó, gần bên sông A-ha-va, ta truyền kiêng cữ ăn, để chúng ta hạ mình xuống trước mặt Đức Chúa Trời chúng ta, và cầu xin Ngài chỉ cho biết đường chính đáng chúng ta, con cái chúng ta, và tài sản mình phải đi. Vả lại, ta lấy làm thẹn, chẳng dám xin vua một đạo quân và lính kỵ binh vực chúng ta khỏi kẻ thù nghịch trong lúc đi đường; vì chúng ta có nói với vua rằng: Tay của Đức Chúa Trời chúng tôi phù trợ mọi kẻ nào tìm kiếm Ngài; nhưng quyền năng và thạnh nộ Ngài kháng cự những kẻ nào lìa bỏ Ngài. Ấy vậy, chúng ta kiêng cữ ăn và cầu xin Ngài điều ấy; Ngài bèn nhậm lời chúng ta.

Trong câu 21, kiêng ăn là biểu hiện của sự hạ mình – tức là cảm thấy tuyệt vọng, hoàn toàn nhờ cậy vào Đức Chúa Trời sẽ đáp ứng nhu cầu của mình. "Tại đó, gần bên sông A-ha-va, ta truyền kiêng cữ ăn, để chúng ta hạ mình xuống". Nếu những gì Francis Schaeffer phân tích về các nền tảng của sự phá thai đã rõ ràng, thì thế giới quan của những kẻ theo chủ nghĩa nhân văn đã xâm nhập vào văn hóa của Hoa Kỳ cứng đầu đến nỗi chúng ta nhờ cậy Chúa để kháng cự và cải cách. Lập luận chính xác, từ ngữ thuyết phục, chủ nghĩa tích cực trong xã hội và chính trường giao tranh đều có vị trí của họ. Nhưng trừ khi Đức Chúa Trời cảm động những đầu óc đen tối kia (giống như Ngài đã làm với vua Si-ru, Đa-ri-út và Ạt-ta-xét-xe), thì lập luận và hành động giỏi đến mấy cũng phải quy phục và bị đảo ngược.

Nhưng kiêng ăn, đối với Ê-xơ-ra, không chỉ là một biểu hiện của sự hạ mình và tuyệt vọng; mà là biểu hiện của sự khao khát Chúa một cách nghiêm túc bằng sự sống và cái chết. "Ấy vậy, chúng ta kiêng cữ ăn và cầu xin Ngài". Kiêng ăn cùng với sự cầu nguyện bằng cả tấm lòng đói khát Đức Chúa Trời sẽ nói rằng: "Chúng con không thể tự mình giành chiến thắng trong cuộc chiến này. Chúng con không thể thay đổi tấm lòng hoặc tâm trí của ai cả. Chúng con không thể thay đổi thế giới quan, biến đổi văn hóa và giải cứu 1,6 triệu trẻ em. Chúng con không thể cải cách bộ máy tư pháp hoặc khuyến khích cơ quan lập pháp hoặc huy động dân số còn ngủ mê kia. Chúng con không thể chữa lành những tổn thương vĩnh viễn từ các ý tưởng độc ác và các việc làm vấy máu của họ. Nhưng, Chúa ơi, Ngài có thể! Chúng con chuyển từ việc tự lực cánh sinh sang nhờ cậy Chúa. Chúng con kêu xin Chúa và nài xin hãy vì cớ danh Ngài, vì cớ vinh hiển của Ngài, vì cớ mục đích cứu rỗi của Ngài trên thế giới, vì cớ sự khôn ngoan, quyền phép, thẩm quyền của Ngài ở trên mọi sự, vì cớ sự thống trị của Lẽ Thật, giải cứu kẻ nghèo khổ và khó khăn, xin Chúa hành động. Chúng con đói khát cầu xin quyền năng của Ngài. Chúng con cầu nguyện và kiêng ăn bằng cả tư tưởng, chữ nghĩa và việc làm của mình. Xin hãy đến. Xin bày tỏ vinh hiển của Ngài".

Kết quả đầy thương xót của việc kiêng ăn và cầu nguyện được nói trong Ê-xơ-ra 8:23 rằng: "Ngài bèn nhậm lời chúng ta". Con cái được tha. Lòng của vua được cảm động. Kẻ thù bỏ đi. Đây là điều thật đáng kinh ngạc – một Đức Chúa Trời lay chuyển tâm trí của các vua lại cho phép chính Ngài bị lay chuyển bởi kẻ yếu thế mà bày tỏ quyền năng tối thượng của Ngài để giải cứu họ.

"Hãy làm lợi ra" cho đến khi Chúa trở lại

Tôi nài xin chúng ta hãy cùng với tôi tìm kiếm Chúa trong sự kiêng ăn và cầu nguyện để biến đổi những đầu óc còn tăm tối đang nhận chìm thế giới ngày hôm nay về nạn phá thai và hàng trăm bệnh tật khác nữa. Đây không phải là lời kêu gọi tập trung tất cả sự thịnh nộ để gào thét trước mặt những kẻ xấu rằng: "Trả đất nước lại cho tôi". Đây là lời kêu gọi dành cho khách lạ và kẻ tha thương ở trên đất, là những công dân trên trời và những ai trông đợi sự hiện đến của Đức Vua, "hãy làm lợi ra" cho đến khi Chúa đến tái lâm (Lu-ca 19:13). Còn việc làm to lớn của Cơ Đốc nhân đó là "hãy làm tất cả vì vinh quang của Đức Chúa Trời" (1 Cô-rinh-tô 10:31), hãy cầu nguyện để danh của Đức Chúa Trời được tôn thánh, nước Chúa được đến và ý Chúa được nên ở dưới đất (Ma-thi-ơ 6:9–10). Hãy mong ước, làm việc, cầu nguyện và kiêng ăn không chỉ vì sự mặc khải sau cùng về Con người, mà còn vì công tác của Thánh Linh và quyền phép của Ngài để cứu rỗi mọi người, giải cứu kẻ hư mất, thanh tẩy Hội thánh và sửa lại hết những điều sai trật mà Đức Chúa Trời cho phép.

Quả thật Kinh Thánh nói nhiệm vụ cao cả này không phải là dễ dàng. Nhưng kết quả từ sự kiêng ăn trung tín thật là nhiều. Cầu xin Chúa khiến sự kêu gọi cao cả này không làm tê liệt tấm lòng khao khát của chúng ta. Nhưng hy vọng rằng sự đói khát của chúng ta ở trong chỗ riêng tư và nơi công cộng làm vinh hiển Đức Chúa Trời vĩ đại sẽ tìm được sự tự do để kiêng ăn, cầu nguyện và làm mọi việc lành.

Phước cho các ngươi hiện đương đói, vì sẽ được no đủ!
Lu-ca 6:21

Hay là ai đã cho Chúa trước, đặng nhận lấy điều gì Ngài báo lại?
Vì muôn vật đều là từ Ngài, bởi Ngài, và hướng về Ngài.
Vinh hiển cho Ngài đời đời vô cùng! A-men.
Rô-ma 11:35–36

Đức Chúa Trời lấy làm vui mà dùng sự cầu nguyện làm tiền đề
cho sự bày tỏ lòng thương xót; Chúa lấy làm vui để ban ơn
thương xót là kết quả của sự cầu nguyện, giống như Ngài bị lay
chuyển bởi sự cầu nguyện. Khi dân sự của Đức Chúa Trời sốt
sắng cầu nguyện, thì sẽ lay động ý định của Ngài để bày tỏ sự
thương xót; vì thế nên Chúa ban phát ân điển và sự tiếp trợ.
Jonathan Edwards
"Đức Chúa Trời chí cao lắng nghe lời cầu nguyện"[1]

KẾT LUẬN
TẠI SAO ĐỨC CHÚA TRỜI BAN THƯỞNG CHO SỰ KIÊNG ĂN?

Một câu hỏi quan trọng còn lại là: Tại sao Đức Chúa Trời trả lời sự kiêng ăn? Tại sao Chúa ban thưởng cho chúng ta khi kiêng ăn? Ngài làm điều này khắp cả Kinh Thánh và lịch sử. Chúa Jêsus đã hứa thì Ngài làm: "Cha ngươi thấy [sự kiêng ăn] trong chỗ kín nhiệm sẽ thưởng cho ngươi" (Ma-thi-ơ 6:18). Câu hỏi là khẩn cấp vì một câu trả lời có thể bôi nhọa Đức Chúa Trời và gây tổn hại cho chúng ta.

Một câu trả lời sỉ nhục Đức Chúa Trời và làm tổn hại chúng ta

Thí dụ, giả sử chúng ta nói kiêng ăn sẽ được Chúa ban thưởng bởi vì người kiêng ăn đáng được phần thưởng bằng cách cho thấy công sức của người kiêng ăn. Điều này sỉ nhục Đức Chúa Trời vì đã biến ân điển miễn phí của Ngài trở thành cuộc giao dịch. Điều này ngụ ý rằng kiêng ăn bắt nguồn từ ý riêng của chúng ta, còn thói quen tự tạo ra này dâng lên Chúa để được ban thưởng. Đây là một sự sỉ nhục rất lớn đối với Đức Chúa Trời vì chúng ta đang đòi hỏi những điều chỉ thuộc riêng về Đức Chúa

Trời, tức là quyền khởi xướng sự cầu nguyện và kiêng ăn. Như vậy, chúng ta tự đặt mình vào vị trí của Đức Chúa Trời và tiêu diệt sự tự do của ân điển Ngài.

Điều này cũng gây tổn hại cho chúng ta. Nếu chúng ta chọn đến gần Đức Chúa Trời theo cách này, thì chúng ta sẽ không hưởng được ích lợi của ân điển, mà chỉ muốn được đền bù xứng đáng mà thôi. Có nghĩa là chúng ta muốn Chúa ban thưởng cách xứng đáng, hơn là muốn nhận được "món quà miễn phí" của sự sống đời đời (Rô-ma 6:23). Sứ đồ Phao-lô đã sử dụng những phạm trù để nói về cách Đức Chúa Trời đáp ứng với sự kiêng ăn đã trở thành "việc làm" trong Rô-ma 4:4 chép rằng: "Vả, đối với kẻ nào làm việc, thì tiền công không kể là ơn, nhưng kể như là nợ".

Dịch theo nghĩa đen là: "Đối với kẻ nào làm việc, thì phần thưởng không được kể là ân điển, mà là nợ". Nếu chúng ta nói Đức Chúa Trời ban thưởng cho sự kiêng ăn bằng cách trả "tiền công" hoặc trả "nợ" cho người nào đã kiếm được hoặc đạt được phần thưởng của Ngài bằng sự kiêng ăn, thì chúng ta đang hành động giống như "phần thưởng không được kể là ân điển". Đó là một cách tai hại để đến gần Đức Chúa Trời. Vì chỉ có một cách duy nhất thay thế ân điển là sự đoán phạt.

Đức Chúa Trời không cứu rỗi chúng ta "nhờ ân điển, bởi đức tin" (Ê-phê-sô 2:8) mà phần thưởng cho sự kiêng ăn của chúng ta là "nhờ sự công bình, bởi việc làm". Phần thưởng cho sự công bình và từng phần thưởng được ban cho chúng ta dựa vào cùng những nền tảng và phương tiện là: công việc của Đức Chúa Trời trong Đấng Christ, tức là sự chịu chết đền tội của Ngài (Rô-ma 3:24), và bởi phương tiện mà Đức Chúa Trời dùng để hành động ở trong chúng ta, tức là đức tin biến đổi đời sống của chúng ta (Ê-phê-sô 2:8; Ga-la-ti 5:6). Sự cố gắng tìm kiếm công trạng hoặc nỗ lực để đạt được điều gì đó từ Đức Chúa Trời đều là tội lỗi và tai họa trước và sau khi tin Chúa. Một hành động khiến ân điển ra vô ích đều là tội lỗi và tai họa mỗi khi chúng ta làm như vậy.

Do đó, một câu trả lời sai cho câu hỏi vì sao Đức Chúa Trời ban thưởng cho sự kiêng ăn có thể sỉ nhục Đức Chúa Trời và gây tổn hại cho chúng ta. Điều vô cùng quan trọng đó là chúng ta trả lời chính xác câu hỏi. Sự vinh hiển của Đức Chúa Trời và ích lợi của chúng ta tùy thuộc vào câu trả lời đó.

Kiêng ăn "là từ Ngài, bởi Ngài, và hướng về Ngài"

Đức Chúa Trời không đáp lời sự kiêng ăn vì sự kiêng ăn đang cho Ngài thấy chúng ta có một kiến thức mới nào đó về đức tin và sự sốt sắng. Chúa biết tấm lòng của chúng ta nhiều hơn chúng ta biết tấm lòng của mình. Thật vậy, tấm lòng của chúng ta được tái sinh bởi đức tin là việc làm của chính Đức Chúa Trời. Chúa biết chúng ta vì Ngài biết công việc của chính Ngài. "Chúng ta là việc Ngài làm ra, đã được dựng nên trong Đức Chúa Jêsus Christ" (Ê-phê-sô 2:10). Chúa không chỉ khiến chúng ta trở nên những tạo vật mới bởi đức tin, mà còn "làm ra sự đẹp ý Ngài trong chúng ta" (Hê-bơ-rơ 13:21). Chúng ta có nghĩa vụ và vui mừng lựa chọn sự vâng lời hàng giờ, nhưng chúng ta không được quên rằng "chính Đức Chúa Trời cảm động lòng anh em vừa muốn vừa làm theo ý tốt Ngài" (Phi-líp 2:13).

Lý do căn bản nhất vì sao kiêng ăn không thể đạt được điều gì từ Đức Chúa Trời chính là vì đó là sự ban cho của Đức Chúa Trời. Đó là việc Chúa làm ở trong chúng ta. Chúng ta không thể nào kỳ vọng Đức Chúa Trời đền đáp những việc mà chính tay Ngài làm ra. Đây là điều sứ đồ Phao-lô muốn nói trong Rô-ma 11:35–36 chép rằng: "Hay là ai đã cho Chúa trước, đặng nhận lấy điều gì Ngài báo lại? Vì muôn vật đều là từ Ngài, bởi Ngài, và hướng về Ngài. Vinh hiển cho Ngài đời

đời vô cùng! A-men". Đó là bao gồm cả sự kiêng ăn. Điều này là từ Ngài, bởi Ngài và hướng về Ngài. Trước hết, Đức Chúa Trời không phán rằng sau khi kiêng ăn chúng ta sẽ nhận được sự đền đáp. Mà trước hết, Đức Chúa Trời phán rằng chúng ta sẽ được ích lợi từ sự kiêng ăn và Ngài được vinh hiển qua sự kiêng ăn.

Ý định ban đầu của sự hy sinh

Khi vua Đa-vít thấy dân sự hy sinh sự giàu có của họ để xây đền thờ, cũng giống như ai đó phải nhịn ăn để kiêng ăn, thì ông đã không hề đề cao công đức của dân sự; nhưng ông đã hạ mình xuống trước sự ban cho rời rộng của Đức Chúa Trời. Ông nói rằng: "Nhưng tôi là ai, và dân sự tôi là gì, mà chúng tôi có sức dâng cách vui lòng như vậy? Vì mọi vật đều do nơi Chúa mà đến; và những vật chúng tôi đã dâng cho Chúa chẳng qua là đã thuộc về Chúa" (1 Sử ký 29:14). Đây là cách chúng ta nên nói về sự kiêng ăn. Không có chỗ cho sự khoe mình ở đây. Tôi là ai mà có thể kiêng ăn? Chẳng là gì cả. Tôi chẳng có gì để kiêng ăn vì sự vinh hiển của Chúa ngoại trừ ân điển diệu kỳ của Ngài. Khi Đa-vít nhìn tới tương lai và suy gẫm không biết tấm lòng hy sinh sẽ tiếp tục nữa không, nên ông cầu nguyện rằng: "Hỡi Giê-hô-va Đức Chúa Trời . . . xin hãy cho dân sự Chúa giữ luôn luôn một tâm ý ấy trong lòng, và làm cho lòng chúng chiều theo về Chúa" (1 Sử ký 29:18). Vì thế, chúng ta nên cầu nguyện cho sự kiêng ăn của mình và sự kiêng ăn của Hội thánh Cơ Đốc rằng: Chúa ơi, xin giữ nguyên ý định của sự kiêng ăn mà Ngài đã làm ra và làm cho lòng của dân sự chiều theo ý Ngài là nguồn của mọi sự vui sướng ở trong chúng con.

Phần thưởng cho kẻ yếu đuối và trông cậy nơi Đức Chúa Trời

Nếu Đức Chúa Trời không ban thưởng cho sự kiêng ăn vì chúng ta tạo ra và dâng lên Chúa để được ban thưởng, thì tại sao Chúa lại ban thưởng cho sự kiêng ăn? Nếu chính Đức Chúa Trời là Đấng Tạo Hóa và Đấng Thành Tín cho sự kiêng ăn, thì tạo sai Chúa chỉ thỉnh thoảng ban thưởng cho hành động này? Câu trả lời đó là Đức Chúa Trời thành tín ban thưởng cho những hành động xuất phát từ tấm lòng loài người đang có sự yếu đuối và trông cậy nơi Đức Chúa Trời. Hết lần này đến lần khác ở trong Kinh Thánh, Đức Chúa Trời hứa sẽ vùa giúp kẻ nào không còn nhờ cậy vào nỗ lực của mình nữa, mà tìm kiếm Đức Chúa Trời là của báu và sự cứu giúp của mình.

"Hỡi những kẻ nào khát, hãy đến suối nước! Và người nào không có tiền bạc, hãy đến, mua mà ăn! Hãy đến, mua rượu và sữa mà không cần tiền, không đòi giá. Sao các ngươi trả tiền để mua đồ không phải là bánh? Sao các ngươi đem công lao mình đổi lấy vật chẳng làm cho no? Hãy chăm chỉ nghe ta, hãy ăn của ngon, và cho linh hồn các ngươi vui thích trong của béo. Hãy nghiêng tai, và đến cùng ta; hãy nghe ta, thì linh hồn các ngươi được sống. Ta sẽ lập với các ngươi một giao ước đời đời tức là sự nhân từ chắc thật đã hứa cùng Đa-vít" (Ê-sai 55:1–3). Đức Chúa Trời hứa sẽ có nước, rượu, sữa và sự sống mà tiền bạc không thể mua được cho người nào không có tiền, mà chỉ có sự khao khát, nếu họ từ bỏ những lời hứa của tiền bạc mà đến cùng Ngài. "Kẻ nào khát, ta sẽ lấy nước suối sự sống mà ban cho nhưng không. Hãy đến! Ai khát, khá đến. Kẻ nào muốn, khá nhận lấy nước sự sống cách nhưng không" (Khải huyền 21:6; 22:17). Phần thưởng của sự sống không ban cho kẻ nào có thể mua hoặc nỗ lực mà có được. Tất cả đều là "nhưng không". Tất cả đều là miễn phí. "Giá phải trả" là khao khát từ bỏ những cái hồ bị nứt của thế gian mà đến với nguồn nước sống ở trong Đức Chúa Trời. Chính "những kẻ có lòng khó khăn" sẽ được ban thưởng bằng nước thiên đàng (Ma-thi-ơ 5:3). Chính những kẻ trông đợi Chúa là Đấng sẽ làm việc của Ngài (Ê-sai 64:4). Chính những kẻ tin cậy vào Đức Chúa Trời, chứ không phải nhờ cậy xe cộ hoặc ngựa, sẽ chiến thắng bằng quyền phép của Ngài (1 Sử ký 5:20; 2 Sử ký 13:18; Thi thiên 20:7). Chính những kẻ khoái lạc nơi Đức Giê-hô-va và tin cậy Chúa thì Ngài sẽ ban cho điều lòng họ ao ước (Thi thiên 37:4–5). Sự hy sinh mà Đức Chúa Trời đẹp lòng là tấm lòng đau thương thống hối, chính sự trống không này sẽ được Chúa ban thưởng (Thi thiên 51:17). Người nào không nhờ sức riêng mà "nhờ sức Đức Chúa Trời ban" mà hầu việc Đức Chúa Trời thì sẽ được Ngài ban phước (1 Phi-e-rơ 4:11).

Cam kết tối hậu của Đức Chúa Trời là: sự vinh hiển của Ngài

Chúa ban thưởng cho những người có tấm lòng yếu đuối và trông cậy nơi Đức Chúa Trời. Lý do là vì những hành động như thế tập chú vào sự vinh hiển của Đức Chúa Trời. Trong 1 Phi-e-rơ 4:11 làm rõ điều này rằng: "nếu có kẻ làm chức gì, [thì hãy làm] như nhờ sức Đức Chúa Trời ban, hầu cho Đức Chúa Trời được sáng danh trong mọi sự bởi Đức Chúa Jêsus Christ; là Đấng được sự vinh hiển quyền phép đời đời vô cùng. A-men". Hãy nhìn cho kỹ tính lô-gíc ở trong câu này: nếu chúng ta phục vụ không bằng sức riêng của mình, mà nhờ sức Đức Chúa Trời ban, thì Ngài được vinh hiển. Đấng ban cho sẽ được vinh hiển.

Đức Chúa Trời cam kết làm mọi sự vì sự vinh hiển của Ngài. Điều này cũng được bày tỏ khắp cả Kinh Thánh, giống như Jonathan Edwards đã miêu tả rất mạnh mẽ trong bài luận của ông với tựa đề là *Luận về mục đích sáng tạo thế giới của Đức Chúa Trời*. "Hình như mục tiêu tối hậu mà Kinh Thánh muốn nói về công tác của Đức Chúa Trời đều được tóm gọn thành một cụm từ 'sự vinh hiển của Đức Chúa Trời'".[1] Đức Chúa Trời lựa chọn dân sự của Ngài từ trước khi sáng thế vì sự vinh hiển của Ngài (Ê-phê-sô 1:6). Chúa tạo nên loài người vì sự vinh hiển của Ngài (Ê-sai 43:7). Chúa lựa chọn dân Y-sơ-ra-ên vì sự vinh hiển của Ngài (Ê-sai 49:3). Chúa giải cứu họ ra khỏi Ê-díp-tô vì sự vinh hiển của Ngài (Thi thiên 106:7–8). Chúa khôi phục lại đất nước của họ sau khi bị lưu đày vì sự vinh hiển của Ngài (Ê-sai 48:9–11). Chúa sai Con của Ngài đến để chứng minh Ngài là đáng tin và để dân ngoại tôn vinh hiển Ngài vì sự thương xót của Ngài (Rô-ma 15:8–9). Chúa khiến Con của Ngài phải chịu chết để bày tỏ sự công bình vinh hiển của Ngài (Rô-ma 3:25–26). Chúa ban Đức Thánh Linh để tôn vinh hiển Con của Ngài (Giăng 16:14). Chúa truyền dạy dân sự của Ngài phải làm mọi sự vì sự vinh hiển của Ngài (1 Cô-rinh-tô 10:31). Chúa sẽ sai Con của Ngài đến lần thứ hai để tiếp nhận sự vinh hiển xứng đáng thuộc về Ngài (2 Tê-sa-lô-ni-ca 1:9–10). Chúa sẽ làm cho đất đầy dẫy sự nhận biết về vinh hiển của Ngài (Ha-ba-cúc 2:14).

Mục tiêu tối hậu của Đức Chúa Trời ở trong mọi sự là để bày tỏ sự vinh hiển của Ngài cho người nào chịu đón nhận vinh quang ấy và sự buồn rầu sẽ giáng xuống ở trên kẻ nào không khao khát vinh hiển ấy. Do đó, Chúa ban thưởng cho những hành động thừa nhận sự yếu đuối của loài người và bày tỏ lòng trông cậy nơi Đức Chúa Trời, vì đó là những hành động sẽ kêu gọi mọi sự tập chú vào sự vinh hiển của Ngài.

Dâng lên tấm lòng trống không để cho thấy sự đầy dẫy được tìm thấy ở đâu

Sự cầu nguyện rõ ràng là cho mục đích này: "Các ngươi nhân danh ta mà cầu xin điều chi mặc dầu, ta sẽ làm cho, *để Cha được sáng danh nơi Con*" (Giăng 14:13). Đức Chúa Trời đáp lời cầu nguyện bởi vì khi chúng ta không tập chú vào cái tôi nữa mà hướng về Đấng Christ là sự trông cậy duy nhất của mình, thì đó là cơ hội để Cha trên trời tán dương sự vinh hiển của ân điển Ngài qua công tác cứu rỗi của Con Ngài.

Cũng vậy, sự kiêng ăn sẽ tôn vinh hiển Đức Chúa Trời theo như thế. Sự kiêng ăn cơ bản là có một tấm lòng sẵn sàng trông cậy nơi Đức Chúa Trời. Kiêng ăn là dâng lên tấm lòng đói khát và thiếu thốn. Kiêng ăn là nói rằng: "Cha ơi, con không có gì cả, nhưng Ngài có tất cả. Khi con đói, thì Ngài là bánh từ trời. Khi con khát, thì Ngài là nước hằng sống. Khi con yếu mỏn, thì Ngài là sức mạnh. Khi con nghèo khó, thì Ngài là Đấng giàu có. Khi con dại dột, thì Ngài là Đấng khôn ngoan. Khi con tuyệt vọng, thì Ngài là hy vọng. Khi con hấp hối, thì tình thương của Ngài còn tốt hơn cả mạng sống" (xem Thi thiên 63:3).

Khi Đức Chúa Trời nhìn thấy sự thiếu thốn và lòng trông cậy như thế, thì Chúa hành động, bằng không thì sự vinh hiển của ân điển Ngài chỉ là ảo tưởng. Câu trả lời cuối cùng là Đức Chúa Trời ban thưởng cho sự kiêng ăn vì sự kiêng ăn là tiếng kêu la ở trong lòng nói rằng chẳng có gì trên đời này có thể làm thỏa mãn tâm hồn của chúng ta ngoài Đức Chúa Trời. Chúa phải ban thưởng cho lời kêu xin này vì Đức Chúa Trời được vinh hiển nhất ở trong chúng ta khi chúng ta được thỏa mãn nhất ở trong Ngài.

Hãy nhớ những người dắt dẫn mình, đã truyền đạo Đức Chúa Trời cho mình;
hãy nghĩ xem sự cuối cùng đời họ là thể nào, và học đòi đức tin họ
Hê-bơ-rơ 13:7

Có vài người, giả vờ có Đức Thánh Linh dạy dỗ, từ chối học tập từ sách báo hoặc những người còn sống trên đất.
Điều này chẳng hề tôn kính Đức Thánh Linh. Đó là sự bất kính đối cùng Chúa, vì nếu Ngài ban cho những đầy tớ này sự sáng sủa hơn những kẻ khác – đúng là Chúa làm vậy – hầu cho họ có trách nhiệm soi sáng cho người khác, để dùng sự sáng ấy làm ích lợi cho Hội thánh. Nhưng nếu các chi thể còn lại của Hội thánh từ chối tiếp nhận ánh sáng, thì Đức Thánh Linh ban phát những điều đó để làm gì? Điều này cho thấy có một sai lầm ở trong các ân tứ và ân điển của Đức Chúa Trời, do Đức Thánh Linh quản lý
Charles Spurgeon
Lời cố vấn cho người hầu việc Chúa[1]

PHỤ LỤC

Những trích dẫn và trải nghiệm sau đây là thí dụ từ việc đọc các tài liệu để chuẩn bị cho quyển sách này. Tôi thêm vào để truyền cảm hứng và dạy dỗ, nhưng không hề tuyên bố là đồng tình với tất cả mọi sự. Các nguồn tư liệu được đưa ra hầu cho độc giả có thể tìm hiểu thêm tùy vào bối cảnh phù hợp. Đôi khi chỉ cần một lời phê bình cũng đủ tác động chúng ta hơn là cả một chương hoặc là một quyển sách. Có lẽ Đức Chúa Trời chỉ cần dùng một phát biểu ngắn để đánh thức ai đó đói khát Đức Chúa Trời.

IGNATIUS (Giám mục của Antioch vào cuối thế kỷ thứ nhất)

Hãy dâng mình để kiêng ăn và cầu nguyện, nhưng phải tiết độ, nếu không chúng ta sẽ tự hủy hoại mình. Đừng kiêng rượu và thịt cùng một lúc, vì những điều này không bị coi là gớm ghiếc, Kinh Thánh nói rằng: "Các ngươi . . . sẽ ăn được sản vật tốt nhất của đất". Một lần nữa, "Ta cho mọi vật đó như ta đã cho thứ cỏ xanh". Một lần nữa, "Rượu nho, là vật khiến hứng chí loài người, và dầu để dùng làm mặt mày sáng rỡ". Nhưng tất cả đều phải sử dụng có tiết độ, vì chúng là sự ban cho của Đức Chúa Trời. "Ai sẽ ăn hoặc uống mà không bởi Ngài? Vì điều chi tốt đẹp đều thuộc về Ngài; điều chi tốt lành đều là của Ngài".

Thư gửi Hero, chương 1 (Albany, OR: Sage Software, 1995), trang 223.

AUGUSTINE (Giám mục của Hippo đã sống từ 354 đến 430)

Chúng ta ăn uống là để chuẩn bị cho những ngày suy tàn của thân thể, cho đến khi Chúa hủy diệt cái bụng và thịt, khi Chúa đầy dẫy sự đói khát của tôi bằng sự đầy đủ của Ngài, mặc cho sự hư nát bằng sự không hư nát đời đời. Nhưng cho đến bây giờ tôi vẫn còn thèm muốn những điều tất yếu, mà tôi đang đấu tranh để chống lại nó, hầu cho tôi không bị nó bắt phục; mà tiếp tục chiến đấu mỗi ngày bằng sự kiêng ăn; thường xuyên bắt thân thể phải phục và mọi đau đớn đều bị thay bằng sự khoái lạc. Nhưng không phải lúc nào cũng như vậy, có lúc cơ thể cần phải bổ sung chất dinh dưỡng, hoặc sự thèm muốn của lòng tư dục mời gọi. Mỗi khi có sự bất định, linh hồn phiền muộn được vui vẻ sẵn sàng làm lá chắn bênh vực, không phải để giữ gìn sức khỏe, vì dưới lớp mặt nạ của sức khỏe, là sự cải trang của lòng tư dục. Những cám dỗ mà tôi phải mỗi ngày chống cự, và tôi kêu cầu tay hữu của Ngài, dâng lên Ngài hết mọi ưu phiền; bởi vì tôi chẳng có Đấng khuyên bảo nào khác.

Những tín điều (New York: Washington Square Press, 1962), trang 198–99.

Nếu hỏi tôi có quan điểm cá nhân gì cho vấn đề này, tôi trả lời sau khi đã suy xét câu hỏi cẩn thận là Phúc Âm và các thư tín, cũng như toàn bộ các sách để dạy dỗ chúng ta được gọi là Tân Ước, tôi thấy kiêng ăn là mạng lịnh. Nhưng tôi không tìm thấy điều răn nào của Chúa hoặc của các sứ đồ để chúng ta phải làm theo hoặc không làm theo. Vì vậy, tôi tin rằng không kiêng ăn vào ngày thứ bảy là đúng, quả thật là không cần phải làm, mà để báo trước về sự yên nghỉ đời đời của ngày Sa-bát thật, chỉ đạt được bằng đức tin mà thôi, và cũng nhờ đó mà con gái của Đức Vua được vinh hiển hết thảy trong sự công bình.

Thư XXXVI, Chương 11, được trích từ Kinh Thánh Điện tử Hội CD ROM, vol. 1.

CYRIL CỦA GIÊ-RU-SA-LEM (Giám mục của Giê-ru-sa-lem đã sống từ 315 đến 386)

Từ nay đừng như loài rắn quỷ quyệt, nhưng hãy nên như cái ổ rắn, Chúa phán rằng hãy từ bỏ đời sống tội lỗi trước đây. Vì mỗi con rắn đều chui vào một cái lỗ và lột bỏ da cũ của nó, sau khi đã bỏ hết lớp da cũ rồi, thì thân thể lại tươi trẻ trở lại. Chúng ta cũng vậy, phải đi qua cửa hẹp, từ bỏ bản ngã bằng sự kiêng ăn và những điều có thể giết chết mình.

Các bài vấn đáp của Cyril, Đức giáo hoàng của chúng ta, Tổng giám mục của Giê-ru-sa-lem, Bài iii, *"Phép báp-tem"*, đoạn 7, được trích từ Kinh Thánh Điện tử Hội CD ROM, quyển 1.

MARTIN LUTHER (Nhà cải chánh người Đức đã sống từ 1483 đến 1546)

[Từ một bài giảng trong Ma-thi-ơ 4:1ff. vào năm 1524] Sự kiêng ăn mà tôi nói là thế này: đúng là phải kiêng ăn thường xuyên để bắt phục và kiểm soát thân thể. Vì khi bụng no, thì thân thể không còn phục vụ cho sự giảng luận, sự cầu nguyện, hay làm điều lành nào đó nữa. Khi đó, Lời Chúa không ở lại. Nhưng chúng ta không được kiêng ăn với quan điểm cho rằng sự kiêng ăn giống như làm việc lành.

Luther nói, quyển 1, được biên soạn bởi Ewald M. Plass (St. Louis: Concordia, 1959), trang 506.

[Sứ đồ Phi-e-rơ khuyên phải tỉnh thức trong 1 Phi-e-rơ 1:13, Luther phê bình về các nhu cầu khác nhau của mọi người]. Ông không đưa ra cụ thể, chúng ta phải kiêng ăn bao lâu, giống như giáo hoàng đã làm, nhưng cho phép từng cá nhân kiêng ăn để được tỉnh thức luôn luôn và không bị lệ thuộc vào sự tham ăn, hầu cho mỗi người giữ vững lý luận, sự suy gẫm và kiên quyết trong sự tiết độ. Vì thật là ngớ ngẩn khi bắt cả hội chúng thực hiện một mạng lịnh, trong khi chúng ta có sự khác nhau: người có sức khỏe, kẻ thì yếu ớt, cho nên có người phải từ bỏ thân thể mình nhiều hơn, có người làm ít hơn, nếu muốn tỉnh thức và sẵn sàng cho việc lành. Kiêng ăn là việc tốt. Nhưng kiêng ăn thật là khi chúng ta từ bỏ đồ ăn không cần thiết để duy trì sức khỏe của thân thể. Hãy để cơ thể làm việc và chịu mệt mỏi, không thì chúng ta sẽ trở nên tùy tiện mà nhảy múa trên băng, làm gãy xương. Thân thể phải có tiết độ và phải đi theo tâm linh; thân thể không được giống như mấy kẻ, đến lúc kiêng ăn, thì ăn ngốn nghiến thịt cá và rượu thượng hạng đến nỗi cái bụng trương lên.

Luther nói, quyển 1, được biên soạn bởi Ewald M. Plass (St. Louis: Concordia, 1959), trang 507.

Kinh Thánh cho chúng ta thấy hai loại kiêng ăn. Loại thứ nhất là chúng ta sẵn sàng kiêng ăn vì mục đích kiểm tra xác thịt bằng tâm linh. Sứ đồ Phao-lô nói về điều này rằng: ". . . khó nhọc, tỉnh thức, kiêng ăn" (2 Cô-rinh-tô 6:5). Loại thứ hai là chúng ta chịu đựng và sẵn sàng kiêng ăn. Sứ đồ Phao-lô cũng nói về điều này rằng: "Cho đến bây giờ, chúng tôi vẫn chịu đói khát" (1 Cô-rinh-tô 4:11). Còn Đấng Christ phán rằng: "Nhưng đến ngày nào chàng rể sẽ bị đem đi khỏi họ, thì họ mới kiêng ăn" (Ma-thi-ơ 9:15).

Luther nói, quyển 1, được biên soạn bởi Ewald M. Plass (St. Louis: Concordia, 1959), trang 508.

JOHN CALVIN (Nhà cải chánh của Geneva đã sống từ 1509 đến 1564)

Tóm tắt: mỗi khi có một mâu thuẫn về đạo nảy sinh cần phải được giải quyết bằng họp bàn hay phải đưa ra trước giáo hội, mỗi khi có một câu hỏi về chọn lựa một người hầu việc Chúa, mỗi khi có bất kỳ vấn đề nghiêm trọng nào cần bàn bạc, hoặc khi nào xuất hiện những đoán xét bằng cơn giận của Chúa (như dịch hạch, chiến tranh và đói kém) – thì đây là một sắc lệnh thiêng liêng và là điều ích lợi cho mọi độ tuổi, các mục sư khuyến khích dân sự kiêng ăn một cách công khai và cầu nguyện đặc biệt.

Cột trụ Cơ Đốc giáo, quyển 2 (Philadelphia: Westminster Press, 1960), 4.12.14.

Sự kiêng ăn thiêng liêng và chính thống có ba mục tiêu. Chúng ta dùng để làm suy yếu và bắt phục thân thể hầu cho nó không hành động cách tùy tiện, hoặc là chúng ta có được sự chuẩn bị tốt hơn để cầu nguyện và suy gẫm Lời Chúa, hoặc đó là một chứng cớ về sự tự hạ mình của chúng ta ở trước mặt Chúa khi muốn thừa nhận tội lỗi của mình.

Cột trụ Cơ Đốc giáo, quyển 2 (Philadelphia: Westminster Press, 1960), 4.12.15.

[Lời lẽ của sứ đồ Phao-lô về kiêng cữ tình dục trong 1 Cô-rinh-tô 7:5 cho thấy sự kiêng ăn phục vụ cho sự cầu nguyện và không hề có mục đích tối hậu. Sau khi đề cập về An-ne trong Lu-ca 2:37 và Nê-hê-mi trong Nê-hê-mi 1:4 thì ông nói rằng:] Đối với lý do này, sứ đồ Phao-lô nói rằng người tin Chúa hành động đúng nếu họ kiêng cữ quan hệ vợ chồng một thời gian, để dành thời gian cho sự cầu nguyện và kiêng ăn. Lúc đó, người tín hữu kết hợp kiêng ăn với cầu nguyện để hỗ trợ cho điều này và cảnh báo rằng làm như vậy chẳng có ích gì trừ khi dùng cho mục đích này [1 Cô-rinh-tô 7:5].

Cột trụ Cơ Đốc giáo, quyển 2 (Philadelphia: Westminster Press, 1960), 4.12.17.

Suốt cả cuộc đời của một người tin kính chắc hẳn phải luyện tập tính tiết kiệm và tiết độ, hầu cho sự luyện tập cũng có phần giống với sự kiêng ăn. Nhưng, hơn nữa, có một loại kiêng ăn, nhất thờ về mặt tính cách, khi chúng ta giảm bớt chế độ sinh hoạt bình thường, trong một ngày hoặc một khoảng thời gian nhất định nào đó, rồi tự mình tăng thêm giới hạn về chế độ ăn uống hơn mức bình thường.

Cột trụ Cơ Đốc giáo, quyển 2 (Philadelphia: Westminster Press, 1960), 4.12.18.

MATTHEW HENRY (Mục sư Trưởng Lão người Anh và nhà giảng Kinh đã sống từ 1662 đến 1714)

Nếu những hành động kiêng ăn của chúng ta, dù có thường xuyên, dài và khắt khe, không thêm lên sự sùng đạo của chúng ta đâu, mà thêm lên sự cầu nguyện, thêm lên sự buồn rầu tin kính, thay đổi tâm trí của chúng ta, trở nên tốt hơn, chúng không hề cho biết mục đích, còn Đức Chúa Trời sẽ không chấp nhận những điều đó là công khó ở trước mặt Ngài đâu.

Chú giải Kinh Thánh, quyển 4 (New York: Funk & Wagnalls, n.d.), 1478.

WILLIAM LAW (Nhà văn người Anh đã sống từ 1668 đến 1761)

Nếu tôn giáo yêu cầu chúng ta thỉnh thoảng kiêng ăn và từ chối những thèm muốn tự nhiên của mình, thì ấy là để bớt đi sự tranh chiến ở trong bản chất của chúng ta; ấy là để cho thể chất của chúng ta trở thành công cụ tinh sạch hơn, biết đầu phục ân điển tốt lành; ấy là để phơi khô những khao khát nghịch lại với linh hồn, để xoa dịu ngọn lửa trong huyết quản và để làm cho tâm trí có thể suy gẫm những điều ở trên trời. Mặc dù sự kiêng cữ sẽ khiến thân thể phải đau đớn, nhưng chúng vẫn kém hơn sức mạnh của sự thèm muốn và khao khát mãnh liệt của cơ thể, đồng thời cũng gia tăng niềm vui trong tâm linh, ngay cả những đòi hỏi khắc nghiệt của Cơ Đốc giáo, khi phải thực hành tùy cá nhân, thêm vào niềm vui đầy dẫy sự yên ủi ở trong đời sống của chúng ta.

Tiếng gọi nghiêm túc để sống tận hiến và thánh khiết (Grand Rapids: Eerdmans, 1966; orig. 1728), trang 112.

JONATHAN EDWARDS (Mục sư – nhà thần học của Tân Anh đã sống từ 1703 đến 1758)

Tôi cho rằng không có mục sư ở trong đất nước này, nhưng hết ngày Sa-bát này đến ngày Sa-bát khác tôi đã cầu xin Đức Chúa Trời đổ Thần của Ngài ra, thực hiện một cuộc cải cách và phục hưng ở trong nước, để chúng ta từ bỏ rượu chè, sự xúc phạm, sự không tinh sạch, sự thế tục và nhiều tội lỗi khác; còn chúng ta cứ hết năm này đến năm khác dành ra nhiều ngày để kiêng ăn và cầu nguyện một cách công khai ở trước mặt Đức Chúa Trời, để thừa nhận sự tụt dốc, hạ mình xuống vì cớ tội lỗi của mình, để tìm kiếm sự tha thứ và sự cải cách của Đức Chúa Trời: bây giờ khi sự cải cách rất lớn xảy ra cách đột ngột và thật tuyệt vời, chúng ta phải tìm kiếm Đức Chúa Trời để đạt được những điều như thế, chúng ta không thấy sao?

Vài tư tưởng về sự phục hưng, trong *Các tác phẩm của Jonathan Edwards,* quyển 4 (New Haven: Yale University Press, 1972), trang 331.

Bản chất của thời gian đòi hỏi những người hầu việc Chúa phải đầy dẫy Đức Thánh Linh, chúng ta không được ngừng nghỉ cho đến khi đạt được điều đó. Để [làm] được điều này, tôi nghĩ đến những người hầu việc Chúa, hơn ai hết, phải cầu nguyện và kiêng ăn một cách riêng tư, cũng như phải cầu nguyện và kiêng ăn cùng với nhau nữa. Tôi thấy đối với hoàn cảnh hiện tại, nếu những người hầu việc Chúa ở gần nhau thường xuyên nhóm lại và dành nhiều ngày để kiêng ăn và khẩn thiết cầu nguyện, hết lòng tìm kiếm sự vùa giúp của ân điển diệu kỳ từ trên trời, thì đây là điều chúng ta rất cần cho ngày hôm nay.

Vài tư tưởng về sự phục hưng, trong *Các tác phẩm của Jonathan Edwards,* quyển 4 (New Haven: Yale University Press, 1972), trang 507.

Một điều nữa tôi phải đề cập về sự kiêng ăn và cầu nguyện, tôi nghĩ những người hầu việc Chúa đang phớt lờ điều này; mặc dù chính họ là những người khuyến khích và nhất quyết phải có sự cầu nguyện cá nhân ở trong bài giảng; nhưng lại không nói gì nhiều về sự kiêng ăn cá nhân cả. Chính Cứu Chúa của chúng ta đã truyền dạy những môn đồ của Ngài, giống như điều Ngài đã phán về sự cầu nguyện cá nhân vậy; điều này được thấy một cách so sánh giữa Ma-thi-ơ 6:5-6 với câu 16-18. Dù tôi không cho rằng sự kiêng ăn cá nhân phải trở thành lối sống giống như sự cầu nguyện cá nhân, còn tôi thì muốn điều này phải được toàn thể Cơ Đốc nhân thực hành một cách liên tục. Có nhiều trường hợp đòi hỏi phải có thời gian và mức độ thuộc linh; cũng có nhiều điều chúng ta khao khát cho bản thân hoặc bạn bè cần phải tìm kiếm sự thương xót của Đức Chúa Trời.

Vài tư tưởng về sự phục hưng, trong *Các tác phẩm của Jonathan Edwards,* quyển 4 (New Haven: Yale University Press, 1972), trang 521.

JOHN WESLEY (Nhà truyền giáo người Anh trong cuộc Đại Thức Tỉnh đã sống từ 1703 đến 1791)

Một người không bao giờ kiêng ăn sẽ không được vào thiên đàng cũng như một người không bao giờ cầu nguyện.

"Nguyên nhân không kết quả của Cơ Đốc giáo", Các bài giảng ngẫu nhiên, soạn bởi Thomas Jackson, quyển 2 (New York: T. Mason & G. Lane, 1840), trang 440.

[Kiêng ăn] là giúp cho sự cầu nguyện; cụ thể hơn là khi chúng ta biệt riêng phần lớn thời gian ở trong sự cầu nguyện riêng tư. Đặc biệt là khi Đức Chúa Trời lấy làm đẹp lòng để nâng đỡ linh hồn của các tôi tớ của Ngài hơn hết thảy mọi sự trong thế gian, đôi khi cũng đưa họ lên đến tầng trời thứ ba. Nhất là khi sự kiêng ăn, giúp cho sự cầu nguyện, thường trở thành một công cụ ở trong tay của Đức Chúa Trời để khẳng định và gia tăng, không chỉ một đức hạnh, không chỉ sự trong trắng (giống như mấy kẻ biếng nhác tưởng mà không có cơ sở từ Kinh Thánh, lý luận hoặc kinh nghiệm) mà còn thêm lên sự nghiêm túc ở trong tâm linh, sự sốt sắng, sự nhạy bén và sự dè giữ ở trong lương tâm, chết đi với thế gian, và cuối cùng là lòng kính mến Chúa cũng như yêu mến các sự thánh khiết ở trên trời.

"Bài giảng XXVII, Bài giảng trên núi của Chúa chúng ta", Các tác phẩm của John Wesley, quyển 5 (Albany, OR: Sage Software, 1995), trang 441.

Không phải có một sự liên kết tự nhiên hoặc nhất thiết giữa sự kiêng ăn và những phước hạnh mà Đức Chúa Trời ban cho chúng ta đâu. Nhưng Chúa sẽ thương xót ai Ngài sẽ thương xót; Chúa sẽ ban phước tùy sự tốt lành của Ngài bằng phương tiện mà Chúa lấy làm đẹp lòng. Suốt mọi thời đại, Chúa đã chỉ định điều này là một công cụ để không bày tỏ cơn thịnh nộ và để nhận được những ơn phước, hết lần này đến lần khác, mà chúng ta rất cần.

"Bài giảng XXVII, Bài giảng trên núi của Chúa chúng ta", Các tác phẩm của John Wesley, quyển 5 (Albany, OR: Sage Software, 1995), trang 441.

Nhưng, nếu chúng ta khao khát phần thưởng này, thì chúng ta hãy dè chừng . . . kẻo chúng ta tưởng mình xứng đáng nhận được gì từ Đức Chúa Trời bằng sự kiêng ăn. Chúng ta không thể không nhắc nhở bản thân về điều này; vì một khao khát để "tìm cách lập sự công bình riêng của mình", để làm nên sự cứu rỗi không phải bởi ân điển mà là bởi tội lỗi, được đâm rễ sâu ở trong lòng của chúng ta. Kiêng ăn chỉ là một cách mà Đức Chúa Trời đã ban, qua đó chúng ta trông đợi ơn thương xót của Ngài; chúng ta không phải làm gì cả, mà Chúa đã hứa ban vô điều kiện cho chúng ta.

"Bài giảng XXVII, Bài giảng trên núi của Chúa chúng ta", Các tác phẩm của John Wesley, quyển 5 (Albany, OR: Sage Software, 1995), trang 449.

ANDREW FULLER (Mục sư Báp-tít và nhà văn người Anh đã sống từ 1754 đến 1815)

Kiêng ăn được cho là lối sống quen thuộc của người tin kính. Đấng Christ không xem nhẹ việc này, nhưng lại cảnh báo nghịch cùng thói lạm dụng. Kiêng ăn là một yếu tố phụ cho sự cầu nguyện, để bổ trợ cho sự nài xin của sự cầu nguyện. Kiêng ăn là có thái độ hạ mình xuống và bản thân tự kiêng cữ ở trước mặt Đức Chúa Trời. Tinh thần của sự kiêng ăn được thể hiện qua các đoạn văn sau đây – "Nếu trước khi mặt trời lặn, ta ăn một miếng bánh hay là vật chi khác, nguyện Đức Giê-hô-va phạt ta cách nặng nề". "Tôi hẳn không vào trại mình ở, chẳng lên giường tôi nghỉ, không cho mắt tôi ngủ, cũng không cho mí mắt tôi nghỉ nhọc, cho đến chừng tôi tìm được một chỗ cho Đức Giê-hô-va, một nơi ở cho Đấng Toàn năng của Gia-cốp!" Không đề cập đến thời gian, hoặc tần suất thực hiện nghĩa vụ. Tuy nhiên, kiêng ăn chỉ là một phương tiện; nếu coi kiêng ăn là mục đích cuối cùng, thì kiêng ăn sẽ là một điều gớm ghiếc trước mặt Đức Chúa Trời.

Các tác phẩm của Mục sư Andrew Fuller, quyển 1 (Harrisonburg, VA: Sprinkle Publication, 1988; bản gốc 1844), trang 583.

ABRAHAM LINCOLN (Tổng thống Hoa Kỳ 1861–1865)

Xét rằng, Thượng viện Hoa Kỳ, chân thành công nhận Uy quyền Tối thượng và Sự cai trị Công bình của Đức Chúa Trời Toàn Năng, trong mọi vụ việc của loài người và các dân tộc, bằng một nghị quyết, đã yêu cầu Tổng thống chỉ định và dành ra một ngày để Quốc gia cầu nguyện và hạ mình:

Trong khi đó, nghĩa vụ của các dân tộc, cũng như của loài người, là thừa nhận sự phụ thuộc của họ vào quyền thống trị của Đức Chúa Trời, thừa nhận tội lỗi và sự vi phạm của mình, đau buồn về điều đó, nhưng với niềm hy vọng chắc chắn rằng sự ăn năn thật sẽ dẫn đến sự thương xót và sự tha thứ; để công nhận lẽ thật tuyệt vời, được Kinh Thánh công bố và được toàn bộ lịch sử chứng minh rằng nước nào có Giê-hô-va làm Đức Chúa Trời mình thì có phước thay:

Theo như chúng ta biết rằng, bởi luật pháp thiêng liêng của Ngài, các dân tộc, cũng như các cá nhân, phải ở dưới sự trừng phạt trong thế giới này, mong rằng chúng ta không chỉ sợ tai họa khủng khiếp của cuộc nội chiến hiện đang tàn phá đất nước, mà còn khiếp sợ sự trừng phạt sẽ giáng xuống chúng ta vì sự tự phụ về tội lỗi của mình, để chấm dứt cuộc cải cách quốc gia với tư cách là một Dân tộc? Chúng ta đã là những kẻ nhận được phần thưởng tuyệt vời nhất của thiên đàng. Nhiều năm qua, chúng ta đã được gìn giữ trong hòa bình và thịnh vượng. Chúng ta đã tăng trưởng về số lượng, sự giàu có và quyền lực mà không một dân tộc nào có thể làm được. Nhưng chúng ta đã quên Đức Chúa Trời. Chúng ta đã quên bàn tay nhân từ đã gìn giữ chúng ta trong hòa bình, nhân bội, cải thiện và củng cố cuộc sống của chúng ta; chúng ta đã tưởng tượng một cách hão huyền trong lòng giả dối của mình rằng tất cả phước lành đều ra từ trí tuệ và đức hạnh cao siêu của chính mình. Say sưa với thành công liên tục, chúng ta đã trở nên quá tự mãn mà không cần đến ân điển cứu rỗi và vùa giúp, kiêu ngạo đến nỗi không cầu nguyện với Đức Chúa Trời là Đấng đã tạo nên chúng ta! Vì vậy, nghĩa vụ của chúng ta là phải hạ mình trước Chúa Toàn Năng, thừa nhận tội lỗi của dân tộc mình và cầu xin sự khoan dung và tha thứ.

Bây giờ, để thực hiện đúng yêu cầu và bày tỏ sự nhất trí với những quan điểm của Thượng viện, bằng tuyên bố này tôi xác định và biệt riêng thứ Năm, ngày 30 tháng 4 năm 1863, là ngày cả nước sẽ hạ mình, kiêng ăn và cầu nguyện. Tôi xin yêu cầu tất cả mọi người vào ngày đó không làm việc thế tục của mình nữa, mà hiệp lại ở một nơi công cộng nào đó và tại nhà riêng của mình, để biệt riêng ngày thánh cho Chúa, hoàn toàn hạ mình thực hiện đúng các đòi hỏi tôn giáo nhân dịp long trọng đó.

Tất cả phải được thực hiện bằng sự chân thật, chúng ta hãy hạ mình xuống với hy vọng như Kinh Thánh đã nói rằng lời kêu xin của một dân tộc sẽ được Chúa nghe và ban phước, tha thứ tội lỗi cho dân tộc mình và khôi phục đất nước hiện đang bị chia cắt và đau khổ trở lại tình trạng thống nhất và hòa bình hạnh phúc trước đây.

Để làm chứng cho điều này, tự tay tôi đóng dấu của Hoa Kỳ. Thực hiện tại thành phố Washington vào ngày 30 tháng 3 năm 1863 và ngày Độc lập của Hoa Kỳ lần thứ tám mươi bảy. Abraham Lincoln Thư viện Quốc gia Hoa Kỳ, Phụ lục 19, quyển 12 khổ lớn của Hoa Kỳ, được trích trong quyển *Cầu nguyện và Kiêng ăn Hình thành Lịch sử* của Derek Prince (Old Tappan, NJ: Revell, 1973), trang 5–8. Các lời tuyên bố của George Washington, John Adams và James Madison, xem 138–47.

J. C . RYLE (Giám mục Tin Lành của Liverpool đã sống từ 1816 đến 1900)

Chúng ta hãy học hỏi từ lời dạy dỗ của Chúa về sự kiêng ăn, sự vui vẻ có tầm quan trọng to lớn trong Cơ Đốc giáo của chúng ta. Mấy từ *"xức dầu trên đầu, và rửa mặt"* chứa đựng ý nghĩa sâu xa. Chúng dạy chúng ta nhắm đến mục tiêu làm cho mọi người thấy rằng Cơ Đốc giáo khiến chúng ta vui vẻ. Đừng bao giờ quên rằng Cơ Đốc giáo không có sự u sầu và ảm đạm. Chúng ta không hài lòng với tiền công của Đấng Christ và sự phục vụ của Đấng Christ sao? Chắc chắn là không rồi! Vậy, chúng ta đừng có vẻ như thế mới phải chứ!

Những suy gẫm giải Kinh của Ryle về Phúc Âm Ma-thi-ơ–Mác (Grand Rapids: Zondervan, n.d.), trang 57.

PHILLIPS BROOKS (Mục sư Hoa Kỳ, tác giả của quyển sách "Hỡi Bết-lê-hem ấp nhỏ", 1835– 1893)

Vậy, đây là triết lý của sự kiêng ăn. Kiêng ăn bày tỏ sự ăn năn và phơi bày đời sống ra trước mặt Đức Chúa Trời. "Hãy cúi xuống, hỡi cái tôi ơi; hãy lui lại sau hỡi tư dục ơi; vì tôi là kẻ ác, nên tôi trông đợi Đức Chúa Trời xuống phước trên tôi".

"Kiêng ăn" (một bài giảng cho Mùa Chay), trong quyển *Ngọn nến của Chúa và Các bài giảng khác* (New York: Dutton, 1881), trang 207.

Mục sư HSI (Mục sư người Hoa trong thế kỷ 19)

[Trong sự thi hành chức vụ, ông đã chế ra một dược liệu giúp người Hoa bị nghiện thuốc phiện]. Hễ khi nào cần có nguồn cung mới, ông bắt đầu bằng sự cầu nguyện và kiêng ăn. Ông đã quen thói không ăn gì cả trong suốt 24 giờ khi làm việc đó. Có khi ban đêm bị kiệt sức đến nỗi ông không đứng vững được. Sau đó, ông đi ra ngoài vài phút để trông đợi Chúa. "Chúa ơi, đây là công tác của Ngài. Xin ban cho con sức lực của Ngài", là lời nài xin của ông. Ông luôn tươi tỉnh quay trở lại và tràn đầy sinh lực, giống như vừa mới ăn uống và nghỉ ngơi vậy.

Bà Howard M. Taylor, *Mục sư Hsi* (Singapore: Hội Truyền giáo Hải ngoại, 1989; bản gốc 1900), trang 131.

(JOHN) HYDE CẦU NGUYỆN (giáo sĩ cho Ấn Độ khi bước sang thế kỷ 20)

[Tại Hội nghị Sialkot ở Ấn Độ dành cho các giáo sĩ vào cuối thế kỷ 19, John Hyde đã dành toàn bộ thời gian của hội nghị ở trong phòng cầu nguyện]. Còn bữa ăn và giường ngủ của ông thì sao? Hội nghị kéo dài mười ngày, trong những ngày đầu tiên đó, một cậu bé khoảng mười sáu tuổi mà ông đã dẫn về nhà nuôi và yêu thương, đã mang giường của Hyde theo và dọn dẹp cẩn thận giường của ông, nhưng cái giường không hề được dùng trong suốt thời gian diễn ra hội nghị. Tôi đã thấy ông vài lần khi phòng cầu nguyện chật kín người, ông ấy đi ra một trong góc rồi nằm xuống sàn ngủ, nhưng nếu căn phòng bắt đầu không còn ai cả và sự cầu nguyện giảm sút, thì bằng cách nào đó ông tự nhiên biết được điều đó và ngay lập tức thay thế vị trí của những người cầu thay khác. Ông có đi ăn không? Tôi nghĩ mình đã thấy ông ngồi bàn ăn với chúng tôi chỉ có một hoặc hai lần mà thôi. Đôi khi Gulla, hoặc "cậu bé", người dọn dẹp, hoặc một trong những người bạn của ông đem một đĩa cà ri và cơm hoặc thứ gì đó vào phòng cầu nguyện cho ông, nếu thuận tiện ông sẽ ngồi ở một góc và ăn. "Cậu bé" của ông đã khóc nhiều vì ông không ăn đàng hoàng và không chịu đi ngủ.

E. G. Carre, *Hyde Cầu nguyện: Thách thức Cầu nguyện* (Nam Plainfield, NJ: Bridge Publishing, n.d.), trang 92.

ANDREW MURRAY (mục sư và giáo sĩ Nam Phi, 1828–1916)

Sự cầu nguyện cần sự kiêng ăn để phát triển trọn vẹn. Một mặt, cầu nguyện là một bàn tay để chúng ta nắm bắt được điều vô hình. Mặt khác, kiêng ăn là cách để chúng ta từ bỏ những điều hữu hình. Con người không có mối liên hệ nào khắng khít trong thế giới này ngoài việc họ có nhu cầu và muốn hưởng thụ đồ ăn. Đó là thứ trái cây mà con người bị cám dỗ và sa ngã trong Ba-ra-đi. Chúa Jêsus đã bị cám dỗ ăn bánh ở trong đồng vắng. Nhưng Ngài đã đắc thắng trong sự kiêng ăn. Thân thể đã được chuộc để làm đền thờ của Đức Thánh Linh. Kinh Thánh nói rằng chúng ta phải làm vinh hiển Đức Chúa Trời trong việc ăn uống cả thuộc linh lẫn thuộc thể. Có nhiều Cơ Đốc nhân vẫn chưa coi việc ăn uống vì sự vinh hiển của Đức Chúa Trời là một vấn đề thuộc linh. Ý tưởng đầu tiên nằm trong mấy lời của Chúa Jêsus về kiêng ăn và cầu nguyện là chỉ khi nào chúng ta biết sống tiết độ và từ bỏ chính mình thì mới có đủ tấm lòng và sức lực để cầu nguyện nhiều hơn. Kiêng ăn giúp bày tỏ ra, đào sâu và khẳng định rằng chúng ta đã quyết tâm hy sinh bất kỳ điều gì, ngay cả bản thân mình, để vào Nước Đức Chúa Trời. Chính Chúa Jêsus đã kiêng ăn và hy sinh, biết trân trọng, chấp nhận và ban thưởng bằng sức mạnh thuộc linh cho linh hồn nào sẵn sàng từ bỏ mọi sự vì Chúa và Vương Quốc của Ngài.

Trong trường cầu nguyện với Đấng Christ (Springdale, PA: Whitaker House, 1981), trang 100–101.

DIETRICH BONHOEFFER (nhà thần học người Đức thế kỷ 20, đã tử đạo)

Chúa Jêsus cho rằng các môn đồ của Ngài sẽ làm theo tập tục kiêng ăn. Nghiêm túc rèn luyện sự tiết độ là một đặc điểm thiết yếu ở trong đời sống Cơ Đốc. Các tập tục này chỉ có một mục đích – giúp môn đồ sẵn sàng và vui vẻ hoàn thành mọi điều mà Đức Chúa Trời phải làm.

Giá trả của môn đồ (New York: Collier, 1949), trang 188.

Khi xác thịt đã được thỏa mãn, thì sẽ rất khó để cầu nguyện bằng sự vui vẻ hoặc tận hiến phục vụ là điều đòi hỏi rất nhiều sự từ bỏ chính mình.

Giá trả của môn đồ (New York: Collier, 1949), trang 189.

Chúng ta phải thực hành kỷ luật hàng ngày một cách nghiêm ngặt nhất; chỉ có như vậy xác thịt mới biết rằng nó không có quyền hạn gì cả.

Giá trả của môn đồ (New York: Collier, 1949), trang 189.

C. S. LEWIS (Giáo sư Văn chương Anh và nhà văn Cơ Đốc, 1898–1963)

Thật không thể chấp nhận một Cơ Đốc giáo tìm kiếm sự thoải mái, còn Cơ Đốc nhân luôn cố gắng mở lòng tiếp nhận ý muốn của Đức Chúa Trời, làm những điều Chúa muốn họ làm. Chúng ta không biết Đức Chúa Trời muốn mình làm điều khó khăn hay chịu đau đớn, hoặc làm điều chúng ta rất thích; một vài người thuộc kiểu anh hùng bị thất vọng khi công việc của họ hóa ra là điều tốt đẹp. Nhưng chúng ta phải sẵn sàng cho những điều khó chịu và không thoải mái. Ý tôi không phải là kiêng ăn và những điều như thế. Chúng là một vấn đề khác. Khi chúng ta đào tạo binh lính để diễn tập, chúng ta luyện tập với băng đạn trống vì chúng ta muốn họ thực hành trước khi gặp kẻ thù thực sự. Vậy, chúng ta phải thực hành sống không phụ thuộc vào những thú vui vô hại. Nếu chúng ta không biết cách từ bỏ thú vui, thì chúng ta sẽ không sẵn sàng khi thực tế xảy ra. Tất cả đều tùy thuộc vào cách thực hành.

Chúa ở bến tàu (Grand Rapids: Eerdmans, 1970), trang 53–54.

MARTYN LLOYD–JONES (nhà truyền đạo thế kỷ 20 ở Luân Đôn)

Kiêng ăn, nếu chúng ta nhận thức rõ điều này, không được . . . bị giới hạn trong câu hỏi về sự ăn uống; kiêng ăn nên bao gồm cả việc kiêng cử bất kỳ điều gì vì mục tiêu tâm linh đặc biệt nào đó. Cơ thể có nhiều chức năng được cho là đúng, bình thường và hoàn toàn hợp lý, nhưng vì lý do đặc biệt trong một số trường hợp nhất định nên phải có sự tiết độ. Đó là kiêng ăn.

Những nghiên cứu về bài giảng trên núi, quyển 2 (Grand Rapids: Eerdmans, 1960), trang 38.

DAVID R . SMITH (tác giả thế kỷ 20)

Một người ích kỷ không thể vui hưởng Phúc Âm; Cơ Đốc nhân là người bắt đầu từ bỏ chính mình, hiện đang ở trong quá trình từ bỏ chính mình một cách liên tục. Chúa Jêsus phán rằng: *"Nếu ai muốn theo ta, thì phải liều mình, vác thập tự giá mình mà theo ta".* Sự từ bỏ chính mình không chỉ giới hạn ở một hình thức cho đi cụ thể nào đó; mà bao gồm tất cả sự kỷ luật cá nhân. Kiêng ăn chỉ là một hình thức kỷ luật; tuy nhiên, đó là từ bỏ chính mình. Điều này không có nghĩa kiêng ăn là chấp nhận chủ nghĩa luật pháp; mà chính là Phúc Âm tự do khuyến khích chúng ta từ bỏ chính mình.

Kiêng ăn: Một thói quen bị lãng quên (Fort Washington, PA: Christian Literature Crusade, 1954), trang 17.

Không ai có thể duy trì trạng thái tinh thần mong muốn trong khi tình trạng của cơ thể của mình không phù hợp để làm điều đó. Nếu người nào muốn tận hiến hết mình cho những điều thuộc linh, thì người đó buộc phải đảm bảo rằng cơ thể của mình cũng đang sống trong môi trường tương tự, bằng không người đó sẽ không làm được. Người đó không thể nào có lòng cung kính trong khi cơ thể của mình đang có sự bất kính. Kiêng ăn đảm bảo có một môi trường thích hợp cho sự đau buồn và sự nghiêm túc. Asterius đã viết vào thế kỷ thứ 4 rằng một vai trò của sự kiêng ăn là đảm bảo dạ dày không làm cho cơ thể sôi sùng sục như ấm đun nước, gây cản trở cho linh hồn.

Kiêng ăn: Một thói quen bị lãng quên (Fort Washington, PA: Christian Literature Crusade, 1954), trang 38–39.

Kiêng ăn không tạo ra đức tin, vì đức tin lớn lên ở trong chúng ta khi chúng ta nghe, đọc và suy gẫm Lời Đức Chúa Trời; đó là công tác của Đức Thánh Linh để tạo ra đức tin cho dân sự của Đức Chúa Trời. Tuy nhiên, kiêng ăn có thể khuyến khích niềm tin của người nào thực hiện sự kỷ luật này. Dường như việc từ bỏ cái tôi lại nuôi dưỡng đức tin mà Đức Chúa Trời đã trồng ở trong lòng người tin Chúa đã được tái sinh. Điều này không có nghĩa là người nào ăn ít nhất sẽ có nhiều đức tin nhất; quan điểm này không chỉ không đúng, mà còn cực đoan nữa. Nhưng đơn giản là thường xuyên từ bỏ chính mình sẽ có được những lợi ích, một trong những ích lợi đó là đức tin của người đó được lớn lên.

Kiêng ăn: Một thói quen bị lãng quên (Fort Washington, PA: Christian Literature Crusade, 1954), trang 47–48.

KEITH MAIN (nhà văn thế kỷ 20)

Đối với Do Thái giáo, kiêng ăn là dấu hiệu bên ngoài cho biết tình trạng ở bên trong. Đối với Chúa Jêsus, kiêng ăn là dấu hiệu bên trong cho biết tình trạng ở trong lòng. Vế đầu, nếu dùng sai, là "một hình trạng xấu xí đặc biệt của nghệ thuật kịch tính tôn giáo", vế sau là một phần của sự tận hiến "kín nhiệm".

Cầu nguyện và Kiêng ăn: Một nghiên cứu về đời sống tận hiến của Hội thánh đầu tiên (New York: Carlton Press, 1971), trang 37.

Cho đến nay, chúng ta cho rằng niềm vui và sự tạ ơn ở trong đời sống cầu nguyện của Tân Ước là dấu hiệu cho thấy sự hiện ra của Nước Đức Chúa Trời. Kiêng ăn không còn phù hợp với thái độ vui vẻ và biết ơn là dấu hiệu của sự thông công nữa. Tuy nhiên, điều này chỉ là cục bộ mà thôi. Đúng là khủng hoảng và thảm kịch chính là một thực tế khắc nghiệt. Vương Quốc chưa hiện ra một cách trọn vẹn. Cứ cho rằng Chàng Rể đang hiện hữu và hiện nay không phải lúc thích hợp để than khóc. Tuy nhiên, mọi sự không hẳn chỉ là như vậy, vì chúng ta vẫn còn trong xác thịt và đức tin yếu đuối. Trong "cuộc chiến cay đắng" này, người tin Chúa, ở trong đời sống tận hiến của họ, có thể tìm kiếm cơ hội để kiêng ăn. Đây là một trong nhiều yếu tố làm nên đời sống của một người ở trong Đấng Christ. Một người có thể đọc qua 2 Cô-rinh-tô 6:3–10 và 11:23–29 để có một góc nhìn thoáng qua về phạm vi rộng lớn của những đau khổ như vậy trong "cuộc chiến cay đắng" vì cớ Đấng Christ. Nghịch lại với bối cảnh như thế thì từ "đói" được đề cập trong 6:5 và 11:27 có được quan điểm thực sự của chúng.

Cầu nguyện và Kiêng ăn: Một nghiên cứu về đời sống tận hiến của Hội thánh đầu tiên (New York: Carlton Press, 1971), trang 83–84.

RICHARD J. FOSTER (nhà văn tận tụy thế kỷ 20)

Thật tốt khi biết rõ cơ thể sẽ trải qua một quá trình như thế nào khi kiêng ăn lâu hơn. Ba ngày đầu thường là khoảng thời gian khó khăn nhất vì sự khó chịu và cơn đói cồn cào của cơ thể. Thể chất bắt đầu tự loại bỏ các độc tố tích tụ trong nhiều năm do thói quen ăn uống không lành mạnh, đây là một quá trình không hề thoải mái. Đó là nguyên nhân gây ra một lớp phủ trên lưỡi và hơi thở có mùi hôi. Đừng lo lắng bởi các triệu chứng này; thay vào đó hãy biết ơn vì sức khỏe sẽ được cải thiện hơn. Chúng ta có thể bị đau đầu trong thời gian này, đặc biệt nếu chúng ta là người nghiện cà phê hoặc trà. Đó là những triệu chứng cai nghiện nhẹ sẽ chóng qua, mặc dù chúng có thể rất khó chịu trong một lúc.

Đến ngày thứ tư, cơn đói bắt đầu dịu đi mặc dù chúng ta sẽ có cảm giác yếu ớt và thỉnh thoảng chóng mặt. Chóng mặt chỉ là tạm thời và nguyên nhân là vì sự thay đổi đột ngột. Hãy di chuyển chậm rãi thì chúng ta sẽ không gặp khó khăn gì cả. Chúng ta sẽ cảm thấy yếu đuối đến nỗi một việc đơn giản nhất cũng cần phải nỗ lực rất nhiều. Nghỉ ngơi là biện pháp khắc phục tốt nhất. Nhiều người nhận thấy đây là giai đoạn khó khăn nhất của quá trình kiêng ăn.

Đến ngày thứ sáu hoặc thứ bảy, bạn sẽ bắt đầu cảm thấy khỏe hơn và tỉnh táo hơn. Cơn đói sẽ tiếp tục giảm đi cho đến ngày thứ chín hoặc thứ mười, chúng chỉ còn là sự khó chịu nhỏ mà thôi. Cơ thể sẽ loại bỏ phần lớn độc tố, còn chúng ta sẽ cảm thấy dễ chịu. Khả năng tập trung của chúng ta sẽ được mài giũa và chúng ta sẽ cảm thấy mình có thể tiếp tục kiêng ăn vô thời hạn. Về thể chất, đây là phần thú vị nhất của quá trình kiêng ăn.

Bất cứ nơi nào từ hai mươi mốt đến bốn mươi ngày hoặc lâu hơn, tùy thuộc vào mỗi cá nhân, cơn đói sẽ quay trở lại. Đây là giai đoạn cảm thấy đói bụng đầu tiên, báo hiệu rằng cơ thể đã sử dụng hết lượng dự trữ dư thừa và đang bắt đầu sử dụng các mô sống. Sự kiêng ăn cần phải dừng lại tại thời điểm này.

Kỷ luật là vinh quang (New York: Harper & Row, 1978), trang 51–52.

DALLAS WILLARD (nhà văn thế kỷ 20 về thói quen thuộc linh)

Kiêng ăn là một thói quen khó thực hành mà không cần chúng ta phải quá tập trung. Nhưng khi chúng ta kiêng ăn trong sự cầu nguyện hoặc trong buổi nhóm thờ phượng, chúng ta không cho phép điều này xảy ra. Khi một người chọn kiêng ăn làm thói quen thuộc linh, thì người đó phải thực hành đủ lâu và thường xuyên để có kinh nghiệm về sự kiêng ăn, bởi vì người nào đã có thói quen kiêng ăn thì mới có thể dùng sự kiêng ăn để thờ phượng Đức Chúa Trời, đặc biệt là trong lúc cầu nguyện hoặc trong buổi nhóm nào đó.

Tinh thần Kỷ luật: Hiểu rõ cách Chúa thay đổi cuộc đời (San Francisco: Harper & Row, 1988), trang 168.

JOSEPH F. WIMMER (nhà văn thế kỷ 20)

[Trong Mác 2:18-22 và sự có mặt cũng như vắng mặt của chàng rể:] Sự không kiêng ăn của họ nhằm đưa ra một luận điểm, cụ thể là kỳ tận thế đã đến trong Chúa Jêsus. Sự quay trở lại với kiêng ăn sau khi Chúa "bị đem đi" cũng liên quan đến Chúa Jêsus, một kỷ niệm buồn về những gì đã xảy ra vào ngày thứ Sáu định mệnh ấy, xen lẫn với lòng tin quyết và sự hạ mình tin cậy vào sự tái lâm của Ngài và sự cuối cùng của mọi sự. Sự kiêng ăn của Cơ Đốc nhân là một điều mới mẻ, khác với Do Thái giáo không chỉ về ngày kiêng ăn mà quan trọng hơn nữa là động cơ ở bên trong. Ngay cả một dấu hiệu hạ mình thờ phượng Đức Chúa Cha cũng liên quan đến Chúa Jêsus, nhờ Ngài mà chúng ta được cứu rỗi, và chúng ta sẽ được vui mừng mà không chút do dự ở trong sự hiện diện của Ngài, trong sự sung mãn của Vương Quốc Ngài.

Kiêng ăn trong Tân Ước: Một thần học Thánh Kinh (New York: Paulist Press, 1982), trang 101.

Sự yếu đuối vì cơn đói bụng dẫn đến sự chết phơi bày sự tốt lành và quyền phép của Đức Chúa Trời là Đấng có quyền ban sự sống. Ở đây không có chuyện tống tiền, không có ma thuật nào có thể chèn ép ý muốn của Đức Chúa Trời. Chúng ta chỉ quyết nhìn lên Cha trên trời và bởi sự kiêng ăn mà nhẹ nhàng nói trong lòng rằng: "Cha ơi, không có Ngài thì con sẽ chết; xin hãy đến giúp con, hãy mau mau giúp con".

Kiêng ăn trong Tân Ước: Một thần học Thánh Kinh (New York: Paulist Press, 1982), trang 119.

ADALBERT DE VOGÜÉ (Tăng lữ thế kỷ 20 của Abbey tại La Pierre-qui-Vire, Pháp)

Lợi ích của kiêng ăn được nhìn thấy trước hết ở trong khích cạnh tình dục. Tôi đã dễ dàng xác minh mối liên hệ của Thời Cổ Đại được làm ra giữa hai "tệ nạn chính" đầu tiên là thói tham ăn và thói trụy lạc, và do đó giữa các nguyên tắc tương ứng là: kiêng ăn và trinh tiết. Kiêng ăn là sự trợ giúp hữu hiệu nhất cho một tăng lữ để giữ lời thề trinh tiết. Sự tưởng tượng không còn xuất hiện ngay cả trong những lúc vui vẻ về mặt tự do sinh lý mà tôi đã nói, và sự tưởng tượng cũng được kiểm soát và loại bỏ một cách dễ dàng.

Yêu thích Kiêng ăn: Trải nghiệm Tu viện (Petersham, MA: Saint Bede's, 1989), trang 10.

Sẽ không có ai ngạc nhiên nếu tôi thừa nhận rằng bản thân là đối tượng của sự lo lắng và cáu kỉnh, buồn bã và căng thẳng, chưa nói đến chuyện phù phiếm, dễ xúc động hoặc đố kỵ. Thói quen kiêng ăn có tác dụng xoa dịu tất cả phản ứng này. Tôi nghĩ nguyên nhân là do sự làm chủ nhất định đối với sự thèm ăn, sự ăn uống, cho phép làm chủ tốt hơn các biểu hiện khác của ham muốn tình dục và sự hung hăng. Giống như người nào kiêng ăn thì trở thành chính mình nhiều hơn, biết rõ danh tính thật của mình và ít phụ thuộc vào các đối tượng bên ngoài cũng những thôi thúc sẽ kích thích người đó. Trong số những lợi ích kém hơn, chúng ta chỉ cần lưu ý đến việc mình có thể tiết kiệm thời gian khi ngồi xuống bàn một lần thay vì ba lần mỗi ngày.

Yêu thích Kiêng ăn: Trải nghiệm Tu viện (Petersham, MA: Saint Bede's, 1989), trang 10.

Yêu thích kiêng ăn không chỉ là điều có thể. Thật tình mà nói, tôi thấy điều ngược lại mới là không thể làm được đối với tôi, cho dù người kiêng ăn có khả năng kiêng ăn như thế nào đi nữa. Hãy kiêng ăn, chúng ta sẽ thích kiêng ăn cho mà xem.

Yêu thích Kiêng ăn: Trải nghiệm Tu viện (Petersham, MA: Saint Bede's, 1989), trang 104.

ARTHUR WALLIS (nhà văn tận tụy thế kỷ 20)

Hầu như tất cả đều đồng ý rằng sự thăm viếng của Đức Thánh Linh ở trên Hội thánh là hết sức cần thiết. Chúng ta có tin rằng lời Chúa hứa với tiên tri Giô-ên không liên quan đến hoàn cảnh hiện nay chăng?

. . . Các sự kiện tại Lễ Ngũ Tuần đã làm cạn kiệt lời tiên tri Giô-ên? Rõ ràng là không, hoặc sẽ không có sự tuôn đổ nào nữa. Tuy nhiên, nếu chúng ta tin rằng lời hứa tuyệt vời này là dành cho chúng ta – là sự đáp lời của Đức Chúa Trời đối với nhu cầu hiện nay – thì điều quan trọng là chúng ta phải đáp ứng đủ các điều kiện cũng như nài xin Chúa thực hiện lời hứa ấy. Tiên tri Giô-ên đã lớn tiếng kêu gọi đến ba lần, vì sắp sửa đến ngày của Chúa, hãy kiêng ăn quay lại cùng Đức Chúa Trời (Giô-ên 1:14; 2:12, 15). Sau đó, dường như ông nhìn thấy trong khải tượng câu trả lời của Đức Chúa Trời: "Đức Giê-hô-va đã nổi ghen vì đất này, và Ngài tỏ lòng thương xót dân Ngài" (câu 18).

Sự kiêng ăn Chúa chọn: Một cẩm nang thuộc linh và thực tiễn về kiêng ăn (Fort Washing- ton, PA: Christian Literature Crusade, 1968), trang 131–32.

WESLEY DUEWEL (nhà văn thế kỷ 20 về sự cầu nguyện)

Bạn và tôi không có quyền bỏ qua sự kiêng ăn chỉ vì không có cảm xúc đặc biệt giống như chúng ta có quyền bỏ qua sự cầu nguyện, đọc Kinh Thánh, hoặc nhóm lại với con cái Chúa vì thiếu cảm xúc đặc biệt nào đó. Kiêng ăn là một phần rất bình thường và đúng theo Kinh Thánh cũng như những điều khác trong việc đầu phục Chúa.

Sức mạnh của sự cầu nguyện (Grand Rapids: Zondervan, 1990), trang 184.

Chúng ta vác thập tự giá của mình như thế nào? Vác thập tự giá không phải là để cho người khác đặt thập tự giá trên lưng của chúng ta. Bệnh tật, bắt bớ và sự chống đối của người khác không phải là thập tự giá của chúng ta. Vác thập tự giá là một lựa chọn có chủ đích. Chúng ta phải chủ động hạ mình [sic], cúi xuống và vác thập tự giá vì Chúa Jêsus. Kiêng ăn là một trong những đường lối đúng đắn theo Kinh Thánh để làm theo.

Sức mạnh của sự cầu nguyện (Grand Rapids: Zondervan, 1990), trang 184.

Kiêng ăn có thể làm sâu sắc thêm sự đói khát Đức Chúa Trời. Sự đói khát thuộc linh và sự kiêng ăn có một sức mạnh hỗ tương. Cái này đào sâu và củng cố cho cái kia. Cái kia làm cho cái này thêm hiệu quả hơn. Khi sự đói khát thuộc linh của chúng ta trở nên sâu sắc hơn, thì chúng ta sẽ không còn ham muốn ăn uống nữa. Tất cả hình thức cầu nguyện phổ biến nhất . . . có thể trở nên sâu sắc hơn, rõ ràng hơn và có sức lực nhiều hơn bằng sự kiêng ăn.

Kiêng ăn là điều tự nhiên khi chúng ta có gánh nặng, vật lộn với những thế lực hùng mạnh, và chiến đấu tay đôi với Sa-tan và quyền lực tối tăm của hắn. Kiêng ăn trở nên ngọt ngào và phước hạnh khi chúng ta đói khát Đức Chúa Trời. Sự đói khát của chúng ta đạt được sức mạnh to lớn khi kiêng ăn và cầu nguyện – đặc biệt nếu chúng ta dành riêng thời gian cho việc kiêng ăn và cầu nguyện. Kiêng ăn có thể trở thành niềm vui thuộc linh.

Sức mạnh của sự cầu nguyện (Grand Rapids: Zondervan, 1990), trang 188.

Kiêng ăn nuôi dưỡng đức tin của chúng ta. Sự tin quyết của chúng ta được sâu sắc hơn. Hy vọng của chúng ta gia tăng, vì chúng ta biết mình đang làm điều đẹp lòng Chúa. Sự sẵn sàng từ bỏ chính mình và tự nguyện vác thập giá thêm lên niềm vui ở trong lòng. Đức tin của chúng ta bắt đầu giữ chặt lời hứa của Đức Chúa Trời một cách đơn sơ và vững chắc hơn.

Sức mạnh của sự cầu nguyện (Grand Rapids: Zondervan, 1990), trang 189.

J. OSWALD SANDERS (giáo sĩ thế kỷ 20)

Kiêng ăn không phải là một yêu cầu pháp lý mà là một phản ứng tự phát trong những trường hợp đặc biệt . . . Có những người sống tin kính và thường xuyên cầu nguyện thấy việc kiêng ăn là một trở ngại hơn là sự hữu ích. Vài người có thể chất khỏe đến nỗi thiếu một lượng thức ăn tối thiểu nào đó sẽ khiến họ không thể tập trung vào sự cầu nguyện. Không cần phải bị ràng buộc như vậy đâu. Hãy để họ làm điều gì có ích nhất cho sự cầu nguyện của họ.

Sức mạnh vô hạn trong sự cầu nguyện (Chicago: Moody, 1977), trang 67.

EDITH SCHAEFFER (nhà văn thế kỷ 20)

Kiêng ăn có từng là sự hối lộ để được Đức Chúa Trời chú ý nhiều hơn đến lời cầu xin không? Không, ngàn lần không. Kiêng ăn chỉ đơn giản là một cách để cho thấy chúng ta cung kính trước cơ hội tuyệt vời để cầu xin sự vùa giúp của Đức Chúa Trời đời đời, là Tạo Hóa của vũ trụ, để gạt bỏ mọi thứ sang một bên và tập chú vào sự thờ phượng, cầu xin sự tha thứ và dâng trình lời cầu xin của chúng ta – tức là sự vùa giúp của Ngài quan trọng hơn bất cứ điều gì chúng ta có thể tự làm bằng chính sức lực và ý tưởng của mình.

Đời sống Cầu nguyện (Wheaton: Crossway, 1992), trang 75–76.

JERRY FALWELL (Mục sư Báp-tít thế kỷ 20)

Một thánh nhân đã lớn tuổi từng nói rằng kiêng ăn ngăn ngừa những điều xa xỉ trở thành những điều cần thiết. Kiêng ăn là bảo vệ tâm linh khỏi sự xâm lấn của cơ thể. Khi một người kiêng ăn, người đó đang có cơ thể khỏe mạnh và có thể làm việc cho Chủ.

Kiêng ăn: Kinh Thánh dạy gì (Wheaton, IL: Tyndale, 1981), trang 11.

BILL BRIGHT (nhà truyền giáo thế kỷ 20 và người sáng lập Cru)

Không cần đến sự siêu nhiên để ngăn chặn làn sóng đoán xét đang tàn phá đất nước của chúng ta. Tôi tin rằng không gì có thể sánh bằng sự siêu nhiên được làm ra khi chúng ta kiêng ăn và cầu nguyện. Chúng ta biết chắc Hê-bơ-rơ 11:6 và từ kinh nghiệm cá nhân rằng Đức Chúa Trời ban thưởng cho người nào hết lòng tìm kiếm Ngài.

Sự phục hưng hầu đến: Hoa Kỳ kêu gọi kiêng ăn, cầu nguyện và "tìm kiếm mặt Chúa" (Orlando, FL: New Life Publications, 1995), trang 108.

CORNELIUS PLANTINGA JR. (nhà thần học thế kỷ 20)

Sự nuông chiều bản thân là kẻ thù của lòng biết ơn, còn sự tự giác kỷ luật thường là bạn hữu và tạo ra sự biết ơn. Đó là lý do tại sao tham ăn là tội đáng chết. Những người sống trong đồng vắng đầu tiên tin rằng sự tham ăn của một người có liên quan đến: bao tử căng tròn và khẩu vị chán ngấy sẽ khiến chúng ta không còn đói khát sự công bình nữa. Chúng làm hỏng sự đói khát Đức Chúa Trời.

Được trích từ *Tạp chí Cải chánh*, tháng 11/1988, trong quyển sách *Rèn luyện Tâm linh trong Nếp sống Cơ Đốc* của Donald S. Whitney (Colorado Springs: NavPress, 1991), trang 151.

THƯ MỤC

Các sách liệt kê ra dưới đây là nguồn tài liệu được tuyển chọn để nghiên cứu sâu hơn. Danh sách này không quá cao siêu và cũng không được để cao như nhau. "Hãy xem xét mọi việc, điều chi lành thì giữ lấy" (1 Tê-sa-lô-ni-ca 5:21).

Anderson, Andy, Kiêng ăn thay đổi đời tôi. Nashville, TN: Broadman, 1977.

Beall, James Lee, Hành trình kiêng ăn. Old Tappan, NJ: Revell, 1974.

Benson, Bob, and Michael W. Benson, "Fasting." In Disciplines for the Inner Life. Waco, TX: Word, 1985.

Bragg, Paul C., The Miracle of Fasting: Proven throughout History. Des- ert Hot Springs, CA: Health Science, 1976.

Bright, Bill, The Coming Revival: America's Call to Fast, Pray, and "Seek God's Face." Orlando, FL: New Life Publications, 1995.

Brooks, Phillips, "Kiêng ăn" (Một bài giảng cho Mùa Chay). Trong Ngọn nến của Đức Giê-hô-va và những bài giảng khác. New York: Dutton, 1881.

Carruth, Thomas A., Bốn mươi ngày kiêng ăn và cầu nguyện. Wilmore, KY: Asbury Seminary, 1974.

Charles, Jerry, Hướng dẫn kiêng ăn của Đức Chúa Trời: Một bách khoa toàn thư về Kinh Thánh. Madison, NC: Power Press, 1977.

Chatham, R. D., Kiêng ăn: Một nghiên cứu về lịch sử Thánh Kinh. South Plainfield, NJ: Bridge Publishing, 1987.

Cott, Allan, Kiêng ăn là một lối sống. New York: Bantam, 1977

DeWelt, Don và John E. Baird, Kinh Thánh nói gì về kiêng ăn. Jop- lin, MO: College Press, 1984.

Duewel, Wesley L. "Bạn có thể cầu nguyện sâu sắc hơn bằng sự kiêng ăn". Trong Chạm vào thế giới bằng sự cầu nguyện. Grand Rapids: Zondervan, 1986.

Duewel, Wesley L. "Chúa Jêsus phán họ sẽ kiêng ăn" và "Sự kiêng ăn củng cố sự cầu nguyện". Trong Sự cầu nguyện mạnh mẽ. Grand Rapids: Zondervan, 1990.

Falwell, Jerry, Fasting: Kinh Thánh dạy như thế nào. Wheaton, IL: Tyndale, 1981.

Foster, Richard, "Kiêng ăn". Trong Kỷ luật là vinh quang. New York: Harper & Row, 1978, pp. 41–53.

Lindsay, Gordon, Cầu nguyện và kiêng ăn. Dallas: Christ for the Nations, 1972.

Lloyd-Jones, Martyn, "Kiêng ăn". Trong Nghiên cứu bài giảng trên núi. Vol. 2. Grand Rapids: Eerdmans, 1960, pp. 33–44.

Main, Keith, Cầu nguyện và kiêng ăn: Một nghiên cứu về Đời sống Tận hiến của Hội thánh Đầu tiên. New York: Carlton Press, 1971.

Maloney, George A., Trở lại với kiêng ăn. Pecos, NM: Dove Publications, 1974.

Massey, James Earl, Những kỷ luật thuộc linh: Tăng trưởng qua thực hành sự cầu nguyện, kiêng ăn, trò chuyện và thờ phượng. Grand Rapids: Zondervan, 1985.

Miller, James, Kiêng ăn Hệ thống. Indianapolis: James Miller, n.d.

Prince, Derek, Định hình Lịch sử bằng sự cầu nguyện và kiêng ăn. Old Tappan, NJ: Fleming, 1973.

Rogers, Eric N., Kiêng ăn: Hiện tượng Từ bỏ mình. Nashville, TN: Thomas Nelson, 1976.

Ryan, Thomas, Tái khám phá sự kiêng ăn. New York: Paulist Press, 1981.

Smith, David R., Kiêng ăn: Một thói quen bị lãng quên. Fort Washington, PA: Christian Literature Crusade, 1954.

Smith, Fredrick W., Nhật ký Kiêng ăn. New York: Schocken Books, 1976.

Wallis, Arthur, Sự kiêng ăn và Đức Chúa Trời lựa chọn. Fort Washington, PA: Christian Lit- erature Crusade, 1968.

Wesley, John, "Bài giảng XXVII, Bài giảng trên núi của Chúa". In The Works of John Wesley. Vol. 5. Albany, OR: Sage Software, 1995.

Whitney, Donald, "Kiêng ăn". Trong Những kỷ luật thuộc linh trong nếp sống đạo. Colorado Springs, CO: NavPress, 1991, pp. 151–72.

Willard, Dallas, Tinh thần của sự kỷ luật: Thấu hiểu cách Chúa thay đổi đời sống. San Francisco: Harper & Row, 1988.

Wimmer, Joseph, Kiêng ăn trong Tân Ước: Một thần học Kinh Thánh. New York: Paulist Press, 1982.

GHI CHÚ

LỜI TỰA

1. J.I. Packer, Tìm cầu sự tin kính: Khải tượng của Thanh giáo về đời sống Cơ Đốc (tái bản, Wheaton, IL: Crossway, 2010), 215.

THI THIÊN 73:25-26; EDWARD FARRELL

1. Trích dẫn từ Thomas Ryan, *Tái khám phá sự kiêng ăn* (New York: Paulist Press, 1981), 44.

LỜI GIỚI THIỆU

1. Martyn Lloyd-Jones, *Nghiên cứu Bài giảng trên núi*, tập 2 (Grand Rapids: Eerdmans, 1960), 38.
2. Mấy từ "không bỏ" được dùng đến năm lần trong Tân Ước, ý nghĩa của mỗi từ này là "bỏ đi" hoặc "vĩnh biệt" (Mác 6:46; Lu-ca 9:61; Công-vụ 18:18, 21; 2 Cô-rinh-tô 2:13). Vấn đề là chúng ta chỉ có thể dùng tài sản của mình đúng đắn khi chúng ta thoát khỏi sự kèm cặp của chúng để được thỏa mãn ở trong Đức Chúa Trời.
3. C.S. Lewis, *Vấn đề của đau khổ* (New York: Macmillan, 1962), 101-2.
4. St. Augustine, *Thành phố của Đức Chúa Trời*, quyển 16, phần 32 (New York: Random House, 1950), 554.
5. Richard Foster, *Kỷ luật là vinh quang* (New York: Harper & Row, 1978), 48.
6. Ibid., 48.
7. C.S. Lewis, Những lá thư của C.S. Lewis, biên tập W.H. Lewis (New York: Harcourt Brace & World, 1966), 289.
8. Phillips Brooks đã nói tương tự rằng: "Chúng ta càng dõi theo cuộc đời của loài người, chúng ta càng thấy một trong những lý do vì sao loài người không có nhiều tư tưởng và mối bận tâm to lớn là vì cuộc sống của họ đầy ắp những điều nhỏ nhặt". Phillips Brooks, "Sự kiêng ăn" (một bài giảng dành cho Lent), trong quyển: Ngọn nến của Đức Giê-hô-va và nhiều bài giảng khác (New York: Dutton, 1881), 207.

1. KIÊNG ĂN LÀ CƠ ĐỐC NHÂN?

1. Giãn nở, 8, trích dẫn từ *Các giáo phụ*, Thư viện Kinh điển Loeb, dịch bởi Kirsopp Lake (Luân Đôn: William Heinemann, 1970), 321.

2. Richard Foster gần như muốn nói giống như thế, nhưng không chính xác như vậy. Ông nói về Ma-thi-ơ 9:14–17 rằng: "Đây có lẽ là lời phát biểu quan trọng nhất trong Tân Ước về việc Cơ Đốc nhân có nên kiêng ăn ngày hôm nay hay không". Richard Foster, *Kỷ luật là vinh quang* (New York: Harper & Row, 1978), trang 46. So sánh câu Kinh Thánh này với Mác 2:18-22 và Lu-ca 5:33-39.

3. "Sự kiêng ăn" của Richard T. Foster, trong quyển sách *Từ điển mới về Đạo đức Cơ Đốc và Thần học Mục sư*, biên soạn bởi David A. Arkinson, David F. Field, Arthur Holmes, Oliver O'Donovan (Downers Grove, IL: InterVasity, 1995), 376.

4. "Chắc hẳn không có nguyên nhân nào là gốc rễ của thói kiêng ăn". "Sự kiêng ăn" của A. J. Maclean, trong quyển *Bách khoa Toàn thư về Tôn giáo và Đạo đức*, biên soạn bởi James Hasting (New York: Charles Scribner's Sons, 1912), trang 759.

5. Thành ngữ của tiếng Hê-bơ-rơ trong sách Lê-vi-ký là "ép (kiêng ăn, từ bỏ mình) linh hồn mình" được người Do thái dùng để kêu gọi sự kiêng ăn, vì thế mà ngày hôm nay đã trở thành ngày kiêng ăn chính trong lịch sử Do thái. Thi thiên 35:13 cho thấy mối liên hệ giữa "ép linh hồn mình" và sự kiêng ăn: "[Tôi] kiêng ăn ép linh hồn tôi". Đây có lẽ là "sự kiêng ăn" mà Lu-ca chỉ ra trong Công-vụ 27:9.

6. Eric N. Rogers có một chương nói về cách mỗi tôn giáo kiêng ăn như thế nào: *Sự kiêng ăn, hiện tượng từ bỏ chính mình* (Nashville: Thomas Nelson, 1976), phần 2, chương 4,5,6,7.

7. *Bách khoa Toàn tư về Tôn giáo và kiêng ăn*, trang 760-61.

8. Trích từ quyển *Hiện tượng từ bỏ chính mình* của Rogers, trang 77-78.

9. Ibid., trang 79-80.

10. Tấn bi kịch của tình trạng này được thấy rõ trong lời chứng của một phụ nữ trẻ: "Tôi chỉ muốn được thon gọn hơn, nhưng tôi không muốn để ý hoài chuyện này, tôi cũng không muốn bỏ ăn. Chính sự căng thẳng giữa việc muốn được thon gọn hơn và không muốn từ bỏ thói ăn uống gây ra sự mệt mỏi. Đối với những vấn đề khác tôi luôn có lý do hợp lý, nhưng tôi biết về vấn đề này thì tôi hơi cuồng tín". Trích từ Ibid., trang 135.

11. George Ladd, *Hiện tại của tương lai* (Grand Rapids: Eerdmans, 1974), trang 225 (chữ in nghiêng theo nguyên tác).

12. Keith Main, *Cầu nguyện và Kiêng ăn: Một nghiên cứu về đời sống tận hiến của Hội thánh đầu tiên* (New York: Carlton Press, 1971), trang 84 (chữ in nghiêng được thêm vào).

13. Những địa chỉ Kinh Thánh về kiêng ăn ngoài các sách Phúc Âm là Công-vụ 13:2–3; 14:23; 2 Cô-rinh-tô 6:5; 11:27. Những địa chỉ ở trong Bản dịch King

James gồm 1 Cô-rinh-tô 7:5 và Công-vụ 10:30 có lẽ không phải là những bản thảo cũ nhất và tốt nhất bằng tiếng Hy Lạp.

14. Main, *Cầu nguyện và Kiêng ăn*, trang 54, 60-61.

15. C. S. Lewis, *Vấn đề của đau khổ* (New York: Macmillan, 1962), trang 112.

16. Robert H. Gundry, *Ma-thi-ơ: Một chú giải về văn chương và thần học của ông* (Grand Rapids: Eerdmans, 1982), trang 169.

17. Arthur Wallis, *Sự kiêng ăn Chúa chọn* (Fort Washington, PA: Christian Literature Crusade, 1968), trang 28–32.

18. Xem ghi chú 11.

19. Xem ghi chú 11.

20. Tôi đã cố gắng trình bày ân điển vị lai của Đức Chúa Trời phụ thuộc vào ân điển quá khứ của Đức Chúa Trời trong quyển sách *Quyền năng Thánh khiết của Đời sống Đức tin trong Ân điển Vị lai* (Sisters, OR: Multnomah, 1995), chương 7–9.

21. Sự hiểu biết về đức tin được phát triển và bênh vực theo đúng Kinh Thánh trong quyển sách *Ân điển Vị lai*, chương 14–16.

22. Main, *Cầu nguyện và Kiêng ăn*, trang 83.

23. Ibid., trang 84.

24. Từ Hy Lạp hiếm gặp đằng sau cụm từ này (ethelothre-skia) dường như bao hàm nghĩa gốc và giữ nguyên "thờ phượng" hoặc "tôn giáo" trong ý chí của loài người, thay vì ở trong ân điển của Đức Chúa Trời. Từ này vốn có ý là một người không "theo sát cái đầu", tức là Đấng Christ, là nguồn của mọi sự.

25. Từ này ngụ ý chủ yếu về "tiết dục" trong tình dục. Nhưng 1 Cô-rinh-tô 9:25 dùng để cho thấy một ý nghĩa rộng hơn về thói quen kỷ luật ở trong mọi khía cạnh đời sống. "Mỗi vận động viên luyện tập tính tự chủ ở trong mọi sự".

26. Main, *Cầu nguyện và Kiêng ăn*, trang 60.

27. Bản dịch Truyền thống Hiệu đính dịch chỗ này là "bao lần nhịn ăn", giống như nói về một thái độ nhịn đói không tự nguyện. Nhưng trước đó sứ đồ Phao-lô đã nói là "chịu đói chịu khát" tức là có ý nói về cơn đói rất bình thường. Hơn nữa, từ ngữ được dùng ở đây (nēsteiais) thường được dùng trong Tân Ước để nói về sự kiêng ăn tôn giáo, đây cũng chính là ý nghĩa thông thường ở trong Cựu Ước tiếng Hy Lạp (khoảng ba mươi lần).

PHỤC TRUYỀN 8:2-3; JOSEPH WIMMER

1. Joseph F. Wimmer, *Sự kiêng ăn trong Tân Ước: Thần học Thánh Kinh* (New York: Nhà in Paulist, 1982), 119.

2. LOÀI NGƯỜI SỐNG CHẲNG PHẢI NHỜ BÁNH MÀ THÔI

1. Trích từ Richard Foster, *Kỷ luật là vinh quang* (New York: Harper & Row, 1978), trang 48.
2. Ibid.
3. Wimmer, *Kiêng ăn trong Tân Ước*, trang 119.
4. Dietrich Bonhoeffer, *Giá trả của môn đồ* (New York: Collier, 1949), trang 189–90.

MA-THI-Ơ 6:16-18; AUGUSTINE; J.C. RYLE

1. Trích từ quyển, *Những lời tuyên xưng của Thánh Augustine*, của Thánh Augustine trong *Tài liệu của Hội thánh Cơ Đốc*, biên tập bởi Henry Bettenson (Luân Đôn: Nhà in Đại học Oxford, 1967), trang 54.
2. J. C. Ryle, *Tư tưởng Giảng Kinh các Phúc Âm, Ma-thi-ơ – Mác* (Grand Rapids: Zondervan, n.d.), trang 57.

3. KIÊNG ĂN VÌ PHẦN THƯỞNG CỦA CHA

1. Dietrich Bonhoeffer, *Giá trả của môn đồ* (New York: Collier, 1949), trang 188.
2. Keith Main, *Cầu nguyện và Kiêng ăn: Nghiên cứu nếp sống đạo của Hội thánh đầu tiên* (New York: Nhà in Carlton, 1971), trang 37.
3. John Piper, *Khao khát Đức Chúa Trời: Những suy gẫm về Cơ Đốc nhân khoái lạc* (Sisters, OR: Multnomah, 1996, ấn bản hiệu đính); *Sự khoái lạc của Đức Chúa Trời: Những suy gẫm về Đức Chúa Trời vui làm Đức Chúa Trời* (Sisters, OR: Multnomah, 1991); *Quyền phép Thanh tẩy Đời sống Đức tin trong Ân điển Vị lai* (Sisters, OR: Multnomah, 1995).

LU-CA 2:36-38; 2 TI-MÔ-THÊ 4:8; KHẢI HUYỀN 22:20; GEORGE LADD

1. George Ladd, "Động cơ Truyền giáo", trong *Cầu thay cho Tibet*, tập 2. (Summer 1991): 4-6. Trích dẫn được lấy từ quyển sách, *Phúc Âm của Nước Trời: Giảng Kinh phổ biến về Nước Đức Chúa Trời*, Ladd (Grand Rapids: Eerdmans, 1959).

4. KIÊNG ĂN VÌ SỰ TÁI LÂM CỦA ĐỨC VUA

1. John Wesley, "Bài giảng XXVII, về bài giảng trên núi của Chúa chúng ta", trong: *Các tác phẩm của John Wesley*, quyển 5. (Albany, OR: Sage Software, 1995), 440-41.
2. Xem quyển sách, *Hãy để mọi dân tộc reo vui: Uy quyền tối thượng của Đức Chúa Trời trong công tác truyền giáo*, John Piper (Grand Rapids: Baker, 1993), chương 5, *"Uy quyền của Đức Chúa Trời giữa vòng 'các dân tộc'"*.
3. Anthony Hoekema, *Kinh Thánh và tương lai* (Grand Rapids, Eerdmans, 1979) trang 139.
4. Ladd, "Động cơ Truyền giáo", 4–6.

CÔNG-VỤ 13:1-3; JONATHAN EDWARDS

1. Jonathan Edwards, *Suy tư về sự phục hưng*, trong *Các tác phẩm của Jonathan Edwards*, quyển 4 (New Haven: Nhà tin Đại học Yale, 1972), trang 507.

5. KIÊNG ĂN VÀ LỊCH SỬ

1. Charles Finney, *Quyền phép từ trên cao* (Albany, OR: Sage Software, 1995), 9–10 (in nghiêng được thêm vào)
2. Về mục vụ của Asahel Nettleton và so sánh giữa ông với Finney, xem quyển, *Đức Chúa Trời ban sự phục hưng: Câu chuyện của Asahel Nettleton và Sự thức tỉnh lớn lần hai*, của J. F. Thornbury (Grand Rapids: Evangelical Press, 1977); và quyển, *Cuộc đời và công lao của Asahel Nettleton*, của Bennet Tyler và Andrew Bonar (Edinburgh: Banner of Truth, 1975; bản gốc 1854).
3. Hãy xem đánh giá nhận thức mục vụ và thần học của Finney trong quyển, *Hổ thẹn vì Phúc Âm*, của John MacArthur Jr. (Wheaton, IL: Crossway, 1993), 227–35. "Tôi từng là công cụ giúp Cơ Đốc nhân cảm biết sự cáo trách, thực sự sống ăn năn và đức tin . . . [Nhưng] lại không khuyến khích họ làm quen với Đấng Christ đến nỗi ở trong Ngài, thế là họ đã quay lại với đời sống cũ" (trang 235). Đối với góc nhìn của ông về quyền tể trị của Đức Chúa Trời liên quan thế nào đến ý chí của loài người, hãy xem những phê bình của Jonathan Edwards trong quyển *Thần học Hệ thống* của Finney (Minneapolis: Bethany Fellowship, 1976; bản gốc 1846), 256–99. Đối với góc nhìn của Finney đã có tác động lâu dài như thế nào, tôi cũng đồng ý với quan điểm là trong khi dẫn đưa nhiều người đến với Đấng Christ, "di sản thực sự của Finney là ảnh hưởng tệ hại của ông ở trên thần học Tin Lành của Hoa Kỳ và phương pháp luận về Tin Lành". Hội thánh trong thế hệ của chúng ta vẫn

còn sôi sục men của Finney, còn chủ nghĩa thực dụng của Tin Lành hiện đại là bằng chứng" (MacArthur, 235).

4. Wesley Duewel, *Lời cầu nguyện mạnh mẽ quen thuộc* (Grand Rapids: Zondervan, 1990), trang 192.

5. John Wesley, *Nhật ký của Mục sư John Wesley* (Luân Đôn: Nhà in Epworth, 1938), trang 147.

6. David Bryant, *Hy vọn đã đến gần: Phục hưng Toàn quốc và Toàn cầu cho Thế kỷ 21* (Grand Rapids: Baker, 1995), trang 127. Xem trang 127-42 và 231-44.

7. Edwards, *Suy tư về phục hưng*, trang 507.

8. Ibid., trang 521.

9. Ibid., 516. Một khía cạnh thú vị là Jonathan Edwards đã quan sát thấy rằng vào thời của ông, mọi người đã tập hợp lại thành cái mà ngày nay chúng ta gọi là "các nhóm nhỏ" và thế là ông đã khuyến khích việc cầu nguyện và kiêng ăn trong các nhóm này rằng: "Dân cư đến từ nhiều thị trấn của chúng ta hiện nay chia thành các nhóm cầu nguyện thật cụ thể; hầu hết mọi người, già và trẻ, đều đã tự nguyện kết hiệp lại thành nhóm riêng biệt, để hỗ trợ lẫn nhau trong việc việc thờ phượng tại nhà riêng: do đó, điều tôi dự định là những ngày cầu nguyện nên diễn ra một phần ở trong các nhóm cầu nguyện riêng biệt này. Phương pháp kiêng ăn như vậy đã được chứng minh nhiều lần rồi; nghĩa là vào buổi sáng, sau khi xong bổn phận trong gia đình và vệ sinh cá nhân; các nhóm nam giới và các nhóm nữ giới; các nhóm nam thanh niên, các nhóm nữ thanh niên; các nhóm thiếu nhi ở mọi nơi trong thị trấn. Nhiều người có khả năng thực hiện các lễ nghi tôn giáo; con trai riêng và con gái riêng . . . và đến khoảng giữa trưa, vào một giờ đã định, tất cả gặp nhau ở trong nhà Chúa, để dâng lời cầu nguyện trước mặt hội chúng, để lắng nghe một bài giảng phù hợp: sau đó, họ rời khỏi nhà Chúa một lần nữa để trở về với nhóm riêng của họ, dành thời gian còn lại trong ngày để cầu nguyện với nhau, ngoại trừ bắt buộc phải làm việc nhà và đi vệ sinh tại nhà riêng của họ". Ibid., 519.

10. Ibid., trang 353.

11. Jonathan Edwards, *Những dấu hiệu rõ rệt về công tác của Thánh Linh Đức Chúa Trời*, trong *Các tác phẩm của Jonathan Edwards*, quyển 4. (New Haven: Nhà in Đại học Yale, 1972), trang 282.

12. *Suy tư về phục hưng*, trang 345.

13. Jonathan Edwards, *Cuộc đời của David Brainerd*, soạn bởi Norman Pettit, *Các tác phẩm của Jonathan Edwards*, quyển 7 (New Haven: Nhà in Đại học Yale, 1985), trang 162 (in nghiêng thêm vào).

14. Ibid., 531.

15. Cotton Mather, *Công tác Vĩ đại của Đấng Christ ở Hoa Kỳ*, quyển 2 (Edinburgh: Banner of Truth, 1979; bản gốc 1702), trang 148 (chữ in nghiêng được thêm vào).

16. Richard Lovelace, "Cotton Mather", trong quyển Cẩm nang Cơ Đốc giáo Hoa Kỳ của Eerdman, soạn bởi Mark Noll, et al. (Grand Rapids: Eerdmans,

1983), trang 100.

17. Ibid.

Ê-SAI 58:6-8; LARRY LIBBY

1. Larry Libby, *Lời cầu xin của kẻ nghèo* (Bothell, WA: Mục vụ Hành động Quốc tế, 1986), 7-8.

6. TÌM KIẾM CHÚA TRONG ĐAU KHỔ

1. Trích từ Cotton Mather, *Công tác Vĩ đại của Đấng Christ ở Hoa Kỳ*, quyển 2 (Edinburgh: Banner of Truth, 1979; bản gốc 1702), trang 148.

2. Xem, thí dụ, Arthur Wallis, *Sự kiêng ăn Chúa chọn* (Fort Washington, PA: Christian Literature Crusade, 1968), trang 94–129, 142–46; Bill Bright, *Sự phục hưng hầu đến* (Orlando, FL: New Life Publications, 1995), chương 9 và 10.

3. Rodney Clapp, *"Tại sao ma quỷ lấy thị thực"*, Christianity Today, ngày 7 tháng 10 năm 1996, lấy từ phần 3, Cơ Đốc giáo trực tuyến.

4. Amy Sherman, *"Hy vọng mơ tưởng"*, Sách và Văn hóa (Năm/Sáu 1996): 3–4. Bà đang đọc qua một quyển sách của Greg Donaldson, *Ngôi làng: Những tên cớm và mấy đứa nhỏ ở đô đị Hoa Kỳ* (1993) và trích một phần từ quyển sách này.

5. Ibid., trang 4.

6. *"Vì sao ma quỷ lấy thị thực"*, phần 3.

7. Libby, *Tiếng kêu xin của kẻ nghèo*, trang 7-8.

8. Janet Ditto, *"Hy vọng trong đống rác"*, trong quyển *Mục tiêu Trái đất*, soạn bởi Frank Kaleb Jansen (Kailua-Kona, HI: Trường Đại học Các dân tộc, 1989), trang 156.

9. Kể lại chuyện có thật về một cặp vợ chồng trong Libby, *Tiếng kêu xin của kẻ nghèo*, trang 11–12.

Ê-XƠ-RA 8:21; WILLIAM COWPER

1. William Cowper, *"Đức Chúa Trời hành động cách mầu nhiệm"*, trong Trinity Hymnal (Philadelphia: Great Commission Publications, 1990), trang 128.

7. KIÊNG ĂN VÌ TRẺ NHỎ

1. Michael Hamilton, *"Sự bất mãn của Francis Schaeffer"*, Christianity Today, ngày 3 tháng 3 năm 1997, trang 22.
2. Ibid., 30.
3. Francis Schaeffer, với C. Everett Koop, *Chuyện gì đã xảy ra cho loài người?* trong *Các tác phẩm hoàn chỉnh của Francis Schaeffer: Thế giới quan Cơ Đốc*, quyển 5, *Góc nhìn Cơ Đốc về Tây phương* (Wheaton, IL: Crossway, 1982; bản gốc 1979), trang 405–6.
4. Hamilton, Sự bất mãn của Francis Schaeffer", trang 30.
5. "Richard John Neuhaus, *"Nạn phá thai và nội chiến"*, First Things (10/1992): trang 12.
6. Ibid.
7. *"Sự bất mãn của Francis Schaeffer"*, trang 29.
8. Francis Schaeffer, *Tuyên ngôn Cơ Đốc*, trong *Các tác phẩm hoàn chỉnh của Francis Schaeffer: Thế giới quan Cơ Đốc*, quyển 5, *Góc nhìn Cơ Đốc của Tây phương* (Wheaton, IL: Crossway, 1982; bản gốc 1981), trang 491.
9. Chấm dứt nền dân chủ: *"Tước đoạt nền chính trị của tòa án"*, First Things (11/1996): trang 18. Hội nghị chuyên đề được tiếp tục trong tháng 1 năm 1997, *"Chấm dứt nền dân chủ? Tiếp tục bàn luận"*, trang 19–32. Đáng chú ý là toàn bộ cuộc thảo luận về sự tước đoạt chính trị của tòa án tối cao đã được Francis Schaeffer giới thiệu cách đây mười lăm năm. Ông suy nghĩ thành tiếng rằng ai sẽ tiếp quản chính quyền của chúng ta nếu trật tự sụp đổ. Ông nói rằng: "Đối với bản thân, tôi nghĩ chúng ta không nên loại trừ các tòa án, đặc biệt là Tòa án Tối cao, là một cơ quan ưu tú như vậy vì những lý do sau: 1) Họ đã phán quyết trên cơ sở luật xã hội học, độc đoán. 2) Họ làm ra nhiều luật, cũng như phán quyết dựa trên luật pháp. 3) Họ thống trị hai bộ phận khác của chính phủ." Schaeffer, *Tuyên ngôn Cơ Đốc*, trang 462.
10. Richard John Neuhaus, "Thời điểm nghèo, đất nước nghèo", First Things (Sáu/Bảy 1993): 61.
11. *"Nạn phá thai và nội chiến"*, trang 13.
12. Xem David Reardon, Phụ nữ sảy thai, Không im lặng nữa (Chicago: Nhà in Đại học Loyola, 1987), với thư mục mở rộng về vấn đề này, 201–2; David Reardon, *Phá thai Phi pháp* (Denton, TX: Life Dynamics, 1993).
13. Trích từ *"Mẹ Teresa nói về phá thay"*, lấy từ www.castletown.com/teresa2.htm.
14. Schaeffer, *Tuyên ngôn Cơ Đốc*, trang 455.
15. Ibid., trang 423.
16. Ibid., trang 494.
17. Ibid., trang 495.
18. Ibid., trang 497.
19. David Reardon, *Phá thai Hiếm hoi: Một chiến thuật chữa lành đất nước bị chia rẽ* (Springfield, IL: Acorn, 1996), trang xv.

20. Schaeffer, *Chuyện gì đã xảy ra cho loài người?* trang 282.

21. Một mô tả về các chiến tuyến trong quyển *"Cuộc chiến văn hóa"* từ Richard Neuhaus nói rằng: "Chúng ta là hai quốc gia: một quốc gia tập trung vào quyền lợi và luật pháp, quốc gia kia tập trung vào việc làm đúng và làm sai; một người theo chủ nghĩa cá nhân rất quyết liệt và cống hiến cho cái tôi hiện thực hóa, người kia theo chủ nghĩa cộng đồng và kêu gọi lợi ích chung; một bên coi luật pháp là công cụ của ý chí để nắm quyền và cấp phép, bên kia khẳng định trật tự đạo đức khách quan được phản ánh trong Hiến pháp mà chúng ta có nghĩa vụ phải tuân theo; một bên vì sự thỏa mãn cá nhân, bên kia vì trách nhiệm gia đình; cái này là điển hình thế tục, cái kia là điển hình tôn giáo; một người theo chủ nghĩa tinh hoa, người kia theo chủ nghĩa dân túy. *"Nạn phá thai và nội chiến"*, trang 9.

22. Schaeffer, *Tuyên ngôn Cơ Đốc,* trang 459.

23. Ibid., trang 457.

24. *"Đức Chúa Trời hành động cách mầu nhiệm".*

LU-CA 6:21; RÔ-MA 11:35-36; JONATHAN EDWARDS

1. Jonathan Edwards, "Đức Chúa Trời chí cao lắng nghe lời cầu nguyện", trong *Các tác phẩm của Jonathan Edwards,* quyển 2 (Edinburgh: Banner of Truth, 1974), trang 116.

KẾT LUẬN

1. Jonathan Edwards, *Luận về Mục đích Sáng tạo Thế giới của Đức Chúa Trời,* trong *Các tác phẩm của Jonathan Edwards,* quyển 8, soạn bởi Paul Ramsey (New Haven: Nhà in Đại học Yale, 1989), trang 526.

HÊ-BƠ-RƠ 13:7; CHARLES SPURGEON

1. Charles Spurgeon, *Lời cố vấn cho người hầu việc Chúa* (Pasadena, TX: Pilgrim, 1985), trang 112–13.

TÁC GIẢ

John Piper là giáo sư và người sáng lập Desiring God, ông cũng là hiệu trưởng danh dự của Trường Cao đẳng và Chủng viện Bethlehem. Ông đã phục vụ với tư cách mục sư quản nhiệm Hội thánh Báp-tít Bethlehem trong vòng 33 năm tại thành phố Minneapolis thuộc tiểu bang Minnesota. Ông là tác giả của hơn 50 tựa sách, trong đó đã có các tựa sách được chuyển ngữ sang tiếng Việt gồm *"Đừng lãng phí cuộc đời"* và *"Nhìn thấy và say mê Jêsus Christ"*.

MỤC VỤ TIÊN PHONG

Mục vụ Tiên Phong ra đời với khải tượng "chuyển ngữ và xuất bản tài liệu Cơ Đốc để rao truyền sự vinh hiển của Đức Chúa Trời vì sự vui mừng của người Việt, đặc biệt là qua sự chịu khổ, trong Đức Chúa Jêsus Christ".

Tài liệu Cơ Đốc này không thể thay thế Lời Chúa và những tài liệu của Hội thánh mà quý con cái Chúa đang nhóm lại hàng tuần. Chúng tôi chỉ mong con cái Chúa sử dụng các tài liệu này để bày tỏ Phúc Âm của Đức Chúa Jêsus Christ cho gia đình, người thân, bạn bè và cộng đồng xung quanh.

Nếu bạn muốn biết làm thế nào để dâng hiến, hỗ trợ và nhận tin tức về các tựa sách khác mà Mục vụ Tiên Phong đang chuyển ngữ, xin hãy liên hệ chúng tôi bằng thư điện tử info@tienphong.org hoặc bạn có thể tìm đến trang điện tử www.tienphong.org để tải về và đọc các tài liệu miễn phí.

Chúng tôi chân thành biết ơn các anh chị em con cái Chúa đã tin tưởng hỗ trợ dự án tài liệu Cơ Đốc cho người Việt của Mục vụ Tiên Phong.

Xin Chúa dẫn dắt,
Mục vụ Tiên Phong